குணா கவியழகன்

யாழ்ப்பாணத்தைச் சேர்ந்த குணா கவியழகன் இளம் வயதிலிருந்து போராட்ட அரசியலில் பயணிப்பவர். ஊடகப் பணிப்பாளராக, அரசியல் ஆய்வாளராக, எழுத்தாளராக தமிழ்ப் பரப்பில் நன்கு அறியப்பட்டவர். ஐந்நூறுக்கு மேற்பட்ட அரசியல், இராணுவ, சமூகக் கட்டுரைகளை எழுதியிருக்கிறார். ஐந்து நாவல்களையும் சில சிறுகதைகளையும் எழுதியிருக்கிறார். 'கடைசிக் கட்டில்' இவரின் ஆறாவது நாவல்.

இலக்கியத் துறையில் தனது முதல் நாவலுக்கு கனடா இலக்கியத் தோட்டம் இயல் விருதைப் பெற்றார். மேலும் காக்கைச் சிறகினிலே விருது, அமுதன் அடிகளார் விருது, வாசக சாலை விருது, தமிழ்நாடு பதிப்பாளர் சங்கத்தின் விருது போன்றன இவரது நாவல்கள் பெற்ற விருதுகள். இப்போது புலம்பெயர்ந்து பிரித்தானியாவில் வசிக்கிறார்.

கடைசிக் கட்டில்

குணா கவியழகன்

எதிர்
வெளியீடு

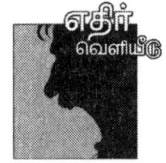

கடைசிக் கட்டில்

குணா கவியழகன்

முதல் பதிப்பு: ஜனவரி 2024

எதிர் வெளியீடு,
96, நியூ ஸ்கீம் ரோடு, பொள்ளாச்சி – 642 002
தொலைபேசி: 04259 226012, 99425 11302

விலை: ரூ. 350

Kadaisi Kaddil
Kuna Kaviyalahan

Copyright © Kuna Kaviyalahan
First Edition: January 2024

Published by
Ethir Veliyeedu, 96, New Scheme Road, Pollachi – 2
email: ethirveliyedu@gmail.com
www.ethirveliyeedu.com

ISBN: 978-81-19576-70-8
Cover Design: Lark Bhaskaran
Printed at Jothy Enterprises, Chennai.

All rights reserved. No part of this book may be reprinted or reproduced or utilised in any form or by any electronic, mechanical or other means, now known or hereafter invented, including Photocopying and recording, or in any information storage or retrieval system, without permission in writing from the Publisher.

இந்நூல் எழுத்தாளர்களான
க. சட்டநாதன், கி.பி. அரவிந்தன், பாதசாரி விஸ்வநாதன்
ஆகியோருக்கு!

என் சொல்

தன் நிழலைக் கண்டு அஞ்சுகிறபோது சிறுவராக இருக்கும் எவரொருவரும், தன் மனதைக் கண்டு அஞ்சுகிறபோது பெரியவராகிவிடுகிறார்கள்.

இந்த நாவலின் ஏதாவது ஒரு வரியேனும், எவரொருவராவது பெரியவராகிட உதவிடாது விட்டாலும், எழுதும்போது என்னையேனும் பெரியவனாக்கிவிடும் என்ற நம்பிக்கையில்தான் இன்னும் எழுதத் துணிந்துகொண்டிருக்கிறேன்.

ஆயின்,
பெரியவன்
குணா கவியழகன்

அத்தியாயம் 1

மனிதர்கள் இங்கே முதல் கட்டிலில் அடையும் பதட்டமும் நம்பிக்கையழிவும் நிச்சயமின்மையும் கடைசிக் கட்டிலுக்கு வரும்போது இருப்பதில்லை. கடைசிக் கட்டிலுக்கென்று ஒரு நிதானமும் சாந்தமும் உருவாகித் தன்னை ஒப்புக்கொடுதலுக்கான மனம் வாய்த்துவிடுகிறது.

இருபது வருடமாக பலவிடுதிகளில் நான் பணிசெய்திருந்தாலும் இந்த விடுதிதான் என் வாழ்வில் முக்கியமானது. காரணம் வஞ்சி. இளவஞ்சி. நான் வஞ்சியென்றே சொல்கிறேன். அவளிங்கே வந்த சமயத்திலிருந்த பலரும் என்னால் மறக்கப்படமுடியாதவர்கள். நடந்த சம்பவங்களும் மறக்க முடியாதவை.

'மறக்காதது எதுவோ அதுதான் நான்' என்று ஒற்றைக் கை நாகா சொல்லுவார். அவரது விளக்கம் 'நினைவுகள் தான் நான்' எனும் பிம்பம். அப்படிப் பார்த்தால் இதுதான் நான்போல. இல்லையென்னில் இதுவொரு பகுதிபோல.

வஞ்சி என்றைக்கு இந்த விடுதியில் அடியெடுத்து வைத்தாளோ அன்றிலிருந்து நான் பணிசெய்யவில்லை. பணி என் வாழ்வாகிப்போனது. வாழ்வென்றால்... இங்குள்ள மனிதர்களோடு உறவு வளர்த்ததுதான். அவர்களின் கதைகளோடு நான் கலந்ததுதான். வேறென்ன! மனக்கலசம் ததும்பி நிறைந்த கதைகள். நாளும் இங்கு நடக்கும் சம்பவங்கள் என் வாழ்வின் பகுதிகளாகின. அவைதான் என் நினைவில் நிற்கவும் செய்தன. அவற்றோடு பிரிக்கமுடியாதபடி தைக்கபட்டுவிட்டேன். நாகா சொன்னபடி இதுதான் நான்.

இந்த நான் தான் முதற் கட்டிலைக் காணாமலே கடைசிக் கட்டிலுக்குப் போக நேர்ந்தது. கதையே இதுதான்.

நானொரு சிற்றூழியன். வைத்தியசாலை நோயாளர் விடுதியின் மருத்துவ உதவியாளன். இங்கே சிற்றூழியர்களில் மூன்று வகையுண்டு. 'அற்றன்டன்' எனப்படும் மருத்துவ உதவியாளர், 'ஓர்டனறி லேபர்' என்ற நோயாளருக்கான உதவியாளர். 'சனிற்றறி லேபர்' எனப்படும் துப்பரவுத் தொழிலாளிகள். சிற்றூழியர்களில் காவலாளிகள் பிரிவும் அடங்கும். இந்த வகை அடுக்கிலுள்ள சிற்றூழியரில் நான் முதலாவது அடுக்கு.

என் அம்மாவுக்கும், இந்த வைத்தியசாலை சிற்றூளியருக்கான சூப்பவைசருக்கும் இடையிலிருந்த நல்லுறவின் நிமித்தமாகக் கிடைத்த பரிசு என்றுதான் இந்த வேலையை பலரும் பார்த்தார்கள். எனக்கு இந்த வேலைக்கான தகுதிகள் இருந்தாலும் அம்மாவின் சிபாரிசு இல்லாமல் இந்த உத்தியோகம் கிடைத்திருக்க வாய்ப்பேயில்லை.

தவிரவும், அது தொண்ணூறாமாண்டு ஆரம்பப் பகுதி. போராளிகள், இந்திய அமைதிப்படை வெளியேற நிலங்களைத் தம் கட்டுப்பாட்டுக்குள் கொண்டுவந்த காலம். சிவில் நிர்வாகமும் அவர்களின் கையில்தான். அவர்கள் தனி நாட்டுக்கான நிர்வாக அமைப்புகளை உருவாக்கிக் கொண்டிருந்தார்கள். இதனால் வேலை கொடுப்பதற்கு அதிகாரிகள் லஞ்சம் பெறமுடியாத சூழலது. இந்த வேலை கிடைக்க இதுவும்தான் வலுச்சேர்த்தது.

இந்த வேலையை வாங்கித் தந்த அந்த சூப்பவைசர் "உன் புள்ளை ஒரு நாள் சூப்பவைசர் ஆவான் பார் தங்கம்" என்று அம்மாவைப் பார்த்து பெருமையோடு சொன்னார். இப்படிச் சொன்னவர் விடுதி நடைபாதையில் வைத்து "போதுமா உனக்கு" என்று அம்மாவைப் பார்த்தார். அம்மா கூச்சத்தில் குனிந்துகொண்டாள்.

நம்மவர்கள் யாருமே- நம்மவர் என்றால் என் சாதிசனந்தான்- நான் பணியில் சேரும் காலத்தில் அதுவரை இந்த வைத்தியசாலையில் இத்தகைய ஓர் உயர்ந்த உத்தியோகத்தைப் பிடித்ததில்லை. நான் இந்த உத்தியோகத்திற்குண்டான 'யுனிபோர்ம்' போட்டுக் கிளம்பும் போதெல்லாம் அம்மாவுக்குள் ஒரு பரவசம் படரத் தொடங்கிவிடும். இந்த வேலை கிடைத்து சில வருடங்கள் கடந்துங்கூட அம்மாவிடம் இந்த பரவசத்தை காணமுடிந்தது. அம்மா என்னை சூப்பவைசராகவே பார்த்தாள். அது வெறும் பரவசம் மட்டுமல்ல; நெஞ்சின் நிறைவு, பெருமிதம், செருக்கு

அத்தோடு முக்கியமாய் ஒரு நிம்மதி. இப்படி அதன் நிலையை கூட்டிக் கொண்டே போகலாம். அந்தளவுக்கு அம்மா முகம் பொலிந்திருப்பாள்.

இதற்குக் காரணம் எனக்கு இப்படியொரு உத்தியோகம்- அதுவும் அரசாங்க உத்தியோகம் என்ற பெருமை அவளுக்கு. மட்டுமல்ல, அம்மாவுக்கு என்னைத் திசைதிருப்பிவிட்ட நிம்மதியும் பாதுகாத்துவிட்ட நிறைவுங்கூட இருந்தது. சிறையிலிருந்து விடுதலையான என்னை ஏதோ ஒன்றோடு பிணைத்து விட்டதான ஆறுதலென்றும் இதைச் சொல்லலாம்.

நம்மவர்கள் இந்த வைத்தியசாலையின் பிறபகுதிக்கான துப்பரவுத் தொழிலில் தான் இருந்தார்கள். வைத்தியசாலையின் மருத்துவ உதவியாளப் பணியாளனான உயர் பதவியை அப்போது எம்மவர்கள் யாரும் பிடித்ததில்லை. அதைப்பிடித்த முதல் ஆள் எங்களூரில் நான்தான்.

எங்களூரில் எழுதப் படிக்கத் தெரிந்தவன் என்ற மரியாதையோடு இந்தத் தொழிலும் எனக்கு மரியாதையைக் கூட்டித் தந்துவிட்டது. எழுதவும் படிக்கவும் பலருக்குத் தெரிந்திருந்தாலும் பள்ளிக்கூடத்தை நிறுத்தி தொழிலுக்கு வந்துவிட்ட பிறகு யாரும் எழுதுவதுமில்லை படிப்பதுமில்லை. ஊரில் இம்மாதிரியான வேலைகளை யாராக இருந்தாலும் என்னிடம் தான் கொண்டு வருவார்கள். கடிதங்கள் எழுதுவதும் விண்ணப்பங்கள் நிரப்புவதும் என்னால் மட்டுமேயான வேலையாக ஆகிவிட்டிருந்தன. படித்த மனிதனுக்குண்டான மரியாதையை மற்றவர்கள் தந்தார்கள். நானும் தயங்காமல் அதைப்பெற்றுக் கொண்டேன்.

எழுதப் படிக்கத் தெரிந்தவன் என்றால் அதிகமாக பெரிய படிப்பெல்லாம் படித்தவன் என்று அர்த்தமில்லை. நடந்தது என்னவென்றால், என் ஒன்பதாவது வயதில் சூப்பவைசர் என்னை ஒரு பாதிரியாரின் விடுதியில் சேர்த்துவிட்டார். வற்புறுத்திதான் சேர்த்தார். அம்மாவும் சம்மதித்துவிட்டாள். அப்பாவுக்கு எந்தக் கருத்தும் இல்லை. இருந்தும் பிரயோசனம் இல்லை. முடிவுகள் அம்மாதான் எடுப்பாள். அப்பா வேண்டுமென்றால் அம்மாவை வெறியில் உதைக்கலாம். சம்மதித்தால் சல்லாபம் கொள்ளலாம். வேறு உரிமையேதும் குடும்பத்தில் இல்லை.

நான் பாதிரியாரோடு விடுதியில் தங்கினேன். வேலைகள் செய்தேன். உடுப்பு தோய்ப்பதுவரை சில சமயம் செய்தேன். உடுப்பு மடிப்பது

படுக்கை விரிப்பது எல்லாம் கண்டிப்பாக நாந்தான். ஆச்சரியமாக என் பெயரும் அவர் பெயரும் ஒன்றேதான். அவருக்கு மார்க் அன்டனி. ஆனால் என்னை யாரும் அப்படிக் கூப்பிடுவதில்லை. பின்ன! அந்தோனி-மக்கந்தோனி. அப்படித்தான் என்னை அங்கே கூப்பிடுவார்கள். எப்படியிருக்கு! பிறகென்ன ஒரே பெயர் என்றால் ஆங்கிலத்தில் எழுதும்போது எனக்கும் மார்க் அன்டனிதானே. பெயரிலும் அரசியல் இருக்கென்று எனக்குத் தெரியாத காலமது. அதை விடுங்கள்.

நான் படித்தேன். பாதிரியார் எனக்குப் புது உடுப்பும் புது செருப்பும் புத்தகப் பையும் வாங்கித்தந்தார். சோப்பு, சம்பூ எல்லாம் மணக்க மணக்க புதிதாக. குளித்துவிட்டு வந்தபிறகும் மணக்கும் தெரியுமா! ஒவ்வொருநாளும் குளிக்கவேண்டும் என்பது கட்டளை. ஒவ்வொரு நாளும் குளிக்கும் மனிதர்களும் உலகில் இருக்கத்தான் செய்கிறார்கள் என்பது எனக்குத் தெரியவந்தது. குளித்து வரும்போது நல்ல சோப் வாசனையாக இருக்கும். அதுமட்டும் எனக்கு பிடிக்க ஆரம்பித்தது. நான் பூ வாசனையோடு இருந்தேன்.

மற்றது, பாதிரியாரின் நாய்! யூலி! அதைப் பராமரிக்கும் பொறுப்பில் எனக்கும் பங்கு கிடைத்தது. அதுவும் எனக்கு பிடித்துப்போனது. யூலிக்கும் எனக்குமான உறவு கர்த்தரின் அன்புக்கும் மேலானதாக எனக்குப்பட்டது. அது என்னைத்தான் கர்த்தராக எண்ணியிருக்கவேண்டும். என்னிடம்தான் அன்பை எதிர்பார்த்தது. என் அன்பைத்தான் கொண்டாடியது. முறைப்பாடுகளை என்னிடந்தான் கொட்டியது. அடைக்கலமும் என்னிடம்தான். என்னைப் பிரிந்திருக்க விரும்பாத மனம் யூலிக்கு. யூலி சொல்வது எனக்குப் புரியத் தொடங்கியது. யூலி என்னைத்தான் கர்த்தராக எண்ணுகிறது என்று புரிந்துகொள்வதில் எனக்கு சிரமமிருக்கவில்லை. அன்பிருக்கும் இடத்தில்தான் கர்த்தர் இருக்கிறார் என்பது சரிதான். யூலிக்கு நான் கர்த்தர். மற்றவர்களுக்கு நான் மக்கந்தோனிதான். ஆனாலொன்று சைவர்களின் சிறு தெய்வம் போல அது பாதிரியாரையும் வைத்திருப்பது வெளிப்படையாகத் தெரிந்தது.

பாதிரியார் அதுபற்றிக் கவலைப்பட்டதாகத் தெரியவில்லை. பாதிரியார் என்றால் ஒரு நாய் வைத்திருக்க வேண்டும். வெளிநாட்டு நாயாகவும் அது இருக்கவேண்டும். இயேசு ஆட்டுக்குட்டியை வைத்திருக்கிறாரே; அதுபோல. அதற்காக ஆட்டுக்குட்டியையே

வைத்திருக்க முடியாது. அது அசிங்கமாகிவிடும். வெளிநாட்டு நாயென்றால் அது ஒரு கௌரவம். அது அவரிடம் இருக்கிறது. போதும் அவருக்கு.

இப்படி ஒருவருடம் கழிந்திருக்கும். பாதிரியாருக்கும் என்மீது அன்பு அதிகமாயிற்று. ஒருவகையில் நான் யூலியிடம் காட்டும் அன்பை பாதிரியார் என்னிடம் காட்டத்தொடங்கினார். பின் நான் மாலையிலும் குளிக்க வேண்டும் என்று சொன்னார்கள். கோடைகாலம் வந்ததால் மாலையிலும் குளிக்க வேண்டுமாம். அதனால் இரவிலும் வாசனையாக இருந்தேன்.

விடுதியில் பதவி உயர்வு போல எனக்குப் பாதிரியாரின் நேரடி உதவியாளனாகும் உத்தரவு கிடைத்தது. அதனால் அவரது பாதுகாப்பிற்காக அறைவாசலில் படுக்கவைத்தார்கள். யூலியும் என்னோடு படுத்தது. இந்தக் காலத்தில் தான் நான் தப்பியோடினேன். யூலியை தனியே விட்டு எப்படிப் போவது என்று தடுமாறித் தத்தளித்தேன்தான். தன் கர்த்தர் தப்பியோடியதை அது எப்படிப் புரிந்துகொள்ளும்! ஆயினும் வேறு வழியற்ற நிலைமை. ஓடிவந்துவிட்டேன்.

யூலி என்னை மன்னிக்கட்டும். அது வேறு கதை. ஆனால் பொல்லாத கதை. இப்போது நான் சொல்லவந்தது அதையல்ல வஞ்சி வந்த கதையை.

ஓடி வந்த என்னை அம்மா சும்மாவிட்டாளா! 'கொழுப்பெடுத்த நாயே' என்று திட்டினாள். அப்போதும் எனக்கு எதுவும் சொல்லவரவில்லை. ஏன் என்று இப்போதும் தெரியவில்லை. எல்லாக் கேள்விக்கும் 'உம்' என்றிருந்த என்னைத் துரத்தி அடித்தாள். சந்து வழியே ஓடினேன்.

இப்படி அம்மாவிடம் அடிவாங்கி... நான் கத்தியைக் கையில் தூக்கி மிரட்டி... 'ஏசப்பா' என்று அம்மா ஓலமிட்டு அழுது... கடைசியில் மீண்டும் எங்களுக்கேயான பக்கத்துப் பள்ளிக்கூடத்தில் படித்தவன்தான் நான். எங்களூரில் நான் பெரிய இடத்து பையன்போல அப்போது இருந்தேன். கூட விளையாடியவர்கள் அழுக்கர்களாகத்தான் எனக்கும் தெரிந்தார்கள். களவாக பீடி கூட பற்றவைத்துக்கொண்டு திரிந்தார்கள். இதனால் ஊரில் என் மாமிமார் இருவர் தங்கள் பிள்ளைகளைப் பாதிரியார் எவர் விடுதியிலாவது சேர்ப்பதற்கு முயன்றுகொண்டிருந்தர்கள். அந்த மாமிகள் பாயில பத்தி எரிய!

பிறகு என் வாழ்வு சுமுகமாகப் போனது. வாசனை சோப் வாங்கி குளிப்பதற்கு அம்மாவிடம் அடம்பிடித்தேன். அம்மா ஏனோ தான் போடாத சோப்பை வாங்கியும் கொடுத்தாள். அதை நான் கரையாமல் கரைத்துக் குளித்தேன். பள்ளியில் வகுப்பாசிரியைக்கு என்னைப் பிடித்துப்போனது. அன்பாக இருந்தாள். நானும் படித்தேன். வீட்டிற்கும் அழைத்துப் படிப்பித்தாள். அவள் தங்கையும் அவ்வப்போது பாடம் சொல்லித்தந்தாள். எனக்கு அதிகம் அவளைப்பிடித்தது. அவளுக்கும் பிடித்தது. காதலிக்கிறேன் என்று நினைத்து சொல்ல எத்தனித்தேன் அந்தப் பிரம்பால் அடிப்பாளோ என்ற பயத்தில் சொல்லாமலே வளர்ந்தேன்.

சில வருடங்களில் சாரம் கட்டி தெருவில் நடக்கும் 'ஆம்பிளை'யாகி விட்டேன். உள்ளே ஜட்டிகூடப் போடத்தொடங்கிவிட்டேன். சாகசங்கள் செய்ய மனம் குறு குறுத்திருந்த காலம்.

எண்பத்தி ஒன்பதாவது வருடப் பொங்கலுக்கு மறுநாள் நான் கைதுசெய்யப்பட்டேன். பத்தாம் வகுப்பு தேறியதோடு சரி. காங்கேசன்துறை சிறையில் என்னைப் புலிப்போராளி என்று அடைத்தார்கள். சிறைகூட சும்மா கிடைக்கவில்லை. அதுவும் அம்மாவின் முயற்சிதான். அப்போது இந்திய அமைதிப்படைக்காலம். ஒட்டுக்குழுக்கள் என்னை ஒரு மொட்டை ஜீப்பில் இழுத்து ஏற்றிச்சென்றன. எங்கோ இருட்டறையில் அடைத்தார்கள். அடியும் உதையும் வாங்கினேன். அம்மா கதறியபடி சூப்பவைசரிடம் போக, சூப்பவைசர் பாதிரியாரிடம்போக, அந்த மார்க் அன்டனி எனக்கு உதவ மறுக்க, வேறு பாதிரியாரைப் பிடித்து 'அமைதிப்படை கொமாண்ட'ரோடு பேசி எனக்கு சிறைவாசம் பெற்றுத்தந்தார்கள். புலி என்ற அந்தஸ்தும் தந்து சிறைவாசம் கிடைத்தது. ஒட்டுக்குழுகளிடம் இருந்து என் உயிரை பாதுகாத்துவிட்ட சாகசம் அம்மாவுக்கு. அந்தப் பாதிரியார் இல்லையென்றால் நான் இன்றில்லையோ என்னவோ!

என்ன நடந்தது?

ஊரில் செபஸ்டியான் என்று ஒரு குழப்படிக்காரன் இருந்தான். கடையடிக்கு காவலுக்கு வரும் ஓர் ஒட்டுகுழுக்காரனுக்கும் இவனுக்கும் சிநேகம் வந்தது. இவன் கசிப்பு சாராயம் எங்களூரில் வாங்கி அவனுக்கு கொடுப்பது வழக்கம். ஒரு நாள் இருவருக்குள்ளும் என்ன தகராறோ! இவன் அவனின் கவட்டுக் கொட்டையில் உதைத்துவிட்டு துவக்கைப் பறித்துக்கொண்டு ஓடிவிட்டான். ஓடியவன் பாசையூர் படகுக் கூட்டாளிகளின்

உதவியோடு கல்முனைக் கரைக்கு போய்விட்டான். ஊருக்குள் நுழைந்த ஒட்டுக்குழுவில் எங்களூர்க்காரப் பயல் ஒருவன் இருந்தான். அந்த நரிப்பயல் நான் ஓடியவனின் கூட்டாளி என்று சொல்ல என்னை இழுத்துச் சென்றார்கள். அந்த நாய்ப்பயல் நான் பாதிரியாரிடமிருந்து தப்பிவந்ததிலிருந்து நான் பந்தா காட்டுகிறேன் என்று என்னோடு யாரையும் சேர விடுவதில்லை. ஒருமுறை அவனை நான் நையப்புடைதிருந்தேன். ஆத்திரத்தில் டீச்சர் பொம்பிளைகள்போல தினமும் குளிக்கிறேன் என்றும் சொன்னான். அவனால் தான் என்னை அன்று இழுத்துச் சென்றார்கள்.

ஆனால் ஒரு விடயம்- அந்தச் சிறைதான் எனக்கு பல்கலைக்கழகம் போல இருந்தது. பலதையும் கற்றதும் வாசிக்க பழகியதும் அங்குதான். நிஜப் புலிகள் சிலர் அங்கே இருந்தார்கள். நிறைய சருகுப்புலிகளும் இருந்தார்கள். நடந்த விவாதங்களில் கேள்விச் செவியனாக இருந்து நான் உலகத்தை வேறு கோணத்தில் பார்க்கப் பழகிக்கொண்டேன். ஜேசுவே! தலைக்குள் அதிரடியாக அறிவு பிரபஞ்சத்திலிருந்து இறங்கிக் கொண்டிருப்பதாகப் பட்டது. பிறகு வாதாடவும் செய்தேன். அடுத்த வருடம் அதுவும் முடிவுக்கு வந்தது. புலிகளும் அரசும் சமாதானம் செய்து பொது எதிரியாக அமைதிப்படையை வெளியேற்றினார்கள். அமைதிப்படை என்னையும் பத்திரமாக விடுதலை செய்தார்கள்.

வெளியே வந்தபோது அதிகாரம் பள்ளிமூலமாக எமக்கு அறியத்தரும் அறிவுக்கும், எமக்கு அறியத்தர விரும்பாத அறிவுக்குமுள்ள வேறுபாட்டைப் புரிந்துகொண்டவனாக நான் மாறிவிட்டிருந்ததுதான் முக்கியமான மாற்றம். உள்ளே இருந்தவர்கள் அப்படிச் செய்துவிட்டார்கள்.

அதுக்குமேல் படிப்பு எதுவும் இல்லை. வெளியே வந்த கையோடு அம்மா இழுத்துவந்து இந்த வேலை எடுத்து தந்துவிட்டாள். இந்தப் படிப்பு தந்த ஊர் மரியாதையோடு போராளிகள் வந்து எங்கள் ஊரில் உருவாக்கித் தந்த சிறு நூலகத்திற்கு நான்தான் தலைவரென்று ஆகிப்போனது. எங்களூரும் சிறப்புக் கவனிப்புக்குரிய கிராமமாக அவர்கள் பட்டியலிட்டதனால் இது அமைக்கப்பட்டது. வீதி துப்புரவு, குப்பைதொட்டி வைப்பு, குளத்தின் மீள் நிர்மாணம், குடிதண்ணிக்கிணறு, கழிப்பறைகள் அமைத்தல் கசிப்புச் சாராய எச்சரிக்கையோடு சிறுவர்களை கட்டாயப் பள்ளிக்கு கலைத்ததுவரை அவர்களால் நடந்தது.

எங்களூரில் ஒழுங்காகக் குளிப்பவன் என்பதாலோ ஒருபோதும் குடிக்காத ஒரே ஒருவன் என்பதனாலோ ஊரவரால் தலைவனாக்கப்பட்டேன். தலைவரென்றால்...! நிர்வாகம் மாற்றப்படாத நித்திய தலைவராக நானே இத்தனையாண்டுகளாய் இருக்கிறேன். நூலகம் செயலிழந்து போனபோதும் நான்தான் தலைவர். சனங்கள் மற்றவர்களிடத்தில் என்னைத் தலைவர் என்றே விழிக்கத் தொடங்கினர். உதாரணத்திற்கு அரசாங்க கிராம உத்தியோகத்தர் ஊருக்கு வந்தால் யார் வீடென்றாலும் 'தலைவரைக் கூட்டியாறம் பொறுங்கோ' என்றுதான் சொல்லும்.

இப்படி, இதுவெல்லாம் சேர்ந்த நான் நாளாவட்டத்தில் பெரிய மனிதனாகிவிட்டிருந்தேன். இது பொதுவில் நிகழக் கூடியதுதானே. தன் சார்ந்த சுற்றத்தில் ஒரு மனிதனின் மதிப்பு எப்படி இருக்கிறது என்பதைப் பொறுத்து அவன் மனசும் ஆகிவிடுவது இயல்புதானே. அப்படித்தான் நானும் என்னை உயர்ந்தவனாக எண்ணிவிட்டேன்போலும்.

இப்படி எனக்குள் உருவாகிய 'நான்' எனும் மதிப்பார்ந்த மனிதன் பல நல்ல காரியங்களை மற்றவர்களுக்காக செய்தாலும் எனக்காக ஒரு கலியாணம் செய்யமுடியவில்லை. என் குளிப்பும், குடியாமையும், புதருக்குள் யாரொரு பெண்ணை அழையாமையும் சேர்ந்து எனக்கு பெண்வருவதை தடுத்துவிட்டதுபோலும். கலியாணம் செய்யாத பச்சைக்கட்டையாய் நான் இருந்ததும் என்னைத் தலைவன் ஆக்கிவிட எம்மவர்களுக்கு வசதியாய்ப் போயிருக்கும். பச்சைக் கட்டைத்தனத்தையும் ஒரு தியாகமாய் சனங்கள் எடுத்திருக்கக்கூடுமோ என்னவோ!

ஆனால், என்னளவில் நான் இன்னமும் கலியாணம் செய்யாததற்கு அப்படி மகத்தான காரணம் ஒன்றுமில்லை. ஒருவேளை, அதுக்குங்கூட இந்த நான் எனும் மதிப்பார்ந்த மனிசனுக்கு நம்மவர்களிடத்தில் தோதான பெண் இல்லை என்று என் அந்தரங்க மனம் எண்ணியதோ என்று இப்போதான் எண்ணுகிறேன். மாணிக்கவாசகரின் மனைவி-வஞ்சியின் அம்மா- என் வீடு தேடி வந்துபோன பிறகுதான் இப்படியெல்லாம் அசட்டுத் தனமாய் எண்ணத்தோன்றியது.

எனக்குள் நான் என்ற மதிப்பார்ந்த மனிசன் உருவாகாமல் விட்டிருந்தால், என்னிலை உணராமல் வஞ்சி மேல் காதல் எனக்கு வந்திருக்காது. எப்படி வரும்? வந்தே வந்திருக்காது. அந்தக்

காதலின் தித்திப்பை நான் உணர்ந்திருக்கவும் முடியாது. இந்தக் கதையை சொல்லியிருக்கவும் முடியாது.

எங்களூரில் ஒரு மூடனுக்குக்கூட தெரிந்திருக்கும் இந்த எளிய உண்மை எனக்கு மட்டும் தெரியவில்லையென்றால் எது காரணம்? மூடன் நான் தானே காரணம். எனக்குள் உருவாகிய நான் எனும் மதிப்பார்ந்த மனிதனை நானே மோகிக்கத் தொடங்கியதால் நிகழ்ந்த சிக்குத்தான் இவை எல்லாமே.

வைத்தியசாலை விடுதி உதவிப் பணியாளன் என்றாலும், அது குறித்து எனக்கு எந்த ஆட்சேபனையும் வஞ்சி வரும்வரை இருந்ததில்லை. அது எனக்கான தொழில் என்றாகிப்போனது. இந்தத் தொழிலால் எனக்கு ஏற்பட்ட அனுபவங்களும் இந்த ஆட்சேபனைகளுக்கு அப்பால் என்னைக் கொண்டுபோய் விட்டிருக்ககூடும். அது வேறு கதை.

ஆனால் இப்படிப்பட்ட நான்தான் அவளை காதலித்தேன். அதுதான் இங்கு முக்கியமான கதை. இது காதலால் வந்த முக்கியத்துவம் இல்லை. காதல் யுகம் யுகமாய் இந்த உலகெங்கும் இருந்ததுதான். அதிலென்ன முக்கியத்துவம் இருக்கப்போகிறது. யாரும் பண்ணாத அப்படி என்ன கத்தரிக்காய் காதலை நான் பண்ணிவிடப்போகிறேன்!

பின்ன! இது கதையால் வந்த முக்கியத்துவம். எப்படியென்றால்... இந்த விடுதியின்- அதாவது யாழ்ப்பாணப் போதனா வைத்தியசாலையின் பத்தாம் இலக்க விடுதியில் இன்னொருவரும் அவளைக் காதலித்தார். 'அடியடா புறப்படலையில எண்டானாம்' என்று குண்டியில தட்டி யாருக்கும் குதூகலிக்கசொல்லும் இந்த கதை விசயம். பின்ன, எப்பேர்ப்பட்ட ஆள் காதலிச்ச பெண்ணை நானும் காதலித்தேன் என்றால் ஊரில் வாயால இல்லை பூத்தால சிரிப்பாங்களா இல்லையா! இந்தக் கதையை வெளியே சொல்வதிலிருந்த தயக்கமும் அதுதான்.

அப்படித்தான் இருந்தது இந்தக் கதையின் நிலைமை. விடுதியில் வேறு பணியாளர் சிலருக்கும்- ஏன் சில நோயாளிகளுக்கும் கூட இந்த சந்தேகம் இருந்தது. தெரிந்தும் என் காதல் என்னை விட்டுப் போகவில்லை. அது சுகித்தபடியேதான் எப்போதும் இருந்தது. இருந்ததற்கு சுளுவான காரணம் அவள் தான். நானும் அவளும் அறிய அவள் என்னிடம் சிறைப்பட்டுக் கிடந்தாள். அதுதான் மனதில் சுகித்தபடியே இருந்தது.

ஆனால், இங்கு மாணிக்கவாசகத்தின் மகள் வஞ்சியை நான் காதலிப்பது குறித்து எவரொருவரும் சந்தேகிக்கவில்லை. அந்த விஷயத்தில் நான் சாமர்த்தியசாலியாக இருந்தேன். ஆனால் அதுவா உண்மை!

என் தராதரம் அவளோடு என் காதலைப் பொருத்திப் பார்க்க எவர் மனதும் இடந்தரவில்லை. எப்படித் தரும்? இந்தப் பச்சை உண்மையைக்கூட நான் விளங்க முடியாத மூடனாக இருந்தேன். முழு மூடனாக இருந்தேன். அவள் அழகையும், அறிவின் மிளிர்ச்சியையும் யாராவது என்னோடு பொருத்திப் பார்ப்பார்களா! அப்படி எந்த மூடரும் அங்கில்லை. ஆனால் நான் இருந்தேன். அந்த மூடத்தனந்தான் காதலின் தித்திப்பை எங்களுக்கு தந்தது. மூடத்தனம் இல்லையென்றால் அது கிடைத்திருக்காது. அந்த மூடத்தனம் மட்டும் என்னுள் இருந்திருக்கா விட்டால் அவள் சொற்களினது, அசைவுகளின் அர்த்தத்தை புரிந்து கொள்ளும் துணிச்சலே எனக்கு வாய்த்திருக்காது. நிச்சயமாய் வாய்த்திருக்காது. நழுவவிட்டிருப்பேன்.

நான் அவளோடு என்னைப் பொருத்திப் பார்த்தேன். இது எந்தக் கணத்தில் தொடங்கியது என்று திட்டமாய் எனக்கு இன்றளவும் தெரியாது. அவளது எந்த அசைவு என்னைத் தடுமாற வைத்தது என்றும் எனக்குத் தெரியாது. அவளின் எந்த ஈர்ப்பு என்னை அவளிடம் கொண்டுபோய்ச் சேர்த்ததென்றுங்கூடத் தெரியாது. சத்தியமாய்த் தெரியாது. அவளின் பரிதாப நிலையிலிருந்து ஒருவேளை இது தொடங்கியிருக்கலாம்.

பரிதாபத்திற்குரியவளாக அவளை நான் பார்க்கத் தலைப்பட்டபோதே அவளுடன் என்னைப் பொருத்தும் துணிவும் என்னுள் வந்திருக்கலாம். பரிதாபப்படும் மனம் எனக்குள் உருவாகியபோதே பரிதாபப்படும் தகுதியும் எனக்கு இருக்கிறதென்றாகிவிட்டது. 'பரிதாபப் படும் ஒருவர் மீது அன்பு செலுத்தக் கூடாதா? பரிதாபத்தைவிட அன்பு மேலானது இல்லையா? அன்புசெலுத்தும் ஒருவரிடத்தில் காதல் வசப்படக்கூடாதா? அன்பை விட காதல் மேலானது இல்லையா' என்னுள் நினைப்புகள் சமுத்திர ஆறாய் ஓட, இப்படித்தான் உருவாகி இருக்க வேண்டும் இந்த மூடனின் காதல். அல்லது, அதிஸ்டக்காரனின் காதல். இது கூட என்னை நான் அவளுக்குத் தகுதிப்படுத்திக் கொள்ள, என் கள்ள மனம் அடைந்த கண்டு பிடிப்பாகவும் இருக்ககூடும். ஆனால் இங்கது முக்கியமல்ல.

யாழ்ப்பாண நகரம்! நகரத்தின் இரைச்சல். கூவியழைக்கும் தெருவியாபாரிகள். பயணிகளைப் பிடிக்க கத்துகின்ற பேருந்து நடத்துனர்கள். 'ஸ்பீக்கரில்' நகர ஒலிபரப்புச் சேவை 'மணிக்குரல்' விளம்பரங்கள். சைவக்கடை பக்திப்பாட்டும் எதிர்க்கடை சினிமாக் குத்துப்பாட்டும் ஒன்றன்மீது ஒன்றேறிப் புணர்ந்த சம்போகம். 'மாரியம்மா தாயே மாரியம்மா... நீ மஞ்சள் பூசிக் குளிக்கையில் என்னைக் கொஞ்சம் பூசு தாயே உன் கொலுசுக்கு மணியாக என்னைக் கொஞ்சம் மாட்டு தாயே... மாரியம்மா முத்து மாரியம்மா.'

இந்த நகரத்தின் மையத்தில் இருக்கும் பென்னம் பெரிய வைத்தியசாலை இது. ஏறத்தாள அதன் நடுவிலிருக்கும் புற்று நோயாளர் விடுதி. அதன் இலக்கம் பத்து. இதைச் சுற்றிலும் நோயாளர் பிற பிரிவு விடுதிகளின் கட்டிட நெரிசல். காற்றில் மருந்துகளின் நமைச்சல். இங்குதான் கதை. என் கதை.

புற்று நோய் ஆண்கள் விடுதியின் ஐந்தாம் கட்டிலில் தனசிங்கம் என்ற மாணிக்கவாசகம். அவரைப் பார்க்க வரும் மகள் வஞ்சி. ஆறாம் கட்டிலில் எப்போதும் வாயில் ஏதாவது பேசியபடியிருக்கும் மொட்டைப் பரமசோதியர். கடைசிக் கட்டிலில் நெஞ்சில் நாகபடத்தை பச்சை குத்திய ஒற்றைக்கை நாகாய்யா. அழகான தாதியான மேனகா மிஸ்ஸை எப்போதும் தன்னைக் கட்டுமாறு ஆக்கினை கொடுக்கும் முதலாம் கட்டிற்காரப் பையன் முகிலன். குறுக்கும் நெடுக்குமாய் 'நெர்ஸ்' பின்னால் வர தோளில் 'ஸ்டெதஸ் ஸ்கோப்' தொங்க நடக்கும் வண்ணன் டொக்டர். அதிகாரத்தோடு அலையும் ஐம்பது வயது கனகாம்பிகை நேர்ஸ். பிறகு, நோயின் வாதையை விட மனைவியை சந்தேகித்தே வதையுறும் இராமதாசன். அந்த சூழல் எங்கும் பழுப்பு வர்ண பாண்ட் - சேர்ட் சீருடையில் உத்தரவுகளை ஏற்றபடி நான். இந்தக் கதைக்கு முக்கியமானவர்கள் இவர்கள்தான்.

நல்ல கதை.

இந்தக் கதையை நான் என் கைத் தொலைபேசியை குளத்தில் விட்டெறிந்து பலநாளின் பின், மேனகா மிஸ் என்னைத் தேடி வீடுவந்து போன சிலநாளின் பின் எழுதத் தொடங்கினேன். உண்மைக்கும் திட்டப்படி இதை எழுதி முடித்த இன்று மாலைதான் நான் வஞ்சியோடு என் புதிய நிறுவனத்தை அவள் அம்மாவைக் கொண்டு திறக்க வேண்டும். ஆனால் யாரைக்கொண்டு திறந்தேன் பாருங்கள். எழுத எழுதக் கதை நீண்டது. கதை நீளக் காலம் நீண்டது. காலம் நீளக் கதை நீள்கிறது.

அத்தியாயம் 2

என் மனத்தழியாத ஒரு மாலைப்பொழுது! நோயாளிகளைப் பார்வையிட வரும் உறவினர்கள் கழிப்பறைக்கு போவார்கள் என்பதாலும், அந்த நேரத்தில் தான் நோயாளர்களை அவர்கள் கழிப்பறைக்கோ குளியலறைக்கோ கூட்டிப்போக முடியும் என்பதாலும் அதனை ஒருமுறை பார்த்து நீர் அடித்து சுத்தம் செய்துவிட்டு நான் வெளியே வந்தேன்.

பொதுவாக காலை பத்துமணிக்கெல்லாம் துப்புரவு ஊழியர்கள் வந்து 'லைசோல்' மருந்து போட்டுச் சுத்தம் செய்துவிடுவார்கள். இது என் வேலை இல்லைத்தான். நானும் சிற்றூளியனாக இருந்தாலும் நான் விடுதியின் மருத்துவ உதவியாளன். டொக்டர் மற்றும் நேர்ஸ்க்கு உதவுவதுதான் என் வேலை. ஓர்டனறி லேபர் என்ற நோயாளருக்கு உதவும் ஊழியர்கள் போதியளவு இங்கில்லை. அதையும் செய்யவேண்டியிருக்கிறது. அதனால் உணவு கொடுக்கும் மதிய வேலையையும் நானே முடித்துவிட்டேன்.

ஆனாலும் கழிப்பறை வேலையை நான் செய்யவேண்டிய அவசியமில்லை. நோயாளரைக் கவனிக்கவேண்டிய 'ஓர்டனறி லேபர்' முருகேசு கூட இதைச் செய்வதில்லை. நேர்ஸ் சொன்னாலும் அது 'அவங்கட' வேலை எனச் சொல்வார். 'அவங்கட' என்பதில் ஓர் அழுத்தத் தொனி இருக்கும். நோயாளருக்கு மலம் எடுப்பது இவருடைய கடமைதான். ஆனால் கழிப்பறை கழுவுவது 'சனிற்றறி லேபர்' கடமை என்பதற்காக மட்டும் இவர் இப்படிச் சொல்லவில்லை. உள்ளே சாதியை சூதானமாக ஒழித்து சொல்கிறார் என்பது நேர்ஸ்க்கும் தெரியும்.

வெளிப்படையாக சாதி சொல்லி தசாப்பதங்கள் ஆயிற்று. ஆனால் சூதானமாக அது உள்ளோடத்தான்

செய்கிறது. எனக்கு அது முக்கியமில்லை. மரணத்தோடு போராடும் தங்கள் அப்பனையோ, அண்ணனையோ, மகனையோ, மச்சானையோ முகங்கோணாமல் அவர்கள் தங்கள் அன்பைக் காட்டிப் பராமரிக்க வேண்டும் என்பதுதான் எனக்கு முக்கியம். ஏற்கனவே சனிற்றறி லேபர் என்ற துப்புரவு ஊழியர்கள் சுத்தம் செய்துவிட்டுப் போனதை ஒருமுறை பார்த்து நீர் அடித்துவிடுவதில் எனக்கொன்றும் குறைந்துவிடாது. 'ஈவதால் மேலுலகம் இல்லெனினும் ஈபவன் வள்ளல்.' என்னிடம் ஈய இந்த ஊழியத்தைத் தவிர வேறென்ன இருக்கிறது.

வைத்தியசாலையில் கழிப்பறையை என்னதான் முயன்றாலும் எந்நேரமும் சுத்தமாக வைத்திருக்க முடியாது. எழுந்து நிற்க முடியாதவர்கள், குந்தி இருக்க முடியாதவர்களென்று பலவகை நோயாளர்கள் கழிப்பறைக்கு போகும் இடமிது. அவசரத்திற்கு முறையாக மலமோ சலமோ கழிக்க முடியாத அவஸ்தை அவர்களுக்குண்டு. கழிப்பறை இங்கே அசிங்கமாவது தவிர்க்க முடியாதது. எனவே, வெளியே இருந்து வருபவர்களால் இதனை சகிக்க முடியாது. அவர்கள் அசிங்கம் பார்த்து, தங்கள் அன்பைத் தங்கள் சொந்தங்களுக்கு காட்டிவிடத் தவறக்கூடாது என்பதுதான் என்னுடைய கரிசனை. உணவு கொடுத்து முடிந்ததும் அப்படியே கழிப்பறைக்கு சென்று ஒருமுறைபார்த்து நீர் அடித்துவிட்டு கைகால்களை கழுவிக்கொண்டு ஒரு தேனீர் குடிக்கப்போவதை என் வழமையாகக் கொண்டிருந்தேன். அப்படித்தான் அன்றும் வேலையை முடித்துக்கொண்டு வெளியே வந்தேன்.

பிதாவே! அப்போதுதான் அவளை முதன் முதலாகப் பார்த்தேன்.

அது நற்காலமென்றோ கேடுகாலமென்றோ ஏதுமில்லை. வானம் வரைவதெல்லாம் அநிச்சயமான ஓவியங்கள். அதன் கோலங்கள் மீதான ஆதி அதிகாரமும் அநாதி அதிகாரமும் அதற்கேயுண்டு. நஞ்சோ பஞ்சமிர்தமோ ஊறி மனக்கரையை தழுவுவது ஒரு சுவைத்தற் பிழை.

நான் வெளியே வரும்போது, அந்த ஒளி மங்கிய நடைபாதை வழியே ஒரு வியாகுலப் பெண் தன் தந்தையை சில்லுவண்டியில் உருட்டியபடி வருகிறாள். பொதிகளையும் சுமந்துகொண்டு, தோலில் கைப்பையும் தொங்க உருக்குலைந்த முகத்தோடு உருட்டி வருகிறாள். கண்கள் திக்கற்று மருட்சியோடு வந்துகொண்டிருக்கிறாள். மேலே ஓடுடைந்த கூரை வழியே ஒளி என் முன்னாற் பாய்கிறது. சிறு காற்றில் சருகொன்று நிலத்தில்

உருண்டு என் காலடியில் நின்றது. மனிதர்கள் அங்கே பரபரப்பாக இருந்ததால் அவள் என்னை நோக்கித்தான் வருகிறாள்.

காய்ந்த பூவரசு மர இலையின் வர்ணத்தில் அரைப்பாவடையும் பழுப்பு வர்ணத்தில் மேற்சட்டையும் போட்டிருக்கிறாள். ஒற்றைப்பின்னல் பின்னி தன் தலைமுடியை அழுத்தி வாரி இழுத்திருக்கிறாள். தகப்பன், சில்லுவண்டியில் புதைந்து, கலைந்த வெள்ளைக் கருப்பு முடிகள் தலையிலும் முகத்திலும் சிலும்பிக் கிடக்க, வெறுமையில் கண்களை மிதக்கவிட்டுப் பாழில் கிடக்கிறார். அவள் அருகே வருகிறாள். உடைந்த ஓட்டின் வழி பாயும் ஒளி எங்கள் இருவரின் முன் காலடியில் நட்டுவிட்ட ஒளிக் கம்புபோல நிற்கிறது. மொத்தமாக மனமழியாச் சித்திரம்போல அந்த முதல்நாள் நிலைத்துவிட்டது.

"பத்தாம் நம்பர் வார்ட் இதுதானா?"

தொண்டையில் எச்சில் கட்டிய கரகரப்போடு குரல் வெளிப்பட்டது. அவள் குரலை அப்போதுதான் முதன்முதலில் கேட்டாலும், அவள் முகத்தையும் உருவத்தையும் வைத்து இது அவளின் இயல்பான குரலில்லை என்று மனதில் தோன்றிவிட்டது.

அவள் கேட்டதும் "ஓமோம் இதுதான்" என்றேன்.

நித்தம் இப்படி புது வரவுகளை காண்பவன் நான். என்றாலுங்கூட, இந்த வரவு மட்டும் மனதிலேனோ என்னை ஓர் ஆட்டு ஆட்டியது உண்மை. ஏதோ ஒரு போன ஜென்மக் கனவாய் இருந்தது அந்தக் காட்சி. நான் தடுமாறிவிட்டேன். காரணம் இதே காட்சி முன்னரும் நடந்தது போல பிரமை.

நான் உணவு விடுதிக்குப் போய் தேனீர் ஒன்றுக்குச் சொன்னேன். 'ரேடியோ'வில் இளையராஜா சொந்தக்குரலில் அழுதுகொண்டிருந்தார். 'என்ன என்ன கனவு கண்டாயோ மானே வாழ்க்கையொரு கனவுதானடி...' அதிகம் கேட்டிருக்காத பாடல். அந்தக் குரலில் இருப்பது காதலின் விரக்தியா ஏக்கமா? மயக்கமாக இருந்தது. அவள் வந்த காட்சியை மனம் சித்திரமாய் தீட்டுகிறது. எழும்பிவிட்டேன்.

நான் விடுதிக்குத் திரும்பவும், அவள் தன் தந்தையை கட்டிலில் படுக்க வைக்க முயன்று கொண்டிருந்தாள். விடுதிக்குப் பொறுப்பான, நடுத்தர வயது கடந்துவிட்ட எங்கள் சிடுசிடுத்த தாதி கனகாம்பிகை அருகே நின்றாள். விடுதி டொக்டர் கொஞ்சம்

தள்ளி நின்று நோயாளியின் கோவையைச் சிரத்தையாகப் பார்த்துக்கொண்டிருந்தார். தகப்பனால் வண்டியிலிருந்து எழுந்து கட்டிலில் ஏற முடியவில்லை. ஆனாலும் மகளின் கைத்தாங்கலில் முயன்றுகொண்டிருந்தார். நான் ஓடிப்போனேன். அவரைக் குழந்தையை தூக்குவதுபோலத் தூக்கி கட்டிலில் கிடத்தினேன். தலையை உயர்த்தி தலையணை வைத்தேன். அப்போதுதான் அவள் என்னைப் பார்த்தாள். அந்தப் பார்வையில் துயரும் அன்பும் இருந்தது. நன்றி சொல்ல எளாத வார்த்தை, பதிலாக அவள் கண்களில் கனிந்தது. பதட்டாமாகவும் இருக்கிறாள்.

ஆனாலும், அன்று நான் துணைக்குப் போனதற்காக என்னையெல்லாம் அவள் துணைவன் என்று கொள்ளுவாள் என்ற எந்த எண்ணமும் சத்தியமாய் என் மனதில் அன்றிருக்கவில்லை.

மாணிக்கவாசம் புற்றுநோயால் பாதிக்கப்பட்டிருப்பது கண்டுபிடிக்கப்பட்டதும் இந்த விடுதியில் அனுமதிக்கப்பட்டார். டொக்டர் சொன்னார், இது குடலில் உருவாகிய ஒருவகைப் புற்றுநோய் என்று.

பல வருடமாய் இங்கு வேலை பார்க்கிறேன். அதிகம் சாவு விழும் விடுதி, புற்றுநோய் விடுதிதானே. அதனாலுங்கூட நிர்வாகம் என்னை இங்கு வேலைக்கு தெரிந்தெடுத்திருக்கக் கூடும். இது தொற்றுநோய் இல்லையென்று தெரிந்திருந்தாலும் நம் சிற்றூளியர்களுக்கு இங்கு வேலை பார்ப்பதில் தயக்கம். நோய் பற்றிய வீண் அச்சமா அல்லது மரணங்கள் தரும் மன அழுத்தமா என்று சரியாகத் தெரியவில்லை. இரண்டு விதமானவர்களும் கூட இருக்கக்கூடும்.

எத்தனையோ பிணங்களை சுத்தம் செய்து கையில் சீட்டுக்கட்டி கால் பெருவிரலில் கட்டுப்போட்டு பிணவறைக்கு அனுப்பிவைத்திருக்கிறேன். ஆனால் வஞ்சியின் அப்பா மாணிக்கவாசத்தையும் ஒருநாள் கையில் சீட்டுக் கட்டி பிணவறைக்கு அனுப்ப நேரும் என்பது என்னையும் என் தொழிலையும் தடுமாற வைத்தது. இந்த வைத்தியசாலையில் எங்கள் விடுதி நோயாளர்கள் மட்டுந்தான் அநேகமாய் குணப்படாமல் மரணத்திற்குப் போவார்கள். பிறகெதற்கு வைத்தியம்? சாவை ஒத்திப் போடத்தான்.

சாவை ஒத்திப் போடுவதைவிடவும் முக்கியமானது, மரணத்திலிருந்து மீண்டுவிடலாம் என்று மனிதரை நம்ப வைப்பது. மேலும், வருகின்ற மரணத்தை அவர் கண்களிலிருந்து முடிந்தளவு மறைத்துவைப்பது. ஒரு மனிதனுக்கு மரணகாலத்தில்

அது வேண்டியிருக்கிறது. அந்த நம்பிக்கையை கொடுக்கும் தொண்டுக்காகத்தான் இந்த விடுதி இயங்கிக்கொண்டிருக்கிறதா என்று எனக்குத் தோன்றுவதுண்டு. இதற்கு வேறு பொருளேதும் இல்லை என்பது எனது அனுபவத் தீர்மானம்.

ஆனாலும் ஒரு கட்டத்தில் நோயாளிகளுக்கு தாங்கள் மரணத்தை நெருங்கிவிட்டோம் என்பது தெரியவரத்தான் செய்கிறது. அந்த நேரங்களில் அவர்களின் மனங்களை நான் அருகிருந்து பார்த்திருக்கிறேன். ஒரு வகை ஒப்புக்கொடுத்தலுக்கான நிலையை பலர் அடைந்துவிடுகிறார்கள். சிலருக்குத் தாங்கள் நிறைவேற்ற முடியாதுபோன கடமைகள் குறித்த ஏக்கம் அவர்களின் மெய்யான பெருநோயாக மாறிவிடுகிறது. வேறு சிலர் மரணத்தை ஒப்புக்கொள்ள மறுத்து அஞ்சி அஞ்சி மரணிப்பார்கள். சிகிழ்ச்சையற்ற நோய். இங்கே கடைசிக்கட்டிலின் நோயே அவரவர் மனப்பாடுதான்.

சில சமயங்களில் சிலரின் மரணம் இது மருத்துவத்தின் கொலையா என்று எண்ண வைத்ததுண்டு. சில காலம் இவர் இருப்பார் என்று தோன்றுபவர் சிகிழ்ச்சையின் வலியோடு முன்னதாக இறந்துவிடும்போது சிகிழ்ச்சை என்பது அங்கீகரிக்கபட்ட கொலையா என்று குழம்பிப்போகிறேன். அரசு ஒரு கல்வியை அங்கீகரிக்கிறது. அந்த அங்கீகரிக்கப்பட்ட கல்வி அதிகாரம் அளிக்கிறது. அந்த அதிகாரத்தில் சிகிழ்ச்சை நிகழ்த்தும்போது அதன் எந்தவொரு தோல்வியும் அங்கீகரிக்கப்பட்ட கொலையாகிறதோ என்று திணறிப்போகிறேன்.

ஒருவேளை, கலியாணம் செய்து பிள்ளை குட்டியோடு வாழும் வாழ்க்கை மீது நான் ஆசையற்றுப் போனதற்கு இதுவும் காரணமாக இருக்கலாம். ஒவ்வொரு மரணமும் எனக்கு காட்டிவிட்டுப் போகும் உறவுக் காட்சிகள் அப்படியானவை. இழப்பின் வலிக்குள்ள பெறுமானம், உறவில் இருப்பதே இல்லை என்ற தீர்மானம் எனக்குள் கரும் பாறை என நிலை கொண்டுவிட்டது.

ஆனால், மாணிக்கவாசத்தின் மகள் வஞ்சிதான் வாழ்க்கைமீது எனக்கு ஆசையூட்டினாள். என்னுள் இருந்த கரும் பாறையை கரைத்தழித்தாள். அதற்காக அவளேதும் மந்திரம் செய்யவில்லை. தந்திரமும் அவளிடம் இருந்ததாய்த் தோன்றியதில்லை. அவள் அவளாகவேதான் இருந்தாள் என்று பட்டது. என்னுள்ளிருந்த கரும்பாறை வெறும் பனிப்பாறையென கரைந்து காணாமல் போவதற்கு அதுவே போதுமானதாக இருந்தது. நமக்கு சில

நேரங்களில் மனிதர்கள், அவர்கள் அவர்களாகவே இருந்துவிடுவதும் கூடப் பிடித்துவிடுகிறது. அப்படித்தான் எனக்கும் அவளைப் பிடித்தது. பித்தாய்ப் பிடித்தது. அவளசைவுகள் ஒவ்வொன்றும் என்னை அர்ச்சித்தபடி இருந்தது உண்மைதான். அவள் நெஞ்சின் நேசப்பெருவெளியெங்கும் நானிருந்ததைக் கண்டேன்.

தனசிங்கம் எப்போதும் திருவாசகத்தை எல்லோருக்கும் மேற்கோளிடுவதால் அவருக்கு ஊரில் மாணிக்கவாசம் என்று பெயர்வந்ததாய் அறிந்தேன். வயது அறுபது இருக்கும். அல்லது கொஞ்சம் குறைவாகவும் இருக்கலாம். இங்கு வரும்போது தலைமுடி ஏதும் கொட்டியிருக்கவில்லை. நல்ல களையான மனிதர்தான். கொஞ்சம் செருக்கும் கொண்ட மனிதர். கருப்பும் வெள்ளையுமாய் படர்ந்திருந்தன அவர் முடிகள். ஒரு விவசாயிக்கு உண்டான தேகப் பொலிவு இளைத்திருந்தது, கண்களில் இன்னும் ஒளி இருந்தது. வைத்தியாசலைக்கு வரும்போது சைக்கிளில்தான் வந்தாராம். ஏதோ வாயிற்று நோவு என்று வந்தாராம். முதல் கட்ட சோதனையின் பின் வெளிநோயாளர் பிரிவு வைத்தியர் மேலதிக சோதனைகளுக்காக விடுதியில் தங்கப் பணித்துவிட்டார்.

பொது மருத்துவப் பிரிவில்தான் முதலில் அனுமதிக்கப்பட்டார். அங்கே ‘அல்சர்’ என்று சந்தேகித்து சிகிழ்ச்சை கொடுத்தார்கள். பிறகு, அது இல்லையென்றானது. அந்தப் பிரிவு வைத்தியர்களால் நோய் கண்டுபிடிக்கப்படாமல் போனது. முதுகுவலிதான் அதிகமாக இருப்பதாக சொல்லியிருக்கிறார். இது எலும்புகளோடு சம்பந்தப்பட்டது என்று சந்தேகிக்கப் பட்டு ‘ஒதோபெடி’ என்று சொல்லப்படுகிற முறிவுதறிவுப் பிரிவுக்கு இரண்டு நாட்களில் மாற்றம் செய்யப்பட்டிருக்கிறார்.

பல சோதனைகள் முடித்த பிறகு முறிவுதறிவு நிபுணர்களாலும் கண்டுபிடிக்கப்படாமல் மீண்டும் நோயை கண்டுபிடிக்க பொதுமருத்துவ பிரிவில் அனுமதிக்கப்பட்டார். அங்கே குடல் மடிப்பு அல்லது அடைப்பு என்று சந்தேகித்தார்கள். சில நாளில் அதுவும் இல்லை பித்தப் பையில் பிரச்சனை என்று வைத்தியம் செய்தார்கள். இப்படி வைத்தியர்கள் தெளிவாகக் குழம்பிக்கொண்டிருந்தார்கள்.

மாணிக்கவாசகம் மாணவர் புடைசூழ வரும் வைத்திய நிபுணர்களின் கேள்விகளை வெறுக்கத்தொடங்கினார். வாயில் வந்ததை சொல்லிவிட்டு இருந்தார். மன உளைச்சல் தாங்க முடியவில்லை. வீட்டுக்குப் போவதே விடுதலை என்றெண்ணினார்.

மருத்துவர்களின் ஆலோசனையை மீறிப் போகப் படிவம் நிரப்பி கையெழுத்துக் கேட்டது நிர்வாகம். வஞ்சி பயந்துவிட்டாள். கெஞ்சி கூத்தாடி அப்பனை சிகிழ்ச்சை தொடரச் சம்மதிக்க வைத்தாள்.

இதையெல்லாம் வஞ்சி சொல்லும்போது, என் வெட்கமற்ற மனம் அவள் இன்னும் கலியாணம் செய்துகொள்ளவில்லை என்பதில்தான் ஊன்றி நின்றது.

இறுதியில் ஒருநாள் ஒரு மாணவன் வைத்திய நிபுணரிடம் எழுப்பிய கேள்வியில் எல்லாம் திசைமாறியது. நடந்த சோதனைகளின் முடிவுத் திரட்டை வைத்து, புற்றுநோயாக இது இருக்கலாம் என்று அந்தக் கேள்வியால் பொதுமருத்துவ நிபுணர் சந்தேகித்தார். மாணிக்கவாசகத்தின் மலம் பற்றிக் கவனம் திரும்பியது. கேள்விகளும் திரும்பின. மலத்தோடு இரத்தம் போவதை அவர் சொல்லவில்லை. அது அவருக்கு நெடுங்காலமாய் இருக்கும் மூல நோய். அது தான் காரணம் என்றெண்ணிச் சொல்லவில்லை. கடைசியில் ஆய்வுக்காக கொழும்பிற்கு அனுப்பப்பட்டது அவருடைய மலம். சோதனை முடிவு, அவருக்கு புற்றுநோய் என்று உறுதிப்படுத்தி அந்த வைத்தியரின் சந்தேகத்தைத் தீர்த்தது. அதற்குப் பின்தான் அவர் எங்கள் பத்தாம் இலக்க விடுதியில் அனுமதிக்கப்பட்டார். இவைதான் முன்னர் நடந்த சங்கதிகள்.

அனுமதிக்கப்பட்ட அன்று அவரின் மனைவி வந்திருக்கவில்லை. மகள் வஞ்சிதான் கூட வந்தாள். அதுதான் நான் சொன்ன முதல் நாள். அன்று வானம் மூட்டமாய் இருந்தது. அதனால் தான் நடைபாதைகளில் ஊமை ஒளி மண்டிக் கிடந்தது. திடீரென பெய்த சிறு மழையோடு வானம் வெளித்தது. அப்போதுதான் பொதுமருத்துவப் பிரிவிலிருந்து அவள் பொருட்களைக் காவிக்கொண்டு அந்த நடைபாதை வழியே சில்லுவண்டியைத் தள்ளி வந்த காட்சி என் மனதில் உறைந்துவிட்டது.

வாழ்வின் நம்பிக்கைப் பிடி நழுவிய இளம் பெண் கொள்ளும் வாதை முகமாக அவள் முகமிருந்தது. ஊழி மனிதனின் மனம் கொள்ளும் அழிவின் துயர்ச் சித்திரமாக அவர்களின் வருகைக் கோலம் இருந்தது. ஆயினும் வானத்தில் ஏதோ ஒரு முகில் விலகிக்கொண்டு வழிவிட உடைந்த கூரை ஓட்டின் வழியே ஒளி எங்கள் காலடியில் பாய்ந்து கம்பீரமாய் நின்றதே! இன்னமும் மறக்காத காட்சி.

அத்தியாயம் 3

நான் விடுதியில் நுழையும்போதே விடுதி கலகலப்பான சிரிப்பொலியில் மிதக்கிறது. நாகாய்யாவும் முகிலனும் ஒருவர் மாறி ஒருவராய் வம்பிழுதுக்கொண்டிருந்தார்கள். கனகாம்பிகை மிஸ் கடமையில் இல்லையென்பது மட்டும் தெரிகிறது. இருந்தால் விடுதி சுடலைபோல இருக்கும். கண்டிப்பாக இருப்பதென்பது மிகக் கண்டிப்பானது.

அதனால் நான் நுழையும்போதே சொன்னேன் "இங்க முதல் கட்டிலுக்கும் கடைசிக் கட்டிலுக்குமிடையிலதான் எல்லாச் சுவாரசியமும் நடக்குது. கனகாம்பிகை மிஸ்ஸிட காதில போட்டுவைக்க வேணும்."

கடைசிக் கட்டிலிலிருந்து ஒற்றைக்கை நாகாய்யா சொன்னார் "உண்மைதான்ட தம்பி. இந்த ஆஸ்பத்திரியிலதான ஏதோ ஒரு கட்டிலில பிறந்தன். முதல் கட்டில். ஆனா மூச்செடுக்க அழுதன். இந்தா பார்... இங்க இந்தக் கட்டில்ல மூச்சடங்க காத்திருக்கிறன். என்னவொரு சுவாரசியக் கணக்கு. ஆனாலொன்றடா தம்பி முதல் கட்டிலில அழுதபடி வந்தனான் கடைசிக் கட்டிலில அழப்படாது. சிரிச்சபடியே போகவேணும்."

முதல் கட்டிலில் இருந்த முகிலன் பையன் கேட்டான் "பின்ன, இடையில நடந்த கசமுசாக்கள் எந்தக் கணக்கு."

"உனக்கு குஞ்சு மணிக்குள்ளதான் எல்லாக்கணக்கும் பாக்கத்தெரியும்."

ஐயாவின் ஒற்றைக்கை அசைவைப்பார்த்து மற்றவர்கள் சிரிக்க முகிலன் வாயைக் கையால் பொத்தி அபச்சாரம் என்பதுபோல பாவனை பண்ணினான்.

"இடையிலதாண்டா எல்லா நாடகமும். நீ சொன்ன எல்லாச் சுவாரசியமும் பார்த்திட்டன். கேட்டியா நல்ல நாடகம். சிரிக்க வேணுமா வேண்டாமா."

நாகாய்யா என்னைப்பார்த்துக் கேட்டார். தானே கெக்கலித்து சிரித்தார். அவரது வெண்தாடியை நீவி அதைவிட வெண்மையாய் இருந்த நீண்ட முடியை தடவி விட்டார். இல்லாத கை தோள்பட்டையைக் குலுக்கினார். போன வருடம் ஹீமோ தெரபியால் வழுக்கையாகிக் கிடந்தவர்தான் இவர். வலிய சீவன்! முடி மீண்டும் வளர்ந்துவிட்டது. நெஞ்சில் பச்சை குத்திய நாகம் சுருங்கிப்போய் கிடக்கிறது. இல்லாத கையை ஒரு துவாயால் போர்த்தியிருக்கிறார்.

“டேய் மூக்கா இப்ப நீ ஏதும் சொல்லுவியே எதுக்கு பேசாமலிருக்கிறாய்” மூன்றாம் கட்டில் காரரின் கோவையை பார்த்தபடி நேர்ஸ் மேனகா மிஸ் கேட்டாள். அவள் ஒவ்வொரு கட்டிலாக மருந்து வண்டிலையும் தள்ளியபடி நோயாளருக்கு மருந்து கொடுத்துக்கொண்டு வருகிறாள்.

“சொல்லுவன் பெரிசுகள் இருக்கே என்று பாக்கிறன்” அவன் மேனகாவை பார்த்தபடி திரும்பிப் படுத்தான்.

மேனகா மிஸ் ஆறாங் கட்டில் பரமசோதிக்கு புட்டிக்குள்ளிருந்து குலுக்கி ஊசிக்குள் மருந்த இழுத்து மேற்கையில் ஏற்றினாள். பிறகு “டேய் பிஞ்சில பழுத்தவன் நீயென்று இங்க தெரியாதாக்கள் யார். சொல்லு.. சொல்லு..”

“மார்க்ஸ் அண்ணன் சொன்னது வேற கட்டில் கேட்டியளா. மேல போறதுக்கு இருக்கிற பெரிசு தன்ர மனம்போன போக்கில தத்துவம் பேசுது” அவன் என்னைப்பார்த்து சொன்னான். எல்லாரும் என்னையே பார்த்து சிரித்தார்கள். அவன் மார்க்ஸ் என்பது என்னைத்தான். மேனகா மிஸ்சும் வெட்கத்தோடு சிரித்தாள். அவள்தானே இங்கே ஒரே ஒரு பெண். அத்தோடு விட்டானா அவன்.

“பின்ன, மார்க்ஸ் அண்ணைக்கு வாழுற வயசு. என்ன நினைச்சு சொன்னாரெண்டு விவஸ்த்தை வேண்டாமா பெரிசுக்கு. அண்ணன் இன்னும் கல்யாணம் காட்சியில்லாமல் இருக்கிறார் என்றவே நினைச்சன் ‘பெல்ட்’டில நிறையக் கட்டில் சுழலுதுபோல எண்டு. இதுவரை எத்தனை கட்டில்.”

விடுதியே என்னைப்பார்த்துச் சிரித்தது. படுத்திருந்த நாகாய்யா எழுந்திருந்து சிரிக்க அவரின் ஒரு கையில்லாத தோள் தனியாகக் குலுங்கியது. மேனகா மருந்து வண்டிலை உருட்டி விலத்திவிட்டு

முதலாம் கட்டிலுக்கு வேகமாக நடந்தாள். முகிலனின் மூக்கை தன் இரு மடித்த விரலுக்குக்குள் வைத்து நசித்தாள்.

“ஆஆங்.. வலிக்குது மேனகா. மெல்ல... மெல்லப் பிடி.”

அவன் மூக்கிலிருந்து வந்த ஒலியை கலாபக்குரலாக மாற்றி வம்பன் இப்படிச் சொன்னான்.

“பொறு மகனே உனக்கு இரவு கனகாம்பிகை மிஸ் வரட்டும் இருக்கு” என்றேன். விடுதியே மீண்டும் அடங்காமல் சிரிக்க மேனகா மிஸ் வெட்கத்தோடு என்னைத் திரும்பிப் பார்த்துவிட்டு நடந்தாள்.

அவள் போவதைப்பார்த்தும் சும்மா இருந்தானா அவன்.

“மேனகா நீ என்ர கட்டிலுக்குப் பாய்ஞ்சு வந்தாலும் நான் விசுவாமித்திரன் இல்லை நினைசுக்கொள். அசர மாட்டான் இந்த மகாமுனி முகிலன்.”

அவள் குனிந்த தலையோடே நடந்தபடி சொல்லிக்கொண்டு போனாள் “வெம்பல்... வெம்பல்... வெறும் வெம்பல்” அவளின் வெட்க்க நடையை அந்த விடுதியே ரசித்தது. இப்படியான தருணங்களில் இந்த விடுதிக்கே அவள் அழகும் பொலிவும் தருவதாய்ப் படும்.

அவள் வரவும் பரஞ்சோதி அய்யா எல்லாருக்கு கேட்டுக்கும்படி சொன்னார் “அவன் புள்ளை உன்னை அங்க ஒருக்கா கூப்பிடத்தான் கதை கொழுவுறான். நாகாய்யா சொல்லலையா இப்ப... அவன்ட காட்ச்சட்டை மணிக்குள்ள தான் அவனுக்கு எல்லாக் கதையும்.”

“வெம்பல் வேற என்ன சொல்லும்” அவள் சொல்லிக்கொண்டே அடுத்த கட்டிலுக்குப் போனாள்.

முகிலன் தேய்ந்த குரலில் சொன்னான்:

“ம்ம்.. அதுசரிதான். ஒரு கட்டிலும் காணாமலே இந்தக் காய் விழப்போகுது. பின்ன வெம்பல் தானே.”

அந்தக் குரலில் விடுதியே உறைந்து இறுகியது. பாதாளத்தில் சரிந்து வீழும் விடுதிபோல எல்லார் மனமும் திணறியது. மருந்து வண்டிலிலிருந்த கோவையில் கடதாசியொன்று நெட்டி நிமிர்ந்து படபடக்கும் சத்தம்.

மேனகா மிஸ் திரும்பி நடந்துவந்தாள். அவளின் சப்பாத்து ஒலி ஒவ்வொருவர் இதயத் துடிப்புப்போல ஆகிவிட்டிருந்தது. முகிலனிடம் வந்தவள் குனிந்து அவன் தலை முடிகளைத் தன் மென்விரலால் கோதித் தடவினாள்.

"சும்மாதானே சொன்னன்... என் சின்னக்கண்ணு."

ஒரு வருடலுக்காக ஏங்கி ஆஸ்பத்திரியில் அலையும் அனாதைப் பூனைக்குட்டிபோல அவன் முகம் நிமிர்த்தி மேனகா மிஸ்சைப் பார்த்தான். அவள் அவன் கண்களைப்பார்த்து மீண்டும் வாஞ்சையோடு வருடினாள். எல்லோர் மனமும் மேனகா மேல் நெகிழ்ந்து நிற்க அவள் சடுதியாய் குனிந்து நெற்றியில் முத்தமிட்டாள் "லவ் யூ டா கண்ணு."

அவ்வளவுதான், அந்த விடுதியே அவளன்பில் நெகிழ்ந்து மிதந்தது. அவள் செயல் விடுதியின் கட்டளைபோல எனக்குப்பட்டது. ஒருவேளை அவரவர்க்கு தாங்களே அவனை முத்தமிட்டுவிட்டதுபோல பிரமை வந்திருக்கலாம். அந்த நிசப்தம் பேரலைபோல விடுதியில் மிதப்பதாகப்பட்டது. எப்போதும் வெறுப்பைக் கக்கும் பரமசோதியர் கண்களில் நீர்வடியத் துடைத்தார். நாகமணி நெஞ்சு புடைத்தெழ பெருமூச்சுவிட்டுப் படுத்துவிட்டார்.

எனக்கோ இந்த விடுதியின் கூரைக்கும் சுவருக்கும்கூட மனமிருப்பதாகத் தோன்றியது.

வஞ்சியின் அப்பா முகத்தில் முதல் முறையாக நெகிழ்ச்சியைக் கண்டது இப்போதுதான். மன வாதையிலோ உடல்வாதையாலோ சுருங்கி வளைந்து தொங்கிவிட்ட அவரது முகம் தெளிந்து பொலிந்தது. அவர் மேனகாவையே பார்த்துக்கொண்டிருந்தார். அவருக்கு வஞ்சியின் நினைவு வந்திருக்ககூடும்.

நீண்ட நேரம் நிலைக்கும் அமைதி வேலையை தொடங்க வேண்டிய எனக்கு மிகப்பாரமாக இருந்தது. நான் அந்த பாரமான அமைதியைக் கலைக்க விரும்பினேன்.

"இதைத்தான சொன்னன்... இஞ்ச முதல் கட்டிலுக்கும் கடைசிக் கட்டிலுமிடையிலதான் எல்லாச் சுவாரசியமும் பிறக்குதென்டு" அப்போதும் யாரும் எதுவும் பேசவில்லை.

இந்த விடுதிக்கு இரண்டு பொறுப்புத் தாதிகள். கனகாம்பிகை மிஸ் மற்றது மேனகா மிஸ். கனகாம்பிகையம்மா கடமையிலிருந்தால்

கதையே வேறு. பொல்லாத மனிசி. 'வார்ட்' என்றால் ஆழ்ந்த அமைதியில் இருக்கவேண்டும். நோயாளர் கதை பேச்சு இருக்கக்கூடாது. பிறகெப்படி சிரிப்பை மனுசி அனுமதிக்கும்? சத்தம் நோயாளருக்குக் கூடாது என்றுவேறு சொல்லும். மனுசியைக் கண்டால் நாங்கள் கூடப் பயப்படவேணும். அப்போதான் மனுசிக்கு ஒரு சந்தோசம். 'அடங்கு அடங்கு' என்ற மனோபாவத்தோடு அலையும் மனிசி. தானும் அப்படித்தான். டொக்டர் வந்தால் அடக்கிச் சுருண்டு நடக்கும். 'வர்றார்' என்றதுமே பரபரத்துக் காட்டும். பயப்படுறாவாம்!

மனிசிக்குப் போன வருசந்தான் பதவியுயர்வு கிடைத்தது. அவ்வளவுதான். எங்களைப்போட்டு நாய் வாய்ச் சீலைபோல பிய்த்தெடுக்குது. ஆனால் பரமசோதியர் சொன்னார் 'மனுசிக்கு ஐம்பது வயதாகிது இனி ஆண்குணம் புகுந்திடும். வீட்டில நாடகக் காட்சிகள் மாறும் இப்போ' என்று சொல்லிவிட்டு வாயின் ஓரத்தால் சிரித்தார்.

மேனகா கடந்து போகையில் தன்னழகினால் மற்றவர்களை திரும்பிப் பார்க்க வைக்கிறாளா? இல்லை, தன் எண்ணம், நடை மற்றும் உடல் அசைவினால் மற்றவர்களை திரும்பிப் பார்க்க வைக்கிறாளா என்று சந்தேகிக்கத் தோன்றும். சிவந்த வெள்ளை நிறம். மிக வாளிப்பான முகம். விழிகளின் மிகத்தெளிந்த வெண்மையும், கண்மணியில் ஒளிரும் ஈரக்கருப்பும், மூடிவிரியும் துல்லியமான சாமர இமை மடலும் கூர்முனையுடன் அவளுக்கு முன்னே பாய்ந்து வரும். இவளுக்கு முன்னானவை அவை.

மேனகா மிஸ்சின் இடை அசைவுக்கும் வஞ்சியின் இடை அசைவுக்கும் ஓர் ஒப்புவமை உண்டு. ஆனாலும், இவள் அசைவில் ஒரு துடுக்குத் தனமும், வஞ்சியின் அசைவில் ஒரு சாந்த நளினமும் வேறுபட்டு வெளிப்படும். ஒன்று கலையின் தன்மையது, மற்றையது காந்தத்தின் தன்மையது.

இந்தப் பத்தாம் நம்பர் விடுதியில் கடைசிக் கட்டில்காரர் முதலில் சாவார் என்று ஒரு அசட்டு நம்பிக்கையிருக்கு. அது முழு உண்மையில்லை. என்றாலும் அப்படி நடக்கத்தான் செய்கிறது. நோயைக் குணப்படுத்த அல்லது சாவைத் தள்ளிப்போட அதிக வாய்ப்பில்லை எனும் நோயாளிகளை கடைசி வரிசையில் விடுவது இயல்பு. புதிய நோயாளிகள், கவனிப்பு அதிகம் தேவையான நோயாளிகளை முன் பகுதியில் நேர்ஸ் மேசைக்கு கிட்டவாக விடுவது தேவையாகவும் இருக்கிறது. மிக இயலாத

நோயாளியாயின் பின்னாலுள்ள கழிப்பறைக்குப் போவது இலகு என்பதாலும் இப்படிச் செய்வது தேவையாக இருக்கிறது.

வலம் இடம் என இருக்கும் வரிசையில் நாகாய்யா வலப்புற கடைசிக் கட்டிலில் இருக்கிறார். இங்கு வந்து நாகாய்யா கடைசிக் கட்டிலில் இருந்தபோதும் அவருக்கு மட்டும் மரணம் வரவேயில்லை. அவருக்கு முதல் கட்டிலில் இருந்தவர் போன வாரம் இறந்து போனார். இடப்புறக் கடைசிக் கட்டிலில் இருந்தவரும் இறந்து போனார்.

நாகாய்யாவை முதல் கட்டில் முகிலன் 'கக்கா' என்று அழைப்பான். அப்படிக் கேவலமாக அழைக்க அவரே தான் காரணம். அவர் தான் முகிலனை 'மூக்கா' என்று அழைக்கத் தொடங்கினார். மீசை அரும்பிய அழகிய இளைஞனான அவனை மேனகா மிஸ் மூக்கா என்று மூக்கை கிள்ளுவது காரணம் அல்ல. அவனுக்கு மூக்கின் முன் பகுதி கொஞ்சம் பெரியது தான். ஆனாலும் முதல் கட்டில் என்றபடியால் நாகாய்யா மூக்கா என்று கூப்பிட்டார். அவனும் கடைசிக் கட்டில் நாகாவை 'கக்கா' என்றான். அவனுக்கு சில்மிசமான கதைகளை அவர் சொல்வதால் இது 'கக்காக் கதை பெருசு' என்பான். ஆனால், அவரின் கட்டிலின் மேல் ஏறியிருந்தோ அல்லது தேமாப் பூமரத்தின் கீழேயிருந்தோ இந்த 'கக்காக் கதை'களைக் கேட்டுவிட்டுத் தான் 'இது கக்கா கதை பெருசு' என்று சொல்வான்.

மூக்காவுக்கு இப்போது பதேனேழு வயது. சுவாசக் குழாயில் புற்றுநோய். நாகாய்யாவுக்குப் சுவாசப்பையில் புற்று நோய். நாகாய்யா மூக்காவை தன் பேரன்போல நினைக்கிறார். உண்மையில முகிலன் இங்கு இருப்பதனாலேயே அவர் இங்கு இருக்க விரும்புகிறார். அவனோடு ஒரு பந்தத்தை வளர்த்துவிட்டார். கடைசிக் கட்டிலாக இருந்தாலும் இந்த விடுதியின் நடு நாயகம்போல அவர் தான் இருக்கிறார்.

முதல் கட்டிலுக்கு முன்னால் தாதியர் மேசை. அதன் பின்னால் இரண்டு அறைகள். ஒன்று விடுதி வைத்தியருடையது. கிணத்தில் போட்ட கல்லுப்போல அந்த மனுஷன் வெளியே வருவது வலு குறைவு. மருத்துவ அதிகாரியான எங்கள் வண்ணன் டொக்டருக்கு நேர் எதிர் இந்தாள். பயிற்சி வைத்தியராக இருப்பவரைப் பற்றி சொல்ல எதுவுமில்லை. மற்ற அறையில் தான் மருந்துகளும் கோவைகளும் உள்ளன.

மேனகா மிஸ் கடைசிக் கட்டிலுக்குப் போனபோது முகிலன் எழுந்து அங்கே போனான். நாகாய்யா கட்டிலில் ஏறியிருந்தான். எதிர்ப் பக்கக் கடைசிக் கட்டில் மனுஷன் சொன்னார் 'மிஸ் நான் இண்டைக்குப் போறன்' என்று. மோசமான நிலையில் உள்ளவர் தான். சொன்னவர் மேனகாவின் சீருடை 'பொக்கட்'க்குள் தனது மோதிரத்தைக் கழட்டி யாருக்கும் தெரியாமல் போட்டிருந்தார். அவள் மறுத்தாள். அவரோ அழுவது போல 'பிள்ளை இது உன்ர கலியாணத்துக்கு பரிசு' என்று இறைஞ்சும் குரலில் சொன்னார். மேனகா சங்கடத்தோடு வண்டியைத் தள்ளிக்கொண்டு நாகாவின் கட்டிலுக்குப் போனாள்.

முகிலன் சொன்னான் "மேனகா இந்த கக்கா பெரிசு கனகாலமா கட்டில பிடிச்சு வைச்சிக்கொண்டிருக்கு, கழட்டி விடுரதுக்கு கைப் பக்குவமா ஒரு ஊசியப்போட்டுவிடு."

நாகமணி சொன்னார் "நாடகம் முடியேல்லையே பொடியா... நான் போகேலுமோ."

"மேனகா மனசு வைச்சால் இப்ப முடியும் நாடகம் கண்டியோ. மார்க்ஸ் அண்ண வந்து வெள்ளை திரையை இழுத்து முகத்தை மூடி அனைவருக்கு அறிவிப்பார் நாகாவின் நாடகம் முடிந்தது."

"நான் நானாத் தான் போவன்" நாகாய்யா சொன்னார்.

"பின்ன ஏனாம் இங்க வந்தது? மார்க்ஸ் அண்ண கையால கால் கட்டுப் போடவா?"

"டேய்... நாடகத்தில வந்த முக்கிய பாத்திரங்கள் முடிவில திரும்பி வரவேணும். காட்சிகளை மனம் தொகுத்துப் பாக்க வேணும்."

"தோராயமா தொகுத்துப் பாத்திட்டு கிளம்பு பெரிசு. இப்பிடி எல்லாரும் வலு 'டீட்டெயி'லா தொகுத்துக் கொண்டிருந்தால் இங்க கட்டிலுக்கு எங்கபோக."

"பிள்ளை கேட்டியா முத்தலின்ட கதைய. அடேய் அப்ப தான் நாடகத்தோட முடிவு மனசில தெளிவாகும். அதோட சரி கிளம்ப வேண்டியதுதான்" மேனகா ஆறு குழிகைகளை ஒன்றன் பின் ஒன்றாக அவருக்கு விழுங்கக் கொடுத்துக்கொண்டிருந்தாள்.

மூக்கா சொன்னான் "நாசமாப் போன நாடகம் எனக்குத் தொடங்கவே இல்ல. என்னத்த தொகுக்க நான்."

இதைக் கேட்டதும் நாகாயா முகத்தில் சுடு சாம்பலை கொட்டியது போல் ஒரு திகைப்பு. இதை விடுதியில் கேட்டிருந்தவர்கள் மனங்களும் துயரில் சிக்கியது. இந்த விடுதி சிரிப்பதும் இவனால் தான் அழுவதும் இவனால் தான். இந்த வார்டின் செல்லப்பிள்ளை இவன்.

"நீ போகமாட்டாயடா பேரா" என்று நாகமணி முதுகில் தடவினார். சொண்டு நெளிந்து துடிக்க கண்ணில் தவறிய நீர் வெண் தாடியில் வழிந்தது. அவன் குழைந்தான்.

நாகாய்யாவை கடைசியாகப் பார்ப்பதற்கு பலர் வந்து போய் விட்டனர். அவர்கள் வந்து போனபோதெல்லாம் அவர்களைப் பற்றி அவர் எனக்குச் சொல்வது வழமை. யுத்தம் துரத்த யாழ்ப்பானத்தில் இருந்து வன்னிக்கு இடம் பெயர்ந்த மக்கள் கூட்டத்தோடு போனவர் இவர். வன்னியின் பெரும் யுத்தங்களில் அலைப்புற்று முள்ளிவாய்க்கால்வரை இறுதி யுத்தத்தில் அகப்பட்டுக் கிடந்தவர். உறவுகளின் அகோர மரணத்தைப் பார்த்தவர். இதில் முக்கியமானது எதுவென்றால் அவரது பேரனைக் கடைசி யுத்தத்தில் காணவில்லை. அதுவே அவரது கொடும் நோய். அவனது ஞாபகத்தில் தான் முகிலன் அவர் மனதில் நிற்கிறான்.

பரமசோதியர் கதை வேறு. காசிருந்தும் கைவிடப்பட்ட சீவன். எப்போதும் வாய்க்குள் ஏதோ முணுமுணுத்துக் கொண்டே இருப்பார். எல்லாவற்றுக்கும் ஏதோ எதிர்வினை ஆற்றிக் கொண்டிருப்பார். சினந்த முகம் அந்த மொட்டைக் குள்ளமான உருவத்தில் நிலைத்துவிட்டது. நாகாயா சொன்னார் 'இது எல்லாருக்கும் இருப்பதுதான். எல்லாத்தைப் பற்றியும் எல்லாரும் எதிர் வினை ஆற்றத்தான் செய்கிறார்கள். ஆனால் அவர்களுக்கு மனதில் நடக்கிறது. வெளியே வரவிடாமல் மனப் பூட்டுப் போட்டு வைத்திருக்கிறார்கள். இந்த மனுசனுக்கு மனப் பூட்டு கழண்டு விட்டது. உள்ளே நடப்பதெல்லாம் வெளியே வருகிறது. அவ்வளவு தான். மனப் பூட்டு உள்ளவன் நல்லவன் என்றோ பூட்டு கழண்டவன் கெட்டவன் என்றோ முடிவு செய்வது மனுஷ முட்டாள் தனமா இல்லையா? பூட்டு நாளைக்கு யாருக்கும் கழரலாம்' இப்படி நாகாய்யா சொன்னதன் பின் பரமசோதியர் மீது வெறுப்போ கோபமோ எனக்கு வந்ததில்லை. நாகாய்யா மீதுதான் பிடிப்பு அதிகமாயிற்று.

மேனகா மிஸ், வஞ்சியின் அப்பா கட்டிலுக்கு போனாள். மனுஷன் விடுதியில் மிகவும் கலகலப்போடு கொஞ்சமும் ஓட்டாதவராய் விடுபட்டுக் கிடந்தார். இன்னும் சொல்வதென்றால் அவருக்கு இதெல்லாம் எரிச்சலூட்டிக் கொண்டிருந்தது. இந்த எரிச்சல் ஒன்றும் விதி விலக்கல்ல. இந்த விடுதியின் முதல் கட்டில் ஏறுபவர்கள் இப்படித்தான் இருப்பார்கள் என்று இங்கே வேலை செய்யும் எங்களுக்குத் தெரியும். நோய் அறிந்த அதிர்ச்சி செரிமானம் ஆகும்வரை இப்படித்தான் எல்லாரும் இருக்கிறார்கள்.

மேனகா மிஸ் அவரை நிமிர்த்தி இருத்துவதற்காக என்னை உதவிக்குக் கூப்பிட்டாள். அவரை இப்போது தாக்குவது உடல் நோயை முந்திய மன நோய்தான். கணத்தில் அவரது காலம் வெடித்துச் சிதறி இலவம் பஞ்சு போல காற்றில் திக்கற்றுப் பறக்கிறது. திசை அழிந்த நிலையது. இருப்பழிந்த நிலையும் அது. இந்த அதிரடியான திருப்புமுனையை ஏற்றுக் கொள்ள சிலபல நாட்களாகலாம். இதைத் தான் நாகாய்யா நாடகம் என்று சொல்கிறார்போலும்.

நான் அவரைத் தூக்கி இருத்தினேன். அவர் முகம் முற்றிலுமாக வதங்கிப் போயிருந்தது. அவர் மேலும் அதை வதக்கிக் கொண்டிருந்தார். வயிற்று நோவு என்று வந்த மனுசன். சொந்த இடம் முல்லைத்தீவு குமுழமுனை. குடல் புற்றுநோய். பெயர் தனசிங்கம் என்றாலும் மாணிக்கவாசகர் என்றால் தான் ஊரில் தெரியும். மேனகா அவருக்குக்குச் 'செலைன்' ஏறற ஊசியைப் போட்டு போத்தலை ஸ்டாண்டில் கொழுவினாள். அவர் அதிர்ச்சியில் மிகப் பலவீனமாக இருக்கிறார் என்பது தெரிந்தது. முதலில் அதைப் போக்க மேனகா மிஸ் எண்ணினாளாக்கும். அவள் வேலை செய்து கொண்டே ஆறுதல் வார்த்தைகளை சொல்லிகொண்டிருந்தாள். நான் அருகே நின்று உதவிக் கொண்டிருந்தேன்.

"அய்யா இப்பெல்லாம் நவீன வசதிகள் இருக்கு. முன்னப் போல இல்லையே. மருந்தும் கவனிப்பும் இருந்தால் போதும். பயமில்ல. தேவையில்லாமல் பயந்து உடம்பை நீங்களா பழுதாக்காட்டில் சரியாயிடும். மகளப் பாக்கவேணுமெல்லோ" விரும்பாத பொய்யை வழக்கம்போல நானும் ஒப்புவித்தேன். ஆனால் எனக்கே இன்று வெட்கமாக இருந்தது.

அவர் சிரித்தார். மேனகாவைப் பார்த்தார். பிறகு அவர் சொன்னார்,

“உன்ர சம்பளத்துக்கு மேலால வேலை பாக்கிறாய் புள்ளை. நல்ல புள்ள.”

இதை அவர் சினத்தில் சொல்கிறாரா அன்பில் சொல்கிறாரா என்று தெரியவில்லை. இடைவெட்டில் இருந்தது அவர் பேச்சு. ஆனால் மனுசன் பிறகு சொன்னார் “சில சமயம் கருவிகளுக்கு தெரியாதது இதயத்துக்குத் தெரியும்” என்று.

“சில சமயம் மருந்தால முடியாதது இதயத்தால முடியும் ஐயா.”

கொஞ்சமேனும் அசௌகரியப் படாமல் மேனகா மிஸ் பதில் சொன்னாள். பிறகவள் என்னைப் பார்த்தாள். மேனகா இப்படிச் சொன்னது ஆச்சரியமாக இருந்ததெனக்கு. அவள் நம்பிக்கை ஊட்டினாலும் தொழில் முறையாகத்தான் கதைப்பதுபோல எனக்குத் தோன்றும். ஆனால் இந்த வார்த்தைகள் அப்படி அல்லவே.

“யோசிக்காமல் இருங்கோ டொக்டர் பார்ப்பார் என்ன...” அவள் வேலையை முடித்து இப்படிச் சொல்லிவிட்டு நகர்ந்தாள்.

மாணிக்கவாசகம் தண்ணீர் வார்த்து தரச் சொன்னார். கொடுத்தேன். பத்து மணியளவில் எங்கள் விடுதி பயிற்சி டொக்டர், புற்றுநோய் வைத்திய அதிகாரி வண்ணன் டொக்டர் மற்றும் மாணவர்கள் புடை சூழ வந்தார் புற்றுநோய் வைத்திய நிபுணர். வயதானாலும் மனுசன் வேகமான ஆள். தெளிவான கண்கள். நானும் மேனகா மிஸ்சும் விடுதி டொக்டரும் உதவியபடி கூட இருந்தோம்.

நோயாளிகளைப் பார்ப்பதை விடவும் மாணவர்களுக்கு படிப்பிப்பதில் தான் அவரது தொழில் கவனம் இருப்பதுபோல பார்க்கும் எவரொருவருக்கும் தோன்றும். அவரது உடல் பாவனைகளும்கூட தான் வைத்தியர்களுக்கும் மேலே என்பதாகத்தான் இருக்கும். அவரை யாரும் டொக்டர் என்று கூப்பிடுவதில்லை ‘சேர்’ என்றுதான் அழைப்பார்கள்.

நாகாய்யாவுக்கு எதிர்ப்புறக் கட்டிலில் மேனகாவுக்கு மோதிரம் கொடுத்த மனுசனைப் பரிசோதித்து விட்டு பெரிய டொக்டர் சொன்னார் “டிஸ்சார்ஜ் செய்து வீட்டுக்கு அனுப்புங்கோ. அய்யா வீட்டில போய் அமைதியாய் இருங்கோ. குளிசை மட்டும் இனி உங்களுக்குப் போதும்.”

இப்படிச் சொன்னால் எங்களுக்குத் தெரியும் அவரது மரண காலம் நெருங்கி விட்டதென்று. அவருக்கு இருப்பதோ இரத்தப் புற்று நோய். அவர் வாயின் ஓரத்தில் சிரித்தார். பிறகு "கலர் குளிசை தரப்போறீங்களோ" என்றார்.

அட, மனுசனுக்குத் தெரிஞ்சிருக்கு சும்மா விட்டமின் குளிசையைக் குடுத்து தன்னை வழியனுப்பப் போறாங்கள் என்பது. உடலின் பெரு வலியால் துடித்த மனுசனுக்கு முதலே தெரிந்துவிட்டது தனது நாடகம் முடிந்ததென்று. வஞ்சியின் அப்பா மாணிக்கவாசகதைப் பார்த்தபோது பெரிய டொக்டர் சொன்னார் "குடல் புற்றுநோய் அய்யா 'கொலோனோ ஸ்கோபி' எண்டு ஒரு படம் பிடிக்க வேணும். பிடிச்சுப் பாத்திட்டு 'சேர்ஜரி' செய்ய வேணும். பயமில்லை. வயிறெல்லாம் வெட்டிறதில்ல" என்றார். அவரோ அவ நம்பிக்கையோடு மேலும் கீழும் தலையாட்டினார். சேர் மாணவர்களுக்கு விளக்கமளிப்பதில் தன் கவனத்தை செலுத்தினார். இது வஞ்சியின் அப்பாக்கு எரிச்சலூட்டியிருக்க வேண்டும்.

"எவ்வளவு காலம் இன்னும் மிச்சமிருக்கு சொல்லுங்களன்."

"சேர்ஜரி செய்தால் இருக்கலாம் ஐயா" சேர் அதற்குமேல் அங்கு நிற்கவில்லை. அடுத்த கட்டிலுக்கு நகர்ந்தார். மாணவர்களுடன் பேசியபடியே நடந்தார்.

மாலை நோயாளி பார்வை நேரம் முடியும் தருவாயில் அந்தக் கடைசிக் கட்டில் அய்யா வேதனையில் கதறினார். பார்க்க வந்த அவரது மூத்த மகளின் கணவர் மேனகாவிடம் ஓடி வந்தார். மேனகா மிஸ் என்னை வரச்சொல்லி கைகாட்டிக்கொண்டே ஓடினாள்.

அவர் எரியுது எரியுது என்று கத்தினார். கைகளால் உடம்பு முழுக்க சொறிய முயற்சி செய்தார். ஆனால் முடியவில்லை. எப்போதும் கடிப்பது போன்ற உணர்வில் அவர் சொறிந்து கொள்ள முயல்வதால் அதைப் புரிந்து கொள்ள முடிந்தது. எனக்கு உடல் முழுவதும் சொறிந்து விடவேண்டும்போல இருந்தது. வேறென்ன தெரியுமெனக்கு. மேனகா மிஸ் இரத்த அழுத்தத்தைப் பரிசோதித்தாள். அவர் வாய் திறந்தே கிடந்தது. மேனகா மிஸ்ஸுக்கு நிலைமை புரிந்திருக்க வேண்டும். என்னை ஓடிப்போய் விடுதி டொக்டரை கூட்டி வரச் சொன்னாள். நான் ஓடிப்போய் கூட்டி வந்தேன். அதற்குள் அய்யா போய்விட்டார்.

மகள் அடக்கி அழுதாள். அவளின் சின்ன மகன் திருதிருவென விழித்துக் கொண்டிருந்தான். விடுதி டொக்டர் பரிசோதித்து விட்டு *"he is no more"* என்றார்.

பிறகு தொழில்முறைச் சம்பிரதாயங்களின்படி எங்கள் வைத்திய அதிகாரியான வண்ணன் டொக்டர் வந்து பார்த்துக் கையெழுத்திட்டார். போர்வையால் முகத்தை மூடினேன். மூக்கா "ஐயா கிளம்பிட்டாரா" என்றான்.

இரண்டு மணிநேரம் கழித்து நான் காலில் கட்டுப்போட்டு கையில் விபரத் துண்டைக் கட்டினேன். 'ஸ்டேச்சரில்' வைத்துத் தள்ளிக்கொண்டு 'காம்ரா' என்று அழைக்கப்படும் பிணவறைக்கு கொண்டு சென்றேன். அப்போதுதான் கவனித்தேன், வஞ்சி தந்தையின் கட்டிலருகில் பருந்தைக் கண்டுவிட்ட கோழிக் குஞ்சு போல கட்டிலின் மூலையில் ஒடுங்கிப் போயிருந்தாள்.

இறந்தவரின் மகளும் கணவரும் வெளியே ஏதோ வாக்குவாதப் பட்டுக் கொண்டிருந்தார்கள்.

நான் திரும்பி வரவும் மேனகா மிஸ் 'பாக்கெட்'டுக்குள் கை விட்டபடி நடைபாதையின் வெளியே தேமாப்பூ மரத்தைப் பார்த்தவாறு முகம் குலைந்து நின்றாள்.

அத்தியாயம் 4

அம்மா தேவாலயத்திற்குக் கிளம்பும் ஆயத்தத்தில் இருந்தாள். நான் 'சேவ்' செய்து மீசையையும் சரிசெய்வதில் கொஞ்சம் சிரத்தையாக இருந்தேன்.

"போன பூசையில கர்த்தரில விசுவாசமான ஒரு நல்ல பிள்ளை இருப்பதாச் சுவாமி சொன்னார்" என்றாள் அம்மா.

"என்னது... பாதிரி கல்யாணம் பண்ணப் போறாரா" என்றேன்.

"ஏசுவே இந்தப் பிள்ளையை மன்னியும். அடேய்... சுவாமி நல்லதுக்குத் தான் சொல்லுவார். ஒருக்கால் அந்தப் பிள்ளயப் பாத்தால் என்ன?"

அப்பன் வெளியே இருந்து "உன்னையும் அப்பிடித்தான் செபநேசன் பாதிரி எனக்குச் சொன்னான். நீ அவனுக்கல்லோ விசுவாசமாய் இருந்தாய் எனக்கில்லையே."

"கொஞ்சம் நாறல் வாயை மூடு."

நான் கிளம்பி வேலைக்கு வந்துவிட்டேன். இந்தக் கச்சேரி நான் இருந்தால் இப்போது முடியாது.

ஆஸ்பத்திரி பைரவ கோவிலிலிருந்து சந்தனக் குச்சு வாசனை. இன்றுதான் இது என் கவனத்தை ஈர்க்கிறது. ஐயரிடம் புதிய வாசனைக் குச்சு மாட்டியிருக்கக்கூடும். எப்போதும் முகர்ந்ததில் எந்த ஈர்ப்பும் இருப்பதில்லையே. இதன் வாசனை ஒரு காட்டுப் பூவின் வாசனை போலவிருக்கிறது. அவ்வளவு இதம்.

காலையிலிருந்து கனகாம்பிகை மிஸ் எல்லாரையும் ஓடவிட்டுகொண்டே இருந்தாள். இரவுக் கடமையில்

இருந்த மேனகா எதையும் சரியாகக் கவனிப்பதில்லை எல்லாம் தன் தலையில் தான் சுமக்கவேண்டியிருக்கிறது என்று புருபுறுத்துகொண்டே எங்களை ஏவினாள். பாவம் மனுசி. மற்றவர்கள் தனக்கு பயப்படுவதை பார்க்காமல் அவளால் வேலை செய்யவே முடியாது.

சடுதியாய் சத்தம்!

வஞ்சியின் தாய்- அந்த அம்மாள் மயங்கி அவர் கட்டிலின் அருகே வீழ்ந்தாள். நோயாளரைப் பார்க்க வந்திருந்த சனம் முழுவதும் திரும்பிப் பார்த்தது.

மாணிக்கவாசம் கூப்பிட மொட்டைப் பரமசோதியை சம்பளத்திற்குப் பராமரிக்க வந்திருந்த ஒரு மனுசன் ஓடிப்போனார். அவர் என்னைக் கூப்பிட்டார். நான் முதலே கவனித்தபடிதான் இருந்தேன். ஓடிப்போனேன். அதற்கிடையில் அவர் கட்டிலைக் கொஞ்சம் தள்ளி இடைவெளி ஏற்படுத்தினார்.. சனங்களை விலக்கி இருவருமாக கட்டில்களின் இடைவெளியில் வீழ்ந்துகிடந்த அம்மாளைத் தூக்கினோம். சேலையைச் சரிசெய்துவிட்டு நான் கையிடைகளுக்குள் பிடிக்க அவர் கால்களை தாங்கிப்பிடித்தார். மாணிக்கவாசகம் நெஞ்சைப் பொத்திப்பிடித்து, தொண்டையின் கழல் மேலும் கீழும் எச்சில் விழுங்க முடியாமல் அவதியுற்றலைய, கண்கள் திகிலால் மேல் நோக்கிச் செருகிவிட, நாங்கள் தூக்கிப்போகும் அவரின் மனைவியைப் பயத்தோடு பார்த்துக்கொண்டிருந்தார்.

வஞ்சியின் அம்மா, அல்லது மாணிக்கவாசகம் என்ற தனசிங்கத்தின் மனைவியுடன் எனக்கு முதல் அறிமுகம் இதிலிருந்துதான் தொடங்கியது. அல்லது அம்மாளின் மனதில் இந்த சம்பவதிலிருந்துதான் எனக்கு இடம் கிடைத்ததென்றும் சொல்லலாம். முதலில் வஞ்சியை நான் நெருங்குவதற்கு இந்த அம்மாளின் அன்புதான் வழியை விட்டுத்தந்தது. அம்மாளின் புடவையிலிருந்து கற்பூரம் கலந்த அதே சந்தனக் குச்சு வாசனை.

அன்றைய நாள்- மாணிக்கவாசகம் புற்றுநோய் விடுதியில் அனுமதிக்கப்பட்டதற்கு மறுநாளுக்கு மறுநாள். உயிர்கொல்லும் நோயில் வீழும் தன் கணவனின் செய்தியறிந்து மனைவி பதை பதைப்போடு வந்திருந்தாள். மகள் வஞ்சி வரவில்லை. மரணத்துள் வீழ்வது அவரா இல்லை மனைவியா என்று சரியாகச் சொல்ல முடியவில்லை. அலமலந்த அவள் கோலம் அப்படித்தான் முதல் பார்வையில் தோன்றியது.

அவரைவிடவும் அந்தம்மாள் முகத்தசை தொங்கி, கன்னத் தலைமுடிகள் சிலும்பிக் கலைய, கழுத்திலிருந்து நெஞ்சு மற்றும் மார்புத் தசைகள் தளர்ந்தாட அவர் அருகே நின்றிருந்ததை நான் முதலே கவனித்திருந்தேன். சிரத்தை எடுத்துக்கொள்ளப்படாமல் உடுத்தப்பட்ட சேலையாய் வெண்மையும் பச்சையும் கலந்த வர்ணத்திலிருந்தாள். நெற்றியில் கருஞ்சிவப்புப் பொட்டிருந்தது. பேசுவதற்கு எப்பொருளும் இல்லை என்பதுபோல அவர்களுக்கிடையில் மௌனம் மட்டுமே அதிகாரம் கொண்டு நின்றது.

அவர்கள் பார்வையில் இருந்த பின்னல், அந்த மௌனம் மலையின் மீதிருந்து பள்ளத்தாக்கில் சரியும் இரு திசைமறந்த பறவைகளின் மிரட்சியாய் இருந்தது. அவர்களிருவரைப் பார்க்கையில் அப்படிப்பட்டதெனக்கு. வாழ்வின் கொடிய திருப்புமுனைகூட மரணத்தை ஒத்ததுதான்.

தூக்கிக்கொண்டுபோன அந்த அம்மாளை விடுதிக்கு வெளியே போடப்பட்டிருக்கும் நீளமான இருக்கையில் கிடத்தினோம். வியர்த்ததில் சேலையும், சட்டையும் தெப்பமாகியிருந்தன. சட்டை வியர்வையை உறிஞ்சி தன் பச்சை வர்ணத்தில் அங்கங்கே கருமை கூட்டிவிட்டிருந்தது. நான் உள்ளே ஓடிப்போய் ஒரு நோயாளியிடமிருந்த பனையோலை விசிறியை வாங்கிவந்து காற்று முகத்தில் பட விசுக்கினேன். அந்த உதவிக்கு வந்த மனிதரை தண்ணீர் எடுத்து வந்து அம்மாளின் முகத்தை துடைக்கச் சொன்னேன்.

தண்ணீர் எடுத்துவந்த அந்தாள் தயங்கி நின்றார். விசிறியை அவர் கையில் கொடுத்துவிட்டு நான் அந்த அம்மாவின் முந்தானையை சற்று விலக்கி, போத்தலிலிருந்த நீரை உள்ளங்கையில் ஏந்தி, முகத்தையும் கழுத்தையும் தண்ணீரால் துடைத்தேன். நீர் தரையிலும் சிந்திக் கொண்டியது. அங்கு கூடிய சனங்களை சண்முகம் வாட்ச்சர் விரட்டினார்.

“என்ன விடுப்பு இங்க. விடுப்பெண்டால் வேலியை பிரிச்சுகொண்டும் வந்துடுவிங்க. விலகிப் போங்க அங்கால. மயங்கின ஆளுக்கு காத்துப் பிடிக்க வேணும் எண்டது கூடத் தெரியாதா உங்களுக்கு?”

நானுங்கூட கோபம் கொண்டு வழமைக்கு மாறாய்ச் சத்தம்போட்டேன். விசிறியை மறுபடி வாங்கிக் காற்று முகத்திலும்

உடம்பிலும் உரப்பாய் விழ விசுக்கினேன். விடுதி நேர்ஸ் ஒருத்தி வந்தாள். உதவிக்கு வந்தவர் சனங்களை விலக்கினார். அந்த அம்மாள் அருண்டு கண்விழித்தாள். நான் விசுக்கியபடியே இது வெறும் மயக்கந்தானா என்றறிய உற்றுப்பார்த்தேன். அந்த அம்மாள் மெல்லத் தன்னிலை உணர்ந்தாள். முந்தானையைச் சரி செய்துகொண்டுவிட்டு நிமிர்ந்திருந்தாள். சில நொடிகள் சூழல் மனதில் பிடிகொள்ள முடியாதவளாய் மருள விழித்தாள்.

“அம்மா கொஞ்சம் மயக்கம் வந்திட்டு வேறொண்டுமில்லை. அதுதான் காத்துப் பிடிக்க இங்க தூக்கிக் கிடத்தினம்.”

“அவர் எங்க?” அம்மாள் பதைப்போடு கேட்டாள்.

“அவர் அங்கதான்.”

“ஒருக்காப் பாருங்கோ. அந்த மனுசன் திகைச்சுப் போயிரும்.”

அப்போதுதான் அவரின் நிலை நினைவுக்கு வந்து உள்ளே போனேன். அவர் நெஞ்சைப் பிடித்துக்கொண்டிருந்தார். நாடி நெஞ்சை தொடுமாறு தலை கவிழ்த்திருந்தார். மேசையில் இருந்தபடி இதையெல்லாம் பார்த்துக்கொண்டிருந்த விடுதியின் பொறுப்புத் தாதி கனகவதியம்மா சாதாரணமாக இருந்தார். அம்மணி தன் பொறுப்பின் கனதியை விடுதியில் வந்திருப்பவர்களுக்கு உணர்த்தும் விதமாய் முகத்தை இயல்பாக வைத்திருக்கும் பாவனையிலிருந்தார். சதுர முகத்தில் கனத்த மூக்கு அதை இன்னும் கனதியாக்கியது. இவர் அண்மையில் இந்த பதவிக்கு வந்தவரல்லவா இப்படித்தான் இருக்கும்.

இந்த விடுதியின் மற்றொரு பொறுப்புத் தாதிதான் மேனகா மிஸ். இளைய பெண்மணி. ஆனால் தாதிக்கான மேற் படிப்பாய் முதுநிலைப் பட்டத்தை முடித்தவர். கனகவதியம்மா சேவைக்காலத்தால் தன் புதிய பதவி நிலையை அடைந்தவர். கிடைத்த அதிகாரத்தை விடுதியில் மற்றப் பணியாளர்களுக்கு உணர்த்த வேண்டியவராயுள்ளார். முன்போல் தன்னுடன் இப்போது யாரும் நடந்துகொள்ள முடியாது என்பதை ஒவ்வொரு அசைவிலும் காட்டவேண்டியவராய் இருந்தார். அதுதான் இந்த கனத்த இருப்புக்குக் காரணமாய் இருக்கவேண்டும்.

“என்ன செய்யுதையா” ஓடிப்போன நான் கேட்டேன். என் கேள்விக்கு பதில் சொல்லாமல் வலியை நெஞ்சில் உணர்வது

போல முகமிருந்தாலும் தனக்கு ஒன்றும் இல்லை என்பதுபோல தலையாட்டினார்.

"என்னாச்சு அவளுக்கு" குரல் எழாமல் தொண்டை கரகரக்கப் பிரயத்தனப் பட்டுக் கேட்டார்.

"ஒன்றும் இல்லை அவாக்கு. சும்மா மயக்கம்... எழும்பிற்றா."

நான் சொல்லவும் அதற்கிடையில் அம்மாள் அங்கே வந்துவிட்டாள்.

"என்ன...?. எதுக்கு நெஞ்சைப் பிடிச்சுக்கொண்டிருக்கிறியள். எனக்கொண்டும் இல்லை. ஆஸ்பத்திரி மணம் எனக்கு ஒத்துவாறதில்லையெண்டு உங்களுக்குத் தெரியுந்தானே!"

கோபம் போன்று வெளிப்பட்டது குரல். தனக்கு எதுவும் ஆகிவிடவில்லை என்பதை அவருக்கு அழுத்திப் பதியவைப்பதற்காக கூடுதல் திடத்தை அவளதில் காட்டுவதாக எனக்குப் பட்டது. ஆயினும் துப்பரவு செய்ய மருத்துவமனையில் பாவிக்கும் 'லைசோல்' என்ற கிருமிகொல்லி மருந்தின் மணம் சிலருக்கு ஒத்துவருவதும் இல்லைத்தான்.

அவர் "சரி, சரி, சரியம்மா..." என்று தலையாட்டினார்.

"உங்களுக்கு ஒண்டும் இல்லை. இந்த டொக்டர்மார் இன்டைக்கு ஒரு வருத்தம் சொல்லுவாங்கள் நாளைக்கு இன்னொண்டு சொல்லுவாங்கள். அதுதான் நான் ஆஸ்பத்திரிக்கே வாறதில்லை. சைக்கிளில சும்மாதானே வந்தனிங்கள். இப்ப எழும்பி நிக்கேலாதெண்டுறியள். கொஞ்சம் யோசிக்காமல் நல்லா சாப்பிடுங்கோ. ரண்டு மூண்டு நாளையில வீட்ட வந்திடலாம். வீட்ட நிறைய வேலையிருக்கு. நான் தனிய எல்லாத்தையும் பண்ணேலுமே?"

அம்மாள் கொஞ்சம் அதிகாரத் தொனியில் கதைத்தாள். பொதுவாக நடுத்தர வயதை கடந்துவிட்ட குடும்பப் பெண்களுக்கான அதிகாரத் தொனி அவள் பேச்சில் இருக்கத்தான் செய்தது. குடும்பத்தின் பொறுப்பைக் கையில் எடுத்துவிட்டதற்கான அக்கறைத் தொனியும் அதுதான். அதை ஏற்றுக்கொண்டவராகத்தான் அவரது தலையாட்டலும் இருந்தது. ஆனாலும் அம்மாளின் அசைவுகளில் அவர் மீதான நேசம் தனித்து வெளிப்பட்டபடியிருந்தது.

பொதுவில், இந்த வயதில் காண இயலாத சங்கதியிது. இவருக்கு நம்பிக்கை கொடுப்பதுதான் இப்போது தேவையான மருந்து

என்று அவள் மனசுக்குள் நினைத்திருக்கக்கூடும். மனையை ஆள்பவள்தானே மனையாள். அவளுக்கு தன் குடும்பத்தை எப்படி செலுத்த வேண்டும் என்ற திடம் இருக்கிறது. கணவனை எப்போது, எப்படி அணுக வேண்டும் என்ற திறனும் இருந்தது. நான் வெறுமனே வேடிக்கை பார்த்துக்கொண்டிருந்தேன். அம்மா வலிய சீவன்போல என்று மனதில் எண்ணினேன்.

அம்மாள் தான் கொண்டுவந்த சாப்பாட்டைக் குழைத்து அவருக்கு ஊட்டிக்கொண்டிருந்தாள். ஊட்டும்போதே குடும்பக் கதை, ஊர்க்கதை, உறவுக்கதை என்று ஓயாது அவரிடம் ஒப்புவித்துக்கொண்டே இருந்தாள். ஒருவிதக் காதலோடிருந்தது அந்தச் செய்கை. அவள் சொல்லச் சொல்ல அவர் முகம் மாறிவந்ததை, மனம் தேறி வந்ததை நான் நேரில் பார்த்துக்கொண்டிருந்தேன். ஒரு கட்டத்தில் அம்மாளேதோ சொல்ல அவர் சிரிக்கவும் செய்தார். நான் அதிர்ந்துதான் போனேன். எப்படி முடிந்தது அந்தம்மாளால்.

இந்தத் தாயைப் இப்படிப் பார்த்த மனச்சித்திரமும், தன் கணவனோடு அவள் கொள்ளும் உறவும், அவரை அணுகும் விதமுங்கூட வஞ்சி மீதான என் ஈர்ப்புத் தோன்ற ஒரு காரணமாக இருந்திருக்க கூடும். என்னையும் அவளையும் பொருத்தி வாழ்க்கையை கனவு காண வைத்ததற்கு இம்மாதிரி விடயங்களும் ஒரு கிளைக் காரணமாக இருந்திருக்கலாம். தன் கணவனிடம் அவள் காட்டும் தாய்மை என்னை ஆதர்சத்துடன் ஈர்த்தது உண்மை. இவள்போல மகள் ஆகி வருவாள் என்ற எதிர்பார்ப்பு என்னுள் ஆசையாய் உருவெடுத்திருக்கலாம். இப்படிப்பட்ட மென் உறவாடல் என் சுற்றத்து அனுபவத்தில் வாய்த்திருக்கவில்லை.

பின்னாளில் நடந்த சில சம்பவங்களால் இதுவும் வஞ்சி என் மனதில் நெருங்குவதற்கு ஒரு காரணம் என்பதை எனக்கு உணர்த்தாமலில்லை. அன்றைய அவர்களின் உரையாடலும் அதன் வழி வெளிப்பட்ட உறவும் ஒரு காட்சியாக என் மனதில் பதிந்திருந்தது. இல்லாவிட்டால், அதனை இத்தனை துல்லியமாக என்னால் இப்போது நினைவு கூர்ந்திருக்க முடியாது.

நோயாளர் பார்வை நேரம் முடிந்ததும், பார்க்க வந்த உறவுகளை ‘ஓர்டனறி லேபர்’ முருகேசு விரட்டினார். அந்த வேலை அவருடையது. அவரால்தான் அத்தனை கறாராக அந்தக் காரியத்தை செய்ய முடியும். அவர் தடித்த முடியை விடவும் தடிப்பாக வரும் வார்த்தைகள். எப்போதும் எண்ணைப் பசையோடு வாரப்பட்டிருக்கும் தலைமுடி மேலும் கருமைகூட்டியிருக்கும்.

பணியவும் மறுக்கும். முடிமேல் அவர் எவ்வளவு சிரத்தை எடுத்துக்கொள்கிறார் என்பது அந்தத் தலைசீவலில் தெரியும். பார்வையாளர் நேரம் முடியும் இரண்டுமணியை நெருங்கும்போதே மனுசன் கம்பீரமாகிவிடுவார்.

'என்ன அங்க...நேரம் பாக்கத் தெரியாத ஆக்களா இங்க வாறிங்க'

'சொல்லறது காதில விழேலையா ஒருத்தருக்கும்...'

'கடைசி நிமிசத்தில கதைக்கிறதுக்கெண்டே கதை வைச்சிருப்பிங்களா'

'போங்க போங்க போங்கோ'

இவை அவரது வழமையான வார்த்தைகள். எங்களுக்குக் கேட்டுப் புளித்துப்போன வார்த்தைகள். என்னதான் விரட்டினாலும் உறவுகள் வெளியேறப் பின்னடித்துப் பின்னடித்துக் கொஞ்சம் கொஞ்சமாய்த்தான் வெளியேறினர். விடுதியில் வெளியேறும் இரைச்சல் கூடியது. அந்த அம்மாள் வசவுச் சொல்லைக் கேட்க நேர்ந்ததுபோல குறுகிப்போன முகத்தோடு வெளியேறினார். வெளியே வந்து அங்கேயிருந்த நீள மர இருக்கையில் இருந்தார். பார்வையாளர் போய்விட்டதும் யுத்த களத்தில் முன்னேற முடியாமல் எதிரி பின்வாங்கிவிட்டதுபோல கனத்த அமைதி சூழ்ந்தது. வழமைபோல சாதனை வீரன்போன்று முருகேசு மிடுக்கானார். கனகாம்பிகை மீண்டும் விடுதியின் அதிகாரம் தன் கைக்கு வந்துவிட்டதுபோல எங்களை ஏவத்தொடங்கும் நேரமிது. நான் இதைத் தவிர்பதற்காக தேநீருக்குப் போய்விடுவேன். இன்றும் அப்படித்தான் அந்த வழியாய் சிற்றுண்டிசாலைக்குப் போனேன். வஞ்சியின் அம்மா என்னை மறித்தார்.

"உங்களைத் தான் பார்த்துக் கொண்டிருக்கிறன்" எனக்குள் வியப்பு.

"என்னையா?"

"ஓம்... ஒரு உதவி கேக்க..." அம்மாள் தயங்கினாள்.

"என்னம்மா சொல்லுங்கோ?"

"டொக்டர் இந்த மருந்தை வாங்க முடிஞ்சால் நல்லதெண்டு ஒரு துண்டு தந்தார். அங்ஙன வெளியில காசுக்குத்தான் வாங்க வேணுமாம். வெளிக் கடையில குடுத்தால் கொழும்பில இருந்து எடுத்து தருவாங்களாம். எனக்கு எங்க போறது, எங்க குடுக்கிறது எண்டு தெரியேல.... அதுதான்" அம்மாள் தயங்கினாள். உதவி கேட்க நேர்ந்த மனக்கூச்சம் அவள் முகத்தில் தெரிந்தது.

நான் சொன்னேன் "எனக்கு வேலை நேரம் முடிய இன்னும் ஒரு மணி நேரம் இருக்குது. அதுவரைக்கும் இருப்பீங்களா. இப்ப விட்டிட்டு வரேலாதம்மா."

"ஒண்டும் அவசரமில்லை. முடிச்சுக்கொண்டு வாங்கோ" என்றாள்.

"அம்மா உங்களுக்கு ரத்த அழுத்தம் இருக்கக்கூடும்போல இருக்கு. ஒருக்கால் டொக்டரிட்ட காட்டுவமா? காட்டினால் நல்லது" என்னை அறியாத ஒரு அக்கறையிற் கேட்டேன். இது என் வழமைக்கு மாறானதுதான்.

"தேவையில்லை. எனக்கு ஒண்டும் இல்லை."

அம்மாள் மறுத்துவிட்டாள். ஆஸ்பத்திரியின் மணம் தனக்கு ஒத்து வருவதில்லை. அதுதான் காரணம் என்றாள். என் சக ஊழியன் முருகேசு சனங்களைக் கலைக்கும்போது அம்மாள் வெளியேறிய முகக்கோலமே ஆஸ்பத்திரிக்கு புதியவர் என்பதைக் காட்டிவிட்டது. முன்பின் வந்தறியாதவர்.

ஆஸ்பத்திரியின் மணம் என்பது மருந்துகளின் மணம் மட்டுமில்லை. கழிப்பறைகளின் மலத்தின் மணமும் அதிகமாய் சலத்தின் மணமும் சேர்ந்து பரவுவதுதான். அதனை சுத்தப்படுத்த பாவிக்கும் 'குளோரின்' இன்னொரு வகை நெடி. மேலும் 'லைசொல்'. இந்த அனைத்து வகை நெடிகளின் கலவையே ஆஸ்பத்திரியின் மணம் என்பது. எனக்கு இது பழகிப்போனதொன்று. ஆயினும் காலையில் வேலைக்கு வரும்போது இந்த நெடியை நாங்களும் நாசியில் உணர நேரும். மனதை நெருக்கும் நெடி அது. நான் அந்த அம்மாளை வெளியேயுள்ள அறையில் காத்திருக்குமாறு சொல்லிவிட்டுப் போய்விட்டேன்.

அன்று வேலை முடித்து என் உதவிக்காக காத்திருந்த அந்த அம்மாளை கூட்டிக்கொண்டு வைத்தியசாலைக்கு முன்னாலிருக்கும் 'சிற்றி பர்மசி'க்குப் போனேன். நகரத்தின் பரபரப்பு அந்த அம்மாளை பதட்டப்படுத்தியது. வீதியைக் கடப்பதற்குக் கூட மிகவும் அஞ்சியதைக் கண்டேன். கடையில் மருந்துச் சீட்டை வாங்கிப் பார்த்துவிட்டு அவன் 'இந்த மருந்துக்கு பதினாலாயிரத்து ஐநூறு ரூபாய் பணம் வேண்டும் ஒரு மாதத்திற்கு தேவையானது அதில் இருக்கும்' என்றான். ஒரு திகைப்போடு நெஞ்சில் துயர் பீறிட அம்மாள் என்னைத் திரும்பிப் பார்த்தாள். பின் அதைக் காட்டிக் கொள்ள விரும்பாதவளாய் "நாளைக்கு வாறம்" என்று சொல்லிவிட்டு நிமிர்ந்து பாராமல் கடையை விட்டு இறங்கி தெருவில் நடந்தாள்.

போனவள் திடீரென அப்போதுதான் என் நினைவுவரத் திரும்பிப் பார்த்தாள். நான் பின்னாலே தான் சென்றேன். "உதவிக்கு நன்றி தம்பி" என்று சொல்லிவிட்டு, என்னை மறந்து தான் நடந்துபோன குற்ற உணர்வில் கொஞ்சம் நின்று கதைத்தாள். சம்பிரதாயத்திற்காகத்தான் அவர் அப்படிக் கதைப்பதாகப் பட்டது.

கதையின் நடுவே பஸ்சில் ஏற்றிவிட வருவதாக நானும் கூடச் சென்றேன். சாவகச்சேரியில் யாரோ உறவினர் வீட்டில் தங்கி இருப்பதாய்ச் சொன்னாள் அம்மாள். புதுக்குடியிருப்பு முல்லைதீவிலிருந்து இங்கே வரவேண்டி இருக்கிறதாம். சொந்த இடம் குமுளமுனை. என்றாலும் இருப்பது புதுக்குடியிருப்பாம். மகள் ஒருத்தி இருப்பதாய்ச் சொன்னாள். நான் நேற்றுக் கண்டதாய் சொன்னேன்.

சொல்லும் போதே அந்தத் துயர் முகம் அப்படியே சில்லுவண்டியில் தகப்பனைத் தள்ளி வந்த காட்சி நினைவில் வந்தது. அது எனக்கே ஆச்சரியமாகவும் இருந்தது. மறக்க முடியாத ஏதோ ஒன்று அதில் இருந்திருக்கிறது. ஆனால், பின்னாளில் அவர்களுக்கொரு மகனும் இருப்பதைத் தெரிந்துகொண்டேன். அன்று என்னிடம் அதை மறைத்ததற்கான காரணம் புரிந்துகொள்ளக்கூடியதுதான். அது வேறுகதை.

அம்மாள் நடந்தபடியே என்னுடன் கொஞ்சம் பேசத் தொடங்கினாள். அவளது குடும்ப நிலைமையை யாருக்காவது சொல்லவேண்டும் போல தோன்றியிருக்கலாம். நகரம் பரபரப்பாக இருந்தது. மோட்டார் சைக்கிள்களும், பேருந்துகளும் குறுக்கும் நெடுக்குமாக அலைந்தன. கூவி விற்பவர்கள் நடைபயணிகளை இழுத்து வியாபாரம் பண்ண முயன்று கொண்டிருந்தார்கள். ஆட்டோக்காரர்கள் ஆள்ப்பிடிக்க முயன்றார்கள். பஸ் 'கொண்டக்டர்கள் தங்கள் பஸ்சில் பயணிகளை கவர்ந்து ஏற்ற குரல் வைத்துக்கொண்டிருந்தார்கள்.

"ஆப்பிள், ஆப்பிள், ஆப்பிள் ஐஞ்சு ஆப்பிள் நூறுரூபா. அஞ்சு ஆப்பிள் நூறு ரூபா..."

"நல்லூர், கல்வியங்காடு, கோப்பாய், நீர்வேலி, புத்தூர், அவரங்கால், அச்சுவேலி... இங்க ஏறுஉ...."

"மூண்டு ஐம்பது ரூபா, மூண்டு ஐம்பது ரூபா, மூண்டு ஐம்பது ரூபா...."

வாகனங்களின் சத்தத்தோடு குரல்கள் கலந்து பொருள் பிரித்தறியமுடியாத இரைச்சலாகி ஒலித்துக்கொண்டிருந்தன.

இது அம்மாளைப் பதட்டப்படுத்தியவாறு இருந்தது. ஆனாலும் அம்மாள் பேசியபடிதான் வந்தாள். மணிக்குரல் விளம்பர அறிவிப்பு “குளிரூட்டப்பட்ட நவீன அங்காடி அன்னை நாகா அங்காடி. டிங் டாங். ஒரே இடத்தில அனைத்து தேவைகளுக்கும்... நம்பிக்கை நாணயம் தரம் கொண்ட பழம்பெரும் நகைமாளிகை கந்தையா நகைமாளிகை.”

பேருந்து நடத்துனர் “மானிப்பாய் கட்டுடை சண்டிலிப்பாய் சங்கானை பண்டத்தரிப்பு சில்லால ஏறு... முடியாட்டி கதவால ஏறு...”

பஸ்சில் ஏறும்வரை அந்த அம்மாள் சொன்னவை வஞ்சியை நோக்கி என் வாசல் திறந்ததற்கு மற்றுமொரு காரணமாக இருக்கலாம். வஞ்சிக்கு வயது முப்பத்து இரண்டு. இன்னும் கல்யாணம் ஆகவில்லை. விவசாயத் திணைக்களத்தில் முகாமை உதவியாளராக வேலை பார்க்கிறாள். வேலை கிடைத்து இப்போது இரண்டு வருடந்தான். சம்பளம் பதினேழாயிரத்து ஐநூறு வருகிறதாம். அவள்தான் ஒரு பிள்ளையாம். அதைவிட முக்கியமாய் அவளுக்கு வயிற்றில் ஏதோ நோய்க்காக சில காலமாய் வவுனியாவில் சிகிழ்ச்சை பெறுகிறாளாம். தகப்பனுக்கு இதுபற்றி ஏதும் தெரியாதாம். அவர் அனாவசியமாய் பயந்து விடுவார் என்பதால் சொல்லவில்லை என்றும் சொன்னாள். அந்த நோய் பெயர் என்ன என்று அம்மாளுக்குத் தெரிந்திருக்கவில்லை. நாளைக்குக் காலையில் அம்மாள் வீட்டுக்குப் போய் பின்னேரம் வஞ்சியை அனுப்புகிறாராம். அவள் நாளை வருவாளாம்.

பேரூந்தில் ஏற்றியதும் மீண்டும் நடந்துவந்தேன் ஆஸ்பத்திரி கழிவுவாய்க்கால் ஓரமெங்கும் பட்டிப்பூக்கள். எப்போது பூத்தன என்று தெரியவில்லை. வெண்மையிலிருந்து விரியும் ஊதாநிறம். அருகே போகும் வாகனங்கள் கிழிக்கும் காற்றுக்கு அலையாக ஆடுகின்றன. அல்லது வாகனப் புகையின் நெடியைத் தவிர்க்க தலைதிருப்பிவிட்டு மீண்டும் நிமிர்கின்றன. கனகவதி அம்மாவும் வாச்சரும் சிரித்தபடியே நடந்து வந்தார்கள். ‘அட மனிசியும் சிரிக்குதே’ என்று இருந்தது எனக்கு. சேலையில் மனிசி களையாகத்தான் இருக்கிறார். வாசலில் நின்ற ஆமிக்காரன் கேட்டான் சிங்களத்தில் ‘கோய்த அம்மே.’

‘கோயிலுக்கு.’

‘ஆங்... ஹறி ஹறி.’

அத்தியாயம் 5

இந்தக் கதையை சொல்லும்போதே நான் ஒரு உண்மையைச் சொல்லியாகவேண்டும். இல்லாவிட்டால் இந்தக் கதை யோக்கியமானவனின் கதையாக இருக்காது. மனசுக்குள் புதைக்காமல் இதை ஒப்புவிக்காவிட்டால் யாரும் மனசார இதை ஏற்றுக்கொள்ளமாட்டார்கள். ஒப்புக்கு வேண்டுமானால் கேட்கக்கூடும். ஆனால் மனதில் எந்த மனிதரும் என்னை உண்மையானவன் என்று ஒப்புக்கொள்ளமாட்டார்கள்.

என் நன்நடத்தை, மற்றும் மனிதாபிமானம், மேலும் பிறர்மீது நான் காட்டும் மரியாதையுந்தான் வஞ்சியை என்னிடம் கொண்டுவந்து சேர்த்ததாக யாரும் எண்ணக்கூடும். அதில் முழு உண்மை இல்லை. பொதுவாக மனிதர்கள் சுயகதை சொல்லும்போது தங்களின் உள்நோக்கங்கள் பற்றிச் சொல்வதில்லை. சுமுக்கமாக மறைக்கவேண்டியதை மறைத்துவிடுவார்கள். மனக்கணக்கால் நிரம்பிய அற்பனன்றி வேறென்ன மனிதன். அப்படிதான் நான் சொல்லும் கதையும் ஆகிவிடக்கூடும். அதனால் இந்த விடயத்தை மனதில் வைத்து கொள்ளுங்கள்: நான் வஞ்சியின் பொருட்டுத்தான் பலவற்றையும் செய்தேன். அது சத்தியமானது. ஆனால் ஆரம்பத்தில் அது அப்படி நடந்ததாகச் சொல்லமுடியாது.

அன்று அந்த அம்மாள் பஸ்சில் ஏறும்போது ஐந்நூறு ரூபாத்தாளை தன் நெஞ்சுச் சட்டையின் உள் இடுக்கிலிருந்து எடுத்து என் கைகளுக்குள் புதைத்து “தம்பி இதை வெச்சிருங்கோ... எங்களுக்கு ஆம்பிளைத் துணையில்லை. ‘வார்ட்’டில நிண்டு அவரைப் பாக்கிறதுக்கு ஆளில்லை. கூலிக்கு ஓராளைப் பிடிக்கிறதுக்கு இங்ஙன ஒரு நாளைக்கு ஆயிரத்து

ஐஞ்நூறு கேட்கிறாங்கள். எங்க போறது நாங்கள்" சொல்லி நிறுத்தி என்னைப் பார்க்காமல் மண்ணைப் பார்த்தாளம்மா.

பிறகு சொன்னாள் "உசிர் இருக்கும் வரைக்கும் வாழ்ந்துதானே ஆகவேணும். போற சீவன் போகத்தான் போகுது. நான் நில்லென்றால் நிக்குமோ. ஆனா நிம்மதியாப் போகவேணும். இருக்கும் வரைக்கும் உசிர் நோகாமல் இருக்கவேணும். நாங்கள் வந்து அவரைப் பாப்பம். குளிப்பாட்டி சாப்பாடு குடுப்பம். மற்ற நேரத்தில ஏதும் ஒண்டுக்கு இரண்டுக்கு மனிசன் போறதெண்டால் அவருக்கு உதவுங்கோ தம்பி. சுடுதண்ணி போத்தலில கோப்பி போட்டு வச்சிருக்கிறன். இடக்கிட ஊத்திக் குடுங்கோ தம்பி. மனிசன் யாரிட்டயும் உதவிகேட்க்காது."

கண்கள் கலங்கிப் பனிக்க, ஏதோ சொல்லக் கூடாததை சொல்லக் கூடாதவனுக்கு தவறாக சொல்லிவிட்டதுபோல குற்றவுணர்வோடு சடுதியாய் பேச்சை நிறுத்திக் கொண்டாள். நான் அதை கவனத்தில் எடுத்துக்கொள்ளாதவன்போல காட்டிக்கொண்டேன். அந்தம்மாள் சங்கடப்படாமல் இருக்க வேறென்ன நான் செய்வது. நான் அந்தப் பணத்தைத் திரும்ப வற்புறுத்திக் கொடுத்துவிட்டு வந்தேன்.

"நான் பாத்துக் கொள்ளுறன் அம்மா. அதுவும் எங்கட வேலைதான். ஆனால் யாரும் செய்யிறதில்லை. நீங்க யோசிக்காதையுங்கோ நான் பாத்துக் கொள்ளுறன்" என்றேன்.

அந்த அம்மாளுக்கு நான் வாக்கு கொடுத்தபடி நடந்தேன். ஆனால் அது முக்கியமில்லை. நான் எவரொருவர் மீதும் காட்டாத அக்கறையை மாணிக்கவாசம் மீது காட்டினேன். இன்னும் சொன்னால், சரியாக சொன்னால், நாள் செல்லச் செல்ல என் இத்தனை ஆண்டுப் பணியில் யார்மீதும் காட்டாத அக்கறையும் பரிவுமிது. அதற்கு அந்த அம்மாளுக்குக் கொடுத்த வாக்குத்தான் காரணமா? நிச்சயமாய் இருக்காது. அதற்கு காரணம் வஞ்சி. வஞ்சி. வஞ்சியே. அதுதானே உண்மை.

வஞ்சி என்ற சொல்லே நாளாவட்டத்தில் என் வாழ்வாகிப் போகுமளவு, அவள் தன் தந்தையைப் பார்த்துக் கொண்ட விதத்திலும், வரும் நேரத்தில், பக்கத்துக் கட்டிலில் படுத்திருப்பவரைக்கூடப் பார்த்துக்கொண்டதிலும் என்னைப் பாதித்திருந்தாள். தன் கன்றுக்கு பசு மடி சுரப்பதுபோல சுகமாக அவள் மீது அன்பு சுரந்து வந்தது எனக்குள்ளே. எப்படித்தான்

மனிதர்கள் பாலைக் கறந்து எடுத்தாலும் தாய்ப்பசு தன் கன்றுக்கென பாலை ஒளித்து வைத்திருக்குமாம். அப்படித்தான் என் வேலை நேரத்தில், அதன் பழுவில் என்னால் முடியாது போனாலுங்கூட நான் நேரத்தை வலிந்து உருவாக்கி ஒளித்து வைத்துக் கொண்டேன். அது அவளுக்கானது. அவள் மீது அன்புகாட்டுவது எனக்கு அத்தனை சுகமாகிப் போனது.

வஞ்சியின் பிம்பம், என் கண்களின் உள்ளடுக்குகளினுள்ளே சிக்கிக் கொண்டுவிட்டது. அவளை விலத்தி எதையும் காண முடியாதவாறு ஆகிப்போனது.

உண்மையில் நான் அவளுக்காகவே அவளின் தந்தையைக் கவனித்துக் கொண்டேன். அவளது வேலைப்பழுவை நான் பங்கு போட்டுக்கொள்ள விரும்பினேன். அவரைக் குளிப்பாட்டினேன். சாப்பாடு ஊட்டினேன். இப்படி எல்லாம் செய்தேன். அவள் கொஞ்சம் உடலளவிலேனும் உழைச்சல் இல்லாமல் இருக்கட்டும் என்பதுதான் என் நோக்கமாக இருந்தது. அவள் எப்போதும் களைத்திருந்தாள். சில வாரங்களிலேயே அவள் மோசமாக இளைத்தும்விட்டாள்.

தேனின் வர்ணம் கொண்ட தேகம் அவளது. கழுத்தில் நரம்புகள் கருநீலமாகித் தெரிந்தன. அதன்கீழ் இருபக்க எலும்புகள் துருத்தி வெளியே வரத் தொடங்கின. அதன் இடுக்கில் பள்ளம் விழுந்தது. மூக்கின் இருகரையிலிருந்தும், வாயின் இருபுறம் வளைத்து நாடியை நோக்கி கோடுகள் விழுவதாய் முகம் பொலிவிழந்தது. அவள் இடை பலமிழந்து போவதாயும் பட்டது. அவள் கால்களின் மேற்பாதம் விரல்களின் எலும்புகளை துருத்திக் காட்டியது. பெண்களுக்கும் பருவத்துக்குமேயான அழகிய, மெருகானா சருமங்கூட உலரத் தொடங்கியிருந்தது. அவளது சிவந்த - இல்லை சிவப்பில்லை - மிக மென்சிவந்த நிற உதடு வெழுப்பேறி வந்தது. நான் அவளை ஒரு சிறு துணுக்கும் விடாமல் அவதானித்துக்கொண்டேயிருந்தேன். அவள் கதைக்கும்போது தனித்துத் தெரியும் நரம்புகள் எலும்புகள் கொண்ட கழுத்து மட்டும் அழகாக இருந்தது. என்னையறியா ஈர்ப்பு அதிலிருந்தது. பலமிழந்த அவளிடையில் ஒருவித பதுமைத்தனம் தெரிகிறது.

மேலும் சில நாட்களில் அவள் நெஞ்சொடுங்கிப்போனாள். கண்களில் குழி இடம் தேடிக்கொண்டது. கன்னத் தசைகள் ஒட்டிக்கொண்டுவிட்டன. ஆனாலுமென்ன, அவள்போல இன்னொருத்தி இந்த உலகில் இல்லை. அன்பின் மொத்த

வடிவமாய் அவளே இருந்தாள். ஈக்கிழந்த தென்னோலையாக விதி அவள் அழகை வஞ்சனையாய் குலைத்துப் போட்டாலும், குலைந்த ஓவியமொன்றின் மறு நேர்த்தியாய் அவளிருந்தாள். அப்படி இருக்க அவளால் மட்டுமே முடியும். அவளால் மட்டுமேதான் முடியும்.

தாய்மை என்பது வஞ்சிதான். குழந்தமை என்பதும் வஞ்சிதான். பெண்மை என்பது வஞ்சிதான். ஆளுமை என்பதும் வஞ்சிதான். அவள் எல்லாமாகி வரக்கூடியவள்.

நானேன் இப்படியானேன் என்பதைத் தேடிக்கொண்டேயிருந்தேன். தன் காதலைச் சொல்லும் மனம் எத்துணை மென்மையாயிருக்கும் என்றொரு வினோதச் சுவை என் மனமெங்கும் ஊறத்தொடங்கியது. அதுபற்றி வெளியே சொல்வது என்னளவில் வெட்கம். இந்த உணர்வின் இப்போதைய உளைச்சலுக்கும் காதலின் உன்மத்ததிற்கும் ஒத்த வண்ணக் கலவையாய் இருக்கவேண்டும் வஞ்சி.

உன்னை நீ காட்டித் தருவதுபோன்றே கண்டுகொள்ள ஆசை. என்னை நீ கண்டுபிடித்தவாறே தந்துவிட ஆசை. ஆனாலொன்று ஆசைக்கும் அச்சதிற்குமிடையில் நசியும் என் மனதை எங்கே தொலைப்பேன்! அதுபற்றி என் அம்மா ஏதும் சொல்லிதரவில்லையே. இது நல்விதியின் நாடகமென்றால் ஆண்டவன் இருக்கிறாரென்றும் அவர் கருணை கொண்டவரென்றும் நான் தொழத்தான் போகிறேன்.

மாணிக்கவாசகத்தோடு சேர்த்துப்பார்த்தால் மகளின் பாசத்தை அவளிடம் பார்க்க முடியும். பரமசோதிக்குச் சாப்பாடு ஊட்டிவிடும்போது அவள் கண்களில் வழியும் கருணையிருகிறதே... அதில் மானுட நேசத்தை அவளிடம் பார்க்க முடியும். எஞ்சிய சோற்றை ஆஸ்பத்திரியில் அலையும் பூனைக்கு அவள் வைக்கும் பக்குவத்தில் உயிர்களின் மீது அவள் கொள்ளும் பரிவையும் பார்க்க முடியும். மூக்காப் பையன் மீது அவள் காட்டும் நேசத்தில் அவளளிக்கும் அபயத்தைப் பார்க்க முடியும். எதையென்று நான் சொல்ல!

அந்த நேசக்காட்டில் ஒரு குடில்போட எனக்கு இடம் கிடைக்காதாவென்று நான் தவித்தால் தப்பு என்னுடையதா. அந்தக் காடே நானாக பூத்துக் குலுங்கினால், பின் நானென்ன நான். நானே அவளாக மாட்டேனா! அவள் முன் நிற்கையில்

இவ்வுலகில் இதுவரை பெற்றதெல்லாம் ஒரு கைப்பிடி அன்பு கூட இல்லையெனத் தோன்றும். காதலுக்கென்று ஒரு கணக்குவிதியை நான் தேடியதன் முட்டாள்த்தனம் என்னையிப்போ கேலிசெய்கிறது. பின்ன இருக்காதா. இந்த முட்டாள்தனம் மட்டுமில்லை என்றால் கல்யாணம் முடித்து மூன்று பிள்ளைகளாவது இருந்திருக்கமாட்டார்களா?

எனக்கு ஞாபகம் இருக்கிறது அவள் தந்தை வார்ட்டில் அனுமதிக்கப்பட்டு மூன்றாம் நாள், அன்று மருந்துச் சீட்டைக்கொண்டு 'பார்மசி'க்குப் போனபோதுதான் அவள் முதன்முறையாக என் பெயரைச் சொன்னாள்.

"உங்களுக்கு மார்க்ஸ் தானே பெயர்?"

"ஓம். ஆனால் மார்க் அன்டனி" என்று உண்மையான பெயரைச் சொன்னேன்.

மக்கந்தோனி என்றழைக்கப்பட்ட நான், சிறையிலிருந்து வந்ததும் ஓர் ஆர்வத்தில் மார்க்ஸ் அன்டனி என்று சொல்லிக்கொண்டேன்.

"அம்மா சென்னா" என்றாள். தன் கூந்தலை சரிசெய்தவாறே கேட்டாள் "உங்களை மார்க்ஸ் என்று கூப்பிடவா இல்லை அன்டனி என்று கூப்பிடவா?"

நான் எப்படி வேண்டுமானாலும் என்பதுபோல தோளைத்தூக்கி தலையை ஆட்டினேன். அவள் "மார்க்ஸ் புதுசா இருக்கு" என்றாள்.

அவள் அப்படிக் கேட்டாளே தவிர என்னைப் பெயர்சொல்லி என்றும் அழைத்ததில்லை. அண்ணா என்றும் அழைத்ததில்லை. பொதுவாகவே பேசுவாள். அதற்கும் ஓர் அழுத்தமான அர்த்தம் இருக்கிறதில்லையா!

என் அம்மாவுக்குக் கணேசன் என்று பெயர் வைக்கத்தான் ஆசையிருந்தது. ஜெமினிக் கணேசன் மீது இளமைக் காலத்தில் காதல் வயப்பட்டிருக்க வேண்டும். இப்போதும் பழைய படம்- அதுவும் ஜெமினிக் கணேசன் படமென்றால் அம்மாவுக்குப் போதும். மெய் மறக்கும் சிலையாகிப்போவாள். நான் வளரும் காலத்தில், காதலை எங்கள் குறிச்சி மனிதர்கள் சினிமாவில்தான் அதிகமாய்க் கண்டார்கள். சினிமாதான் காதல் பாடம் நடத்திக்கொண்டிருந்தது. சாந்தித் தியட்டார் இரண்டுரூபாய் முன்னிருக்கை எங்களுக்காக இருந்தது. காதலில் கிறங்குவது, ஆண்கள் தோல்வியில் தாடிவளர்த்துத் தண்ணியடிப்பது, பெண்கள்

தற்கொலை செய்வது இப்படி. பள்ளியில் முன்னிருக்கையில் விடாதவர்கள் தியட்டரில் முன்னிருக்கையில் விட்டார்கள். ஆனாலும் பாருங்கள் இந்த அழுகிய பாடத்தை 'தியட்டர்' பின்னிருக்கைவாதிகள் தான் அதிகம் கற்றார்கள்.

அம்மா தன் காதலின் ஞாபகமாக எனக்கு கணேசன் என்று பெயர் வைக்க பாதிரியார் விடவில்லை. சைவப்பெயர் என்றும் வைத்தால் ஞானஸ்த்தானம் கிடையாதென்றும் 'வெட்டொன்று துண்டு இரண்டாய்ச்' சொல்லிவிட்டார். ஏன் தொட்டப்பாவும் கூட தொடுவதற்கு மறுத்தாராம். என்னை ஜெமினிக் கணேசனாக்கிப் பார்க்கும் அம்மாவின் ஆசையில் மண்விழுந்தது. ஆனாலும் "பாருங்கடி எம் புள்ளமேல ஊரே மையல் கொண்டு அலையப்போகுது" என்று சொல்லித்திரிவது ஊரில் வழக்கமாக இருந்தது.

எங்கள் திருநகர் குறிச்சியில் காவியக் காதலென்று ஏதும் இல்லை. யாழ்ப்பாணத்தின் புறநகர் அது. என் சிறுவயதுக் காலத்தில் ஒரு சேரி அது. நகரத்தை துப்புரவு செய்வதும், நகரக் கடைகளில் பழு தூக்கும் கூலியாள் வேலையும் எம்மக்களின் தொழில். எப்படித்தான் நகரத்தைச் சுற்றினாலும் எங்கள் குறிச்சி எவரொருவர் கண்ணுக்கும் தென்படாது. அத்தனை கச்சிதமாக ஒளித்து வைக்கப்பட்டிருந்த இடம் எங்களது. ஆடம்பரப் பெண்கள் அழுக்கான துணிகளை கண்ணில் படாதவாறு வீட்டில் மறைத்து வைப்பதுபோல, எங்களூரை கண்ணில்படாதவாறு கச்சிதமாக மறைத்துவைத்திருந்தார்கள்.

யாழ்ப்பாணப் போதனா மருத்துவமனையிலிருந்து இரண்டு கிலோ மீற்றர் தொலைவுதான் எங்கள் ஊர். பிரதான வீதியிலிருந்து சிறுவீதி. சிறுவீதியிலிருந்து கிளைவீதி. கிளை வீதியிலிருந்து பிரியும் ஒரு பாதை. அங்கே சின்னக்குளத்தின் கரையாக ஒரு தெரு... அதன் வழி உள்ளே வந்தால் எங்கள் குறிச்சிக்கு வரலாம். அதற்குள்ளால் எந்தத் தெருவும் எங்கும் போவதில்லை. போக இருக்கும் சில பாதைகளை வேறு மனிதர்கள் பாவிப்பதுமில்லை. அப்படித்தானிருந்தது.

உண்மையில் அது ஒளித்து வைக்கப்படவேண்டிய இடமாகத்தான் நகரத்தைப் பொறுத்தவரை நியாயமாக இருந்தது. நகர பிதாக்கள் எங்களை இங்கே குடியிருத்தி வைக்கவேண்டிய நகர நியாயத்தைக் கொண்டிருந்தார்களாக்கும். நாங்கள் எங்கே யாராக எப்படி இருக்கவேண்டும் என்பதுபற்றி அவர்களிடம் ஒரு கணக்கிருக்கிறது.

நரகக் கணக்கது. தொழிலுக்கு வசதியாய் இங்கே குடியிருப்பது எம்மவர்களுக்கு நியாயமாய் இருந்தது. இங்கே நீதி என்பது வேறு கதை. எம்மைப் போன்ற அன்றாடம் காய்ச்சிகளுக்கு நடப்பில் இல்லாத நீதியை விட, வாழும் நியாயம் முக்கியம். அதற்கான வசதி வாய்ப்பு அதனிலும் முக்கியம்.

வாய்ப்பென்றால் வயிற்றுக்குச் சோறு போடும் வாய்ப்புத்தான். அதைவிட மேலாக வசதியென்றால் தண்ணீர். மேலும், குடிப்பதற்குக் கள்ளச்சாராயம் கிடைத்தால் போதும். நாங்கள் யாரென்பதை மறக்க வேண்டும். வேலையின் அலுப்பையும் அருவருப்பையும் மறக்கவேண்டும். சமூகத்தின் எல்லா நாற்றத்தையும் மறக்கவேண்டும். இந்தக் குடியை தெரியாத நான் ஒருவனே என் வளர் காலத்தில் என்னை மறக்காமலிருந்தேன். ஆனால் வஞ்சி விடயத்தில் மட்டும் என்னை நான் மறந்துபோனேன். தலையில் அத்தனை போதை ஏறியிருந்தது.

இரவுகளின்மீது சன்னதமிடும் என் வாழ்வோலத்தை அவளறிய வாய்ப்பேதும் இருக்கவில்லை. பர்வதமலை மீது கட்டிய அரண்மனைக்கு அவளைப் பல்லக்கில் சுமந்து செல்ல கனவொன்றைக் காவித்திரிந்தேன். ஏதேன் தோட்டத்தில் எனக்கொரு கனியை அவள் எனக்காகப் பறித்து வரக்கூடும். தாமதங்கள் பற்றிக் கவலையில்லை அவள் வருவாள் என்பதே என் தவமாக இருந்தது. பிதாவின் கருணையும் அதுதானென்றால் நானும் தொழுவதில் என்ன பிழை.

என் வளர் காலத்தில், எங்கள் குறிச்சியின் லௌகீகம் எப்படி இருந்தது? இது முக்கியமான கேள்வி. இங்கு ஒருவன் ஒருத்தியை இளமை பூத்த பொழுதிலேயே சொந்தமாக்கிக் கொள்வான். அவ்வளவுதான். சொந்தமாக்கிவிட்டால் அவனுக்கு அவள் உடமைதான். மாலை நான்கு மணிக்குப் பிறகு வீடுகளில் சண்டை தொடங்கும். போதை ஏற ஏற சண்டை உக்கிரமடையும். வசவு வார்த்தைகள் காற்றில் வெடித்துப் பறக்கும். இரவு ஒன்பது அல்லது பத்துக்கு இது உச்சம் கண்டு சடுதியாய் ஓயும்.

வீடுகளில் புணர்ச்சி நிகழும். வசவு வார்த்தைகளோடுதான் இந்தப் புணர்ச்சிகள் அனேகமாக நிகழும். ஆனால், அதன் தொனி மாறிவிட்டிருக்கும். அருகிலோ, வெளியிலோ நின்று இந்த வசவை எங்கள் பாதிரியாரே கேட்டாலும் உள்ளே நிகழ்வது சண்டையா புணர்ச்சியா என்பது தெரியவராது. எம்மவர்களுக்கு

மட்டும் இதிலுள்ள வேறுபாடு புரியும். ஆனாலும் அந்த வசவில் உரிமையும், அன்பும் பெருக்கெடுத்தோடும்.

“அடியே முண்ட உங்கோத்தை கொப்பனோட படுத்தாடி உன்னப் பெத்தா” இது ரௌத்திரம்.

“அடியே முண்ட உங்கோத்தை கொப்பனோட படுத்திருக்காட்டி நி எனக்கு கிடைச்சிருப்பியா” இது கலாபச் சிருங்காரம். தொனிகள்தான் வேறு வேறு. அநேகச் சொற்கள் ஒன்றுதான். இதை ஒளிந்து பார்க்கும் இளவட்டங்கள், விழித்ததனால் பார்த்த விடலைகள் ரகசியமாய்க் கிளம்பிவிடுவார்கள். போத்தலில் எஞ்சியது அவர்கள் கையிலிருக்கும்.

பெரியவர்களின் போதை உச்ச ஸ்தாய்யில் இருக்கும் இந்த நேரம்தான், இளவட்டங்களுக்கு சந்திப்புக்கும், சல்லாபத்திற்கும் உரிய நேரம். மக்கந்தோனியாகிய நானோ அப்போதெல்லாம் முஸ்தப்பாவின் கொத்து ரொட்டிக் கடையின் வாசலிலிருந்து நாட்டுக் கதைகள்பேசி, அரசியல் பேசி, சித்தாத்தங்கள் பேசி, வம்பு தும்புகளும் பேசி, பன்னிரண்டு மணி வாக்கில் வீடு வரும்போது அனேகமாக எல்லாம் ஓய்ந்து குறிச்சி உறங்கத் தொடங்கியிருக்கும். உண்மைதான் இரவு என்பது எம்மவர்களுக்கு சண்டைக்கும் சல்லாபத்திற்குமுரியதாய் இருந்ததப்போது.

மறுநாள் புதிய காலை. முதல் நாளின் எந்த வடுவும் மனதில் இருக்காத புதிய காலை. சுறுசுறுப்பாக வேலைக்கு கிளம்பும் கர்த்தரின் அன்புக்கும் கருணைக்குமுரிய உழைப்பாளர்களின் காலை. சுவாமியான பாதிரியாரின் போதனைகளை ஏற்று பாவங்களை அஞ்சி நடக்கும் உழைப்பாளர்களின் காலை. கர்த்தரில் விசுவாசிப்பு மிக்க மக்களின் நித்தம் வரும் புதிய காலை. இதுதான் என் சுற்றம். எங்களுக்கென்று விட்டுவைக்கபட்டிருந்த வாழ்வு.

இதை மாற்ற பலவருடங்களின் முன், சில சிறைக் கைதிகளால் முடுக்கிவிடப்பட்டவன்தான் நான். அந்த அலைக்கழிப்பில் என் இளமை ஏறத்தாள தொலைந்துபோனது. அன்றிருந்ததுபோல் எங்களூர் இன்றில்லைதான். அது எவ்வளோவோ முன்னேறிவிட்டது. அதற்காக நானொன்றும் பெரிய மகத்தான காரியமெதனையும் செய்துவிடவில்லை. சில கற்களை அந்தக் குளத்தில் விட்டெறிந்தேன். சில அலைகளை அது உருவாக்கியது. அவ்வளவுதான். நகரப் பழுதூக்கும் எம்மவரைக் கூட்டிச் சங்கம்

வைத்த எங்களூர்ப் போராளிப் பொறுப்பாளர் அரசியல் துறையின் முடிவென்று மற்றைய சங்கங்கள்போல சம்பளத்தை இரட்டிப்பாக்கிச் சட்டம் வைத்தார். மனங்குமுறினாலும் முதலாளிகள் முடங்கித்தான் இருந்தார்கள். கை பார்த்த காசு. ஏதோ நாளாவட்டத்தில் ஊர் கொஞ்சம் மாறி வந்தது. அங்கு நானும் இருந்தேன் இதில் பெருமையென்ன.

இதுதான் நானும் என் சுற்றமும் என் சுற்றத்தில் நானும் என்றாகி வந்த கதை.

வஞ்சியுடனான ஆரம்ப நாளொன்று முக்கியமானது. அவளன்று அப்பாவைக் குளிப்பாட்டக் கொண்டுபோனபோது நான் மறித்து உள்ளே அவரைக் கொண்டுபோய்க் குளிப்பாட்டி வெளியே அனுப்பி வைத்தேன். மகள் குளிப்பாட்டுவதில் அப்பனுக்குச் சங்கடம் இருக்குமா இல்லையா? அவரை அவள் குளிப்பாட்ட நான் அனுமதிக்கவில்லை. அவர் நன்றியோடு என்னைப்பார்த்தார். அதைப் பெற்றுக்கொள்வதில் எனக்கு எந்த ஆர்வமும் இருக்கவில்லை. ஒருவேளை நான் வஞ்சியிடமிருந்து அதை எதிர்பார்த்திருக்கக் கூடும். ஆனால் அவள் என்னை நிமிர்ந்து பாராமலேயே தகப்பனைச் சில்லுவண்டியில் வைத்து உருட்டிகொண்டு போய்விட்டாள். என்னைத் தவிர்க்க விரும்பினாள் என்றும் சொல்லமுடியாது. ஏனென்றால் அதற்குக் காரணமிருந்தது.

நான்தான் அவரைத் தூக்கி சில்லுவண்டியில் இருத்திவிட்டேன். இருத்தி நிமிரும்போது அவள் அவரது கால்களை தூக்கி வண்டியின் மிதியில் வைக்கப்போனாள். அதற்காக அவள் குனியவும் நான் நிமிரவும் சமநேரத்தில் நிகழ அவளது தலைமுடி அத்தனையும் என் முகத்தில் பிடரிப்புறமிருந்து வீழ்ந்தது. தோளோடு ஊசி குத்திய மீதத் துப்பட்டா - பல வர்ணக் கலவையான துப்பட்டா- ஏறத்தாள என்னை மூடித் தொங்கியது. அவள் வாசம், சந்தனக் குச்சோடு அவளுக்கே அவளுக்கென்றாகிய வாசம் என் நாசியில் உறைந்ததை அப்போது நான் உணர்ந்திருக்கவில்லை. பதட்டத்தில் அது மனப்பிடி நழுவியிருக்க வேண்டும். அவள் திடுக்கிட்டு மீண்டும் நிமிர்ந்து பார்த்தாள். அந்தப் பார்வையில் எதனையோ தேடினாள். ஒரு கணம்தான்! அவள் எதை தேடினாள்?

ஒருவேளை நான் அதை எப்படி எடுத்துக்கொண்டேன் என்பதற்கான பார்வையாக அல்லது தேடலாக அது இருந்திருக்கக்கூடும் என்று பின்னர் அமைதியாக புரிந்துகொள்ள முயன்றேன்.

இதுதான் காரணமாக இருக்கலாம் அவள் எந்த நன்றியையும் அப்போது சொல்லாததற்கு. அவள் சங்கடத்தில் இருந்தாளென்று நினைத்தேன். அந்தச் சங்கடம் தான் அவளை மௌனத்தினுள் இழுத்திருக்கவேண்டும். நானோ பிறகு மீண்டும் மீண்டும் அந்தக் காட்சியை மனதில் ஓட்டிக்கொண்டேயிருந்தேன். அந்த வாசம்-விடுதலைக்கான வாசம். இத்தனைநாள் பிரம்மச்சாரியத்தினின்றும் சிறை மீட்கும் அந்த வாசம் என்னுள் நிலைத்துவிட்டதென்று பின்னாளில் தெரியவந்தது.

வஞ்சி சில்லுவண்டிலை தங்கள் கட்டிலை நோக்கி இருபக்கமும் வரிசை கட்டியிருந்த கட்டில்களின் இடையே சிரமமப்பட்டு உருட்டி நகர்ந்தாள். அப்போது, அவளேதோ என்னுடனோ தன்னுடனோ பேசுவதுபோல ஒரு பிரமை எனக்குளிருந்தது.

இங்கு பிறகு நடந்ததுதான் முக்கியம். வஞ்சி அப்பனுக்கும் மூக்காவுக்கும் கோப்பி வார்த்துக் கொடுத்துவிட்டு மறு கிண்ணத்தில் ஊற்றி எனக்கும் நீட்டினாள். நான் அசட்டுத்தனமாய் அதை மறுக்க மறந்தேன். அப்போதும் அவள் மௌனம்தான் பேசியபடி இருந்தது. அதுதான் அவளுக்கு அழகாயுமிருந்தது.

ஆரம்பத்தில், மூக்கா வஞ்சியைக் கண்டால் தன் குறும்புகளனைத்தையும் நாய் எஜமானிடத்தில் வாலைச் சுருட்டிக்கொள்வதுபோல குழைவோடு சுருட்டிக்கொள்வான். என்ன மாயமது! ஏதோ ஓர் அலைவரிசையில் அந்தக் குழப்படிக்காரன் வஞ்சியிடம் அடங்கிக்கிடந்தான். நல்லவன் நானோ ஆர்ப்பரித்துக்கொண்டிருந்தேன்.

இப்படித்தான் வஞ்சியுடனான ஆரம்ப நாட்கள் என் நினைவிருக்கின்றன. என் பெயரை அவள் உச்சரித்துக் கேட்ட நாளும் தாய் வந்துபோன மறு நாள்தான். தாய்தான் வஞ்சியை என்னிடம் அனுப்பியிருந்தார். என் பெயரைச் சொல்லி என்னிடம் உதவி கேட்கச் சொன்னாவாம். வஞ்சியை 'பார்மசி'க்கு நான் தான் கூட்டிப் போனேன். அன்றவள் தயக்கம் ஏதுமின்றி பதினாலாயிரத்து ஐநூறு ரூபாவை மருந்துக்கு கொடுத்தாள். என்னோடு ஏதும் அதிகம் கதைக்கவில்லை.

'நூல் சுடிதார்' போட்டிருந்தாள். வெள்ளை மற்றும் ஊதா நிறத்திலான பெரும் பூக்களையும் தண்டுகளையும் கொண்டிருந்தது சுடிதார். அதன் பின்னணி வர்ணம் இளங்குருத்துப் பச்சையாக இருந்தது. இலைகளின் பல வர்ணக் கலவையிலான துப்பட்டா.

காற்று துப்பட்டாவை தூக்கிவிடாதபடி தோளில் ஊசி குத்தியிருந்தாள். அதன் எச்சத்தில் துப்பட்டா எழுந்து காற்றில் அவ்வப்போது மிதந்து நெளிந்து பறந்தது. காற்றின் வேகத்தில் உடலோடு அழுத்தி உள்ளிழுத்துப் பதியும் சுடிதாரை இருவிரலால் நுள்ளி இழுத்துவிட்டபடி பக்கமாக நடந்து வந்தாள். காற்று முன்தள்ளும் முடிகளை ஒரு பறவையின் அசைவோடு பின்தள்ளினாள். வாய்க்காலோரத்துப் பட்டிப்பூக்களின் நிறமாக அவளிருப்பதை அப்போதுதான் கண்டேன்.

அவள் மௌனம் கனமாய் இருந்தது அன்றும். ஆனாலும், அவள் என்னுடன் பேசியவாறு வருவதாய் ஒரு பிரமை உள்ளார இருந்தது.

அத்தியாயம் 6

எனக்கும் வஞ்சிக்கும் என்றான உலகொன்று என்னுள்ளே உருவாகி வந்தது. பிறந்து பூமிக்கு வந்த பறவைக்குஞ்சொன்றின் இறகுகள் அரும்பி வளர்வது போல அது நிகழ்ந்தது. ஒவ்வொரு இரவின் பின்னான விடியலிலும் கண்ணறியா வளர்ச்சியாக அது நிகழ்ந்துகொண்டேயிருந்தது. பறவையின் இறகுகள் இணைந்து சிறகாக விரிவது தோன்றத் தொடங்கும்போதுதான் அதன் வளர்ச்சியே ஆச்சரியமாய் இருக்கும். அப்படித்தான் ஆனது இந்த உறவும். எப்போது எப்படி நிகழ்ந்தது! எங்ஙனம் வளர்ந்தது? எதுவுமே புரியவில்லை.

வஞ்சி எப்படி எனையீர்த்தாள் என்பது அறிவறியா புதிர். அதைவிடப் புதிராக தோன்றுவது; வஞ்சி என்றில்லாத பெண்களால் இதுவரை நானேன் அப்படி ஆகவில்லை என்பது. எதுவுமே புரியாத விசித்திரச் சிக்கு.

வஞ்சியிடத்தில் மட்டும் எனக்குப் பார்த்த முதல் நாட்களிலேயே காதலின் பிரமை உருவாகியது பற்றி எனக்கே ஆச்சரியம் தான். ஆனால் பின்னாளில் நாகாய்யா சொன்ன விடயத்திலிருந்து அது ஆச்சரியமானதல்லவென்று தெரிந்தது. 'நீ ஒருத்தியைக் கண்டுபிடிப்பதல்ல அது உனக்குள்ளேயே ஆதர்சித்திருக்கும் ஒரு விம்பம். அந்த விம்பத்தோடு அவள் பொருந்தி விட்டாள். நீ உனக்கானவளைக் கண்டு பிடித்துவிட்டதாக நினைக்கிறாய். அப்படியல்ல. அவள் வெளியிலிருந்து வந்தவளல்ல. உனக்குள்ளேயே தான் இருந்தவள்' என்றார்.

நான் அக்காலத்துள் அவள் குடும்பம் பற்றிப் பலவற்றை மாணிக்கவாசகம் அய்யாவிடமிருந்து தெரிந்து கொண்டேன். அவரை இங்கே மாணிக்கம் அய்யா என்றே

சொல்கிறார்கள் அதனால் நானும் இனி அப்படியே சொல்கிறேன். அவரின் சொந்த இடம் முல்லைத்தீவு குமுழமுனை. அரியாத்தை மத யானையை அடக்கிவந்து கட்டிய இடம் அவர் வீட்டின் அருகே தானாம். நூற்றாண்டு ஆகியும் யானை உழக்கிய பள்ளம் இன்னும் இருக்கிறதாம். தண்ணீருற்று நரசிம்மன்தான் குலதெய்வம். அதன் நினைவாகத்தான் தனசிங்கம் என்று அவருக்குப் அப்பன் பெயர் வைத்தார். தகப்பன் ஊர் நாட்டாமை போல. சண்டியனும் கூட. தாய் அது வேண்டாமே என்று மாணிக்கவாசகம் எனப் பெயர் வைத்தாரம். அப்பன் விடாப்பிடியாக தனசிங்கம் என்றே அழைத்துவந்ததால் அவருக்கு இரு பெயராகிற்று. குலதெய்வம் நரசிம்மனுக்கும் மூத்த கடவுள் குருந்தூர் மலையில் இருக்கிறதாம். வடக்கே காவல் இருக்கிறது இந்த நரசிம்மம். மூத்த கடவுள் காட்டு மலையில் இருக்கிறது. அதுதான் ஆதி சிவன். அங்கிருந்துதான் தங்கள் குடிகள் பெருகி வளர்ந்தன என்றார்.

நாகாய்யா சொன்னார் அந்த ஆதி சிவன் வல்லியக்கன் என்று. யாரந்த வல்லியக்கன் என்று கேட்ட போது 'இந்த மண்ணில் எங்கள் குலம் காத்த மூத்த தலைவன்' என்றார். மூத்தவன் கல்லு அப்படியே தான் இருக்கிறது இந்தக் காடுகளில். கோயில் கட்டிப் பெயர்களைத்தான் மாற்றிக்கொண்டிருக்கிறோம். இனியும் மாறும். அதிகாரம் ஆசீர்வதித்த கடவுளரை வணங்கத்தான் எப்போதும் குடிகளுக்கு அனுமதி இருக்கும் என்றார். அவர் இப்படிச் சொல்லவும் எனக்கே எங்கள் குலத்தின் மூத்தவனை அவன் நினைவிருக்கும் கல்லைப் போய் பார்க்கவேண்டும் போலிருந்தது. இன்னொரு வகையில் வஞ்சி அங்கிருந்துதானே வருகிறாள் என்ற நினைப்பும் இருந்திருக்கலாம்.

நாட்கள் வளர்ந்து வாரத்தில் சேர்ந்தன. வாரங்கள் வளர்ந்து வாழ்வாய்ச் சேர்ந்தது. இது வஞ்சியை கண்டபின்னான வாரங்கள். அவள் வந்த பின்னான வாழ்வு. அவள் வராத நாட்கள், பாழில் வீழ்ந்த நாட்களாய் போயழிந்தன. வந்த நாட்களோ இலைதுளிர்க் காலத்தின் இளம் பசுமையை என்னில் போர்த்தி அதனுள்ளே கனவினை விட்டுச் சென்றது.

கனவுகளோ ஓயாது இரவெல்லாம் வர்ணங்களைத் தீட்டிக் கொண்டேயிருந்தன. வர்ணங்களின் வகைகளுக்கு முடிவேயில்லை. கனவுகளால் படைக்கப்படும் வர்ணங்களவை. அழகாலும் ஆதர்சத்தாலும் வஞ்சியின் பெயர் சொல்லி நெஞ்சள்ளும் வர்ணங்கள்; நூதன வர்ணங்கள்.

பகலில் வஞ்சியைக் காணும்போது சுற்றியுள்ள வர்ணங்களே அவள் ஒளியில் உயிர் பெற்று சுடரும். இரவினில் நான் இரகசியமாய் தீட்டிய மன வர்ணங்கள் அவள் பார்வையில் மேலும் பல்கிப் பலவாய் துலங்கும். மேலும் துலங்கிய வர்ணங்களோடு, அன்றிரவு கனவுகள் புதிய வர்ணவகைகளைப் படைக்கும். பெருகும் வர்ணங்களே என்னுள்! வர்ணங்களின் தீராப் பெருக்கு!

உண்மைதான்! படைப்பே கனவின் பிள்ளை தான். கனவின் மோகமே படைப்புத் தான். கனவின் மோகம் இல்லையென்றால் படைப்பின் பிறப்பே பூமியில் நிகழாது.

அவளொரு வித்தைக் காரிபோல வாழ்வின் மோக வர்ணங்களைப் படைக்கும் கனவினை என்னுள் விதைத்தாள். சித்துக்காரி, அதே வித்தைத் தனத்துடன் என் வர்ணங்களை நாளும் தன்னொளியால் உயிரூட்டி ஒளிர்வித்தாள். ஒளிரும் வர்ண உலகில் நான் மிதந்தலைந்தேன்.

அவள் வராத நாட்களை நான் கடந்து போக முடியாமல் தடுமாறினேன். தட்டையான உலகில், தட்பமோ வெட்பமோ இல்லாத உணர்ச்சியற்ற உலகில், எந்த வர்ணமுமில்லாத வெற்று உலகில் தத்தளிப்பதாய் உணர்ந்தேன். இதுதான் சத்தியம்.

எனக்கும் வஞ்சிக்குமிடையில் நிறைய நடந்தன. ஒரு பூவின் முடிவுறாத இதழடுக்குகள்போல அவை குவிந்தன. நான் ஒவ்வொன்றாய் என் ஜீவனில் கோர்த்துவந்தேன். என்னைவிட அழகாக வஞ்சி இவற்றைக் கோர்த்துக்கொண்டிருப்பாள். சதா அது பற்றியே எண்ணியபடி இருந்தேன்.

கனவுகள் இல்லாத தனிமை என்னைச் சூழ்ந்து கொள்வதான பதட்டம் அவள் வராத நாட்களில் என்னுள் பிறக்கும். இது மனதின் அவசம் என்பதை நானறிவேன். இருந்தும், பதட்டத்தில் பதகளித்து மனஞ் சிதறப் பார்த்திருப்பேன். படைத்த வர்ணங்களோடு பகலில் நான் எனக்கும் இரகசியமாய் காத்திருப்பேன். அவள் வராதபோது, இருளில் இழுக்கப்பட்ட வர்ணங்களாய் அவை ஒன்றெனவாகி தம் குணமழிந்து போவதைக் கண்டிருப்பேன்.

எமக்கென உருவாகிய உலகு! எமக்கென உருவாகிய கனவு! எமக்கென உருவாகிய வர்ணங்கள்! அனைத்தினதும் உதய முகமாய் அவளிருந்தாள்; என் வஞ்சியிருந்தாள்.

காதலைக் கடந்த வாழ்வு என் வாழ்வென்று நம்பியிருந்தேன். ஆனாலும், உண்மை அதுவல்ல. காதலை விலகிய வாழ்வாய்த்தான் அதுவிருந்தது போலும். விலகி எங்கும் யாரும் போக முடியாது. போகும் தோறும் நிரப்பப்படாத வெற்றிடத்தை வாழ்வு விட்டுச் செல்கிறது. இங்கிதை வஞ்சி என்னுள் வந்த பின்தான் உணர நேர்ந்தது. வெற்றிடங்களை விட்டுப்போன வாழ்வில் முழுமையும் தோன்றிவிடாது. கொப்பரைத் தேங்காய்போல பாலிழந்து சூம்பிவிடும்.

வஞ்சி ஒரு இளவரசி போல என்றுமே என்னுள் தோன்றியதில்லை. வனத்தினில் வாழும் குரு பத்தினிபோல என் வாழ்வைப் பகிரும் இணையாகி எப்போதும் என்னுள் தோன்றினாள். நான் குருந்தூர் மலைக் காட்டினுள் 'கோசலார்'போல எங்கள் மூத்த கடவுளின் காலடியில் அழகியதோர் குடில் போட்டேன். மான்கள் வளர்த்தேன். மயில்கள் தானாக வந்தன. விடயமறிந்து மத யானை அடக்கிய அரியாத்தை பனிக்கனோடு யானை மீதேறி வந்தாள். இரவெல்லாம் நெருப்பு வைத்து நான் கொம்பூத, பனிக்கன் தப்பட்டையில் தாளமேற்றி குரலெடுத்துப் பாடினான். அரியாத்தை ஆடினாள். அரியாத்தையும் வஞ்சியும் நிலம் மிதித்து ஆடினார்கள். பின்னிரவில் மூத்த கடவுள் நாங்கள் சமைத்த ஊன் சோறு உண்ண மலையிறங்கி வந்தார்.

உண்மையிலிதுவரை சித்தாந்தங்களால் நான் அலைக் கழிக்கப்பட்டிருக்கிறேன. அவற்றின் துணையோடு முழுமையை நோக்கி முன்னேறி வருவதாய் நினைப்புற்றிருகிறேன். அதுவும்கூட மாயைதான். வெற்றிடங்களை விட்டபடி முழுமையை நோக்கிப் போகும்பாதை எங்குமே இல்லை. போகவும் முடியாது. விடப்பட்ட வெற்றிடங்களில் ஒன்றே பின்னோக்கி இப்போதெனை இழுத்திருக்கிறது. அதுவன்றி வேறென்னவாக இருக்கமுடியும்.

என்னதான் சொல்லுங்கள், வாழ்வு எல்லோருக்குமே ஒரு இரகசியத்தை ஒளித்து வைத்திருக்கத்தான் செய்கிறது. ஒவ்வொருவர் இரகசியத்தை இன்னொருவர் அறியமுடியாது. பராவாயில்லை, ஆனால், தானே அறியமுடியாமல் தன் இரகசியம் இருக்கும்போதுதான் நச்சுச் சுழலாகிவிடுகிறது.

வஞ்சி என்ற வருகைக்காக என் வாழ்வு தவமிருந்திருக்கிறது போலும். வஞ்சியும் நானுமான அபூர்வ உலகில், இதுவரை விடப்பட்ட என் வாழ்வின் வெற்றிடங்கள் அழகாய் நிரப்பப்படும். முழுமையில் குறைவிலாதபோது முன்னேறத் தடையும் அங்கில்லை.

அவளும் நானுமான பயணம்! வானமும் வசப்படும் பயணம்! என் கனவெங்கும் காட்டின் பெருமழை.

முல்லை நிலக் காடுகளின் குடில்களுக்குப் போகலாம். அங்கே, வாழ்வின் ஜீவனைக் காணலாம்!

மருத நில நதியில் நீந்தி வயல் தரையை அளையலாம். உழைப்பே சக்தியென அங்கு நாம் உணரலாம்! மலைகளை ஏறிக் கடக்கலாம். குறுக்கிடும் முகில்களில் முட்டி மோதலாம். அங்கே அழகைத் தவிர அஞ்சுவதற்கு ஏதுமில்லை!

வரட்டும். பனிக்கனோடு யானைகள் வரட்டும். அவன் பெண்ணும் வரட்டும். யானைகளோடு மான்கள் வரட்டும். மான்களோடு மயில்கள் வரட்டும். எங்களைப் பார்க்க குருந்தூர் மலையிறங்கி வல்லியக்கன் வரட்டும். அவன் மயங்கும் இசை கோர்க்க இராவணனும் வரட்டும்.

இதுவொரு கனாக்காடு!

வர்ணங்கள் பூத்த வாழ்வெனும் கனாக்காடு!

அத்தியாயம் 7

இப்போதெல்லாம் வண்ணன் டொக்டர் முன்போலில்லை. என்னுடன் பழகுவதில் எவ்வளவோ வேறுபாடு. அவரது பெருந்தன்மை, பெரிய மனுசத்தனம் என்னிடத்தில் காணமற் போய்விட்டது. ஏனென்று எனக்குத் தெரியும்.

உதாரணத்திற்கு அன்றொருநாள் நடந்த சம்பவத்தைக் கேளுங்கள்: வண்ணன் டொக்டர் என்னை அழைத்து "மாணிக்கமையாவை குளிக்க வார்த்துவிடுங்கள்" என்றார். அதுவும் எங்கோ என் வேலையில் சிரத்தையாக இருந்த என்னை அழைத்துச் சொன்னார். நான் தீர்ந்துபோன மருந்துகளை புட்டிகளில் நிரப்பிக்கொண்டிருந்தேன்.

அப்போது நோயாளர் பார்வை நேரமுங்கூட. வஞ்சியும் அப்பனுக்கு சாப்பாட்டோடு வந்திருந்தாள். அவள் தகப்பனின் கட்டிலுக்குப் போனதும் வண்ணன் டொக்டரும் அந்த இடத்திற்குப் போனார். நேர்ஸ் கூட அருகில் இல்லை. மாணிக்கமையாவின் நோய் நிலமைகளை பார்வையிட்டார். இது அதற்கான நேரமல்லவே. அவர் எப்போதாவது பார்வையிடட்டும். எனக்கென்ன. ஆனால் ஒரு விசயம் இங்கே முக்கியமானது. அவர் அந்த இடத்தில் நின்று கொண்டே என்னை அழைப்பித்து அவரைக் குளிப்பாட்டும் இந்த உத்தரவையிட்டார். அதுவும் வஞ்சி முன்னிலையில் அதைச் சொன்னார்.

மாணிக்கமையா கட்டிலில் படுத்திருந்தார். வஞ்சி அவர் தலைமாட்டில் ஒதுங்கி நின்றிருந்தாள். அவள் அன்று தடித்த வெண்ணிற அரைப் பாவாடையும் சிவப்புச் சட்டையும் போட்டிருந்தாள். வண்ணன் டொக்டர் அவளையடுத்து நின்றார். பரமசோதியர் வழமைபோல வாய்க்குள் ஏதோ முணுமுணுத்தார். 'சீலையைக் கண்டா

சுத்திச் சுத்தி வருவாங்கள்' என்று கேட்டது எனக்கு. நாகாய்யா தன் கட்டிலில் எழுந்திருந்து விநோதமாய் பார்த்துக்கொண்டிருந்தார். விடுதியில் பலரும் இதை பார்த்திருந்தனர். அதற்கு காரணம் உண்டு.

பொதுவாக நோயளார் பார்வை நேரத்தில் டொக்டர் நோயாளியிடம் வரவேண்டிய தேவையில்லை. அப்படி வருவதுமில்லை. காலை பத்துமணிக்கே நோயாளரைப் பார்வையிடுவது வழக்கம். குளிப்பாட்டும் உத்தரவு எதுவும் பொதுவில் சிற்றூளியருக்கு டொக்டரால் வழங்கப்படுவதில்லை. ஊழியருக்குப் பற்றாக்குறை இருப்பதால் உறவினர்களே அதனைப் பார்த்துக் கொள்வார்கள். அல்லது கூலிக்கு ஆள்வைக்கிறார்கள். அநாதரவான நோயாளி என்று யாராவது இருந்தால் அவர்களை குளிப்பாட்டுவது தேவையாக நிகழலாம். அதற்கான நேரம் வைத்திய அதிகாரி நோயாளரைப் பார்வையிடுவதற்கு முன்னான காலை நேரந்தான். உத்தரவும் அந்த வேளையிலேயே கிடைக்கும். அதுகூட விடுதிக்குப் பொறுப்பான 'நெர்ஸ்' தான் சொல்வார். ஆனால் இன்று இது மாறாக இருந்தது.

அந்த இடத்தில் இந்த உத்தரவைப் பெற்றுக்கொண்டேன். நான் மறுத்திருக்கலாந்தான். ஏனென்றால், எனது பணியமர்வு 'அட்டெண்டென்ட்'. நான் மருத்துவ உதவியாளன். இங்கே முருகேசு தான் நோயாளர் உதவியாளர், 'ஓர்டினரி லேபர்' அவர் தான். டொக்டர் உத்தரவிடுவதென்றாலும் முருகேசுவை அழைத்துத்தான் இதைச் சொல்லியிருக்க வேண்டும். ஆனாலும் அவர் என்னை அழைத்து உத்தரவிட்டு அசிங்கப்படுத்தினார். அப்போது என் முகம் எப்படியிருந்தது என்று எனக்குத் தெரியாது. ஆனால் டொக்டரின் முகம் நினைவிருக்கிறது நன்றாய்.

அவர் தன் கலைந்த தலைமுடியை என்னைக் கண்டதும் மீண்டும் விரல்களில் கோதிக் கலைத்து விட்டார். கட்டில் கால்மாட்டில் பணிந்து நின்றிருந்தேன் நான். எதற்கு அசாதாரணமாக அழைத்தாரென்று தெரியாமல் மனதில் பதறியிருந்த என்னை தன் உடலைத் திருப்பாமல் தலையை மட்டும் திருப்பிப் பார்த்து அடிக்குரலில் அந்த உத்தரவைச் சொன்னார். நான் கக்கத்தில் துண்டை வைத்துக்கொண்டு 'கும்புடுறேன் சாமி' என்பது போல அவர் உத்தரவுக்குத் தலையாட்டினேன். இப்படிச் சில சம்பவங்கள் அடுத்தடுத்து நடந்தன. வஞ்சி முன்னிலையில் நடந்தன.

இந்த இரண்டு மாதத்தில் வஞ்சியுடனும் மாணிக்கத்தாருடனும் மற்றும் அவர் மனைவியுடனும் எனக்கு ஏற்பட்ட நெருக்க உறவை டொக்டர் காணாமல் விட்டிருக்கமாட்டார். வஞ்சியைக் காணும்போதெல்லாம் என்னையும் கண்டிருப்பார். ஒரு வகையறியா நெருக்கம் எமக்குள் உருவாகுகின்றது என்ற பதட்டம் அவருள் எழுந்திருக்கலாம். அது அவரைத் தாங்க முடியாததாக, ஏற்க முடியாததாக அவஸ்த்தைப்படுத்தியிருக்கலாம். கேவலம் படிப்பறிவு இல்லாத சிற்றூளியப் பயலுக்கு இந்தப் பெண் தன் அன்பைப் பொழிவதா? இவனுக்கு மரியாதையளிப்பதா? இவளின் நேசப் பெருங்காட்டில் இவன் பூத்துக்குலுங்குவதா? என்ற வெப்பிசாரம் அவருள் உருவாகியிருக்கலாம். வேறென்ன?

புற்றுநோய் விடுதியும் முன்போலில்லை. இப்பொழுது அதிகமான நோயாளிகள் விடுதியில் அனுமதியாகிறார்கள். மாணிக்கத்தார் வந்த இந்த இரண்டு மாதத்திலேயே இருபதுக்கும் அதிகமானோர் வந்துவிட்டனர். மாணிக்கத்தார் நடுவே வீட்டிற்கும் போய்வந்தார். மீண்டும் வரும்போது பதினைந்தாம் கட்டிலுக்கு வந்துவிட்டார். புதிதாக வருபவர்களில் அதிகமானோர் மருத்துவ ஆய்வின் பின் மாவட்ட வைத்தியசாலைகளுக்கு அனுப்பி வைக்கப்பட்டுவிட்டனர்.

முன்பெல்லாம், பெண்கள் புற்றுநோய்விடுதியில்தான் நோயாளர்கள் ஓரளவு இருப்பர். மார்பகப் புற்றுநோய், கர்பப்பை புற்றுநோய்த் தாககததிற்கு உள்ளானவர்களே அனேகர். இப்போது இந்த ஆண்கள் விடுதி நிறைந்து வழிகிறது. பெண்கள் விடுதியுந்தான். இதில் அனேகர் வன்னியின் மாவட்டங்களை சேர்ந்தவர்கள். நோயாளர்கள் நிரம்பிய விடுதியில் பார்வையாளர்களின் கூட்டம் இந்த நேரத்தில் அதிகமாய் இருந்தது. அத்தனை சனங்களின் முன்னால் வண்ணன் டொக்டர் என்னை அழைப்பித்து இப்படி ஒரு உத்தரவிட்டது எனக்கு அவமானமாக இருந்தது.

ஆனால் அவமானப்படுவதற்கு நான் யார்? நான் ஒரு வைத்தியசாலையின் சிற்றூழியன். மருத்துவ உதவித் தொழிலாளி. எதுவாயினும் உத்தரவை ஏற்க வேண்டியதே என் கடமை. ஆனாலும், பொதுவில் இந்த டொக்டர் கடும் தொனியில் உத்தரவிட்டு எம்மோடு எப்போதுமே நடந்து கொள்வதில்லை. வேண்டுகோள் தொனியே உத்தரவிலும் இருக்கும். நான் சொன்னதுபோல இதுவோ வழமைக்கு மாறான ஒரு நிகழ்வாய் இருந்தது. உண்மைதான் எல்லா விதத்திலும் வழமைக்கு மாறாக

டொக்டர் இந்த உத்தரவை எனக்கிட்டார். எல்லாவகையிலும் முரணாக அமைந்த இந்த நிகழ்ச்சிக்கு காரணம் என்ன? வஞ்சி, வஞ்சி, வஞ்சி.

அவளின் மௌனத்தில் உறையும் அழகினால் அவர் ஈர்க்கப்பட்டதன் பிரதிவிளைவாய் இது இருக்கலாம்.

நான் அவரை வெறுக்கத் தொடங்கினேன்.

டொக்டர் எவ்வளவுக்கெவ்வளவு நல்லவராக இருந்தாலும் இந்தப் பெண்கள் தன்னைச் சுற்றிவருவதை ஒருவகை மோக நிலையிலிருந்து இரசிக்கிறார். அவர் தன் பதவியாலான சுகம் என்று இதைக் களிக்கிறார். அவரின் பட்டம் மற்றும் அந்தஸ்த்தில் அவர் அதிக பெருமையை உணர்வதில்லை. அது குறித்து அதிக கர்வமும் அவருக்கில்லை. ஆனால் இந்தப் பெண்கள் அவரை சிலாகித்தும் சரசங்கொண்டும் வளைய வரும்போது ஒருவித பெருமித நிலையை அடைவார்போலும். அவருள் எழும் கர்வத்தை அவரே சுகிப்பாராக்கும். அவரது நடையிற் கூட ஒரு மிடுக்கான துள்ளல் ஏறிவிட்டிருக்கிறது இப்போது.

தூண்டில் அவருடையதே. என்றாலும், மீன்கள் சிக்கிய பின்னர் அதனைப் பறித்தெடுப்பதில்லை. காணாததுபோல் அவற்றை ஏங்க விட்டு நடக்கிறார். தன்வழியில் நடப்பார். அப்போது பெரிய மனுசத்தனமே அவரில் வெளிப்படும். அப்படிப் பெரும் பாவனை பண்ணுகிறார். அதனை மற்றவர்கள் பார்க்கும்படியாக நடந்து கொள்கிறார்.

ஒவ்வொரு பெண்ணும் தனக்கு அவர் வீசிய தூண்டிலை மட்டுமே அறிவாள். அவள் மற்றவர்கள் தன் மீதுள்ள பொறாமையிலும் அவர் மீதுள்ள மோகத்திலுமே அலைகிறார்கள் என்றே கொள்வாள். இப்படி ஒவ்வொருத்தியும் நினைப்பாள். இதுதான் அவரின் பலம். இந்த மோன நிலை அவருக்கு வாழ்வின் அத்தனை அர்த்தத்தையும் கொடுப்பதாய் சுகித்து திருப்தியுறுவார்போலும்.

இவர் பெண்கள் மீது மரியாதையும் மதிப்பும் கொண்டிருந்தவர்தான். பெண்கள் மீது ஆண்கள் காட்டும் அல்லது இந்த சமூகம் காட்டும் வஞ்சகம் கண்டு பொறாதவருங்கூட. அவற்றோடு இவருக்குக் கொஞ்சமும் உடன்பாடில்லை என்பதும் இந்தப் பெண்களுக்கு தெரியும். அவர் அப்படித்தான் பேசுவார் நடந்துகொள்வார். ஆனால் தன் சக பெண் வைத்தியர்களை மட்டும் அவருக்கு

66

அவ்வளவாகப் பிடிக்காது. அவர்களிடத்தில் அதிக குறைகள் இருக்கின்றன.

அதனால் தனக்கு சமதையான பெண் வைத்தியர்களோடு இவ்வாறு அவர் நடந்துகொள்வதில்லை. மருத்துவ நிபுணர்களையே சுற்றிவரும், மதிப்பளிக்கும் மருத்துவ மாணவிகள் மீதும் அவர் கவனம் குறைவே. கிடைக்க முடியாத தன் உறவை கிடைத்தற்கரியதாக போற்றிக் கிறங்கும் மற்றும் தன் சந்நிதானத்தில் சரணாகதியடையும் தன்னிலும் கீழான பதவியுடைய பெண் உத்தியோகத்தர்களே மரியாதைக்குரியவர்கள். அவர் பழகுவதற்குப் பண்புள்ளவர்களும் அவர்களே. இரத்தப் பரிசோதகர்கள், எக்ஸ்-கதிர்வீச்சு பரிசோதகர்கள், மருந்தாளர்கள், தாதியர்கள், சிலநேரங்களில் சில மக்கு மாணவிகள் என்போர் இந்த வட்டத்தில் அடங்குவர். இவர்களிடத்தில் தான் இவருக்கு தன்னடக்கம் பொங்கிக் கொண்டுவருகிறது.

தன் திறமை மீது, தான் கொள்ளும் நம்பிக்கையீனமோ, அல்லது அவரில் உள்ளுறையும் தாழ்வுணர்வோ இதற்கு காரணமாக இருக்கலாம். இல்லையெனில், தனக்கு சமதையாக நடந்துகொள்ளும், விவாதிக்கும் பெண்களை அவரால் சகிக்க முடியாததும் காரணமாக இருக்கலாம். அதுவும் இல்லையெனில், தன் ஆண் தனத்தில் மையலுற மறுக்கும், தமது தகுதியையும் முன்னே நிறுத்திப் பழக முயலும் பெண் மருத்துவர்கள் மீதான வெறுப்போ, அல்லது அவர்களை ஒருவிதத்தில் பழிவாங்குவதான அவரது நினைப்பின் சுகிப்போகூட இதற்குக் காரணமாக இருக்கலாம். இவற்றிலொன்றோ, அல்லது இவை அனைத்தினதும் கூட்டுக் கலவையான காரணமோதான் அவரின் நடத்தைக்குக் காரணம் என்றெண்ணினேன். என் அறிவிற்குச் சிக்கியது இதுதான். இதைவிட வேறு காரணங்களும் இருக்கக்கூடும். நான் அவரை வெறுத்துக் கொண்டிருக்கிறேன்.

அடுத்து வந்த வாரத்தின் கடைசி நாளான சனிக்கிழமை என்று நினைக்கிறேன், முன்னர் நடந்தது போன்றவொரு சம்பவம் மீண்டும் நிகழ்ந்தது. இடையிலும் சிலது நிகழ்ந்தனதான். இங்கவை முக்கியமல்ல.

அன்று வஞ்சி சந்தன வர்ண முழங்காலளவு சட்டை போட்டிருந்தாள். வலது புற மேற்தொடை ஓரத்தில் ஒரு செவ்வரத்தைப் பூ தையல் வேலைப்பாடும் இடப்புற மார்பின் சற்று மேலாக அதே ஆனால் பெரும் செவ்வரத்தைப் பூவாகவும்

அந்தச் சட்டை இருந்தது. இளவெள்ளை வர்ணத்தில் செருப்பு அதே வெள்ளை வர்ணத்தில் கைப்பை வைத்திருந்தாள். தற்செயலானதோ இலையோ, அந்த வர்ணவமைப்பு அவளுக்கு மிக அழகாக இருந்தது. அவளின் பவித்திரத் தனத்திற்கு இந்த வர்ணம் துணைநின்று பொருந்தி அழகு சேர்த்தது. கையில் செம்மஞ்சள் நிற மாம்பழம் ஒன்றை ஏந்தியபடி கட்டிலினருகே நின்றிருந்தாள்.

டொக்டர் இளநீல நீள்கோடு சேர்ட் போட்டிருந்தார். அதற்கேற்றாற்போல் அவர் போட்டிருந்த கருநீல பாண்ட் அந்த சேர்ட்டின் அழகையும் அவரின் அழகையும் கூட்டியிருந்தது. சாந்தமானவராக காண்பித்தது. பரமசோதியின் கட்டிலுக்கும் தனசிங்கத்தாரின் கட்டிலுக்குமிடையே நின்றிருந்த வஞ்சியின் அருகில் வண்ணன் டொக்டர் நின்றார். கூடப் போன விடுதியின் பொறுப்பு நெர்ஸ் கனகவதியம்மாவை அருகுக்கட்டில் பரமசோதியைத் தயார்ப்படுத்தி 'ரேடியோதெரப்பி' அறைக்கு அனுப்பிவைத்தார். கலைந்த தலைமுடியை கையில் கோதி அடிக்கடி மேலே தள்ளிவிடும் செய்கையின் மூலம், அவர் விடயத்தில் கருத்தூன்றி இருப்பதாகத் தோன்றுமாறு பார்த்துக்கொண்டிருந்தார். அதை மேலும் வலுப்படுத்த அந்த வழியால் போன முருகேசுவை அழைத்து ஏதோ சொல்லியனுப்பினார். ஆனால் அவர் வஞ்சியின் கவனத்தை ஈர்க்கிறார் என்று எனக்குத் தெரிந்தது.

கட்டிலின் அடிப்பகுதியில் தொங்கும் மருத்துவக் கோவையை எடுத்துக் கட்டிலில் தாள்களைப் பரப்பி அதில் எதனையோ சுட்டிக்காட்டி அதனை வஞ்சியைப் பார்க்க வைத்தார். அவள் குனிந்து அதனை கவனமாகப் பார்த்தாள். ஒருகையில் மாம்பழத்தையும் மறுகையில் கட்டிலிலிருந்த தாள்களையும் பிடித்திருந்தாள். அவர் நிமிர்ந்து நின்றபடியே எதையோ சொல்லிக்கொண்டிருந்தார். அவள் அதனைப் புரிந்துகொள்ளும் முயற்சியில் படிக்க முயன்றுகொண்டிருந்தாள்.

நான் மூக்காவின் கட்டிலருகே நின்று ஓர் அமைதியின்மையுடன் அதைப் பார்த்துக்கொண்டிருந்தேன். அவரது நாடகமும் அவரும். எனக்கு வெளியே போய்விட வேண்டுமென இருந்தது பார்க்க சகிக்கவில்லை. அப்போதுதான் என் சக ஊழியன் முருகேசு வந்து "உன்ன வெளிய தேடித் திரியிறன் டொக்டர் வரச்சொன்னார்" என்று சொல்லிவிட்டுப்போனான்.

நான் அவ்விடம் போனேன். வஞ்சி சட்டைக் கழுத்தைச் சரிசெய்து கொண்டு நிமிர்ந்து பார்த்தாள். நான் போனதுமே தாமதமின்றி எனக்கு மாணிக்கமையாவை காத்தாட வெளியே அழைத்துச் செல்லுமாறும் அவள் இந்த கட்டிலின் உறைகளை மாற்றி சரி செய்யவேண்டியிருப்பதாயும் சொன்னார். கூடவே ஜூனியர் நேர்ஸ்சிடம் மூக்காப் பையனுக்கு தேவையான ஊசியை எடுத்து வருமாறு உத்தரவிட்டார். அது கொசுறுக் கட்டளை என்பது புரிந்தது.

அவர் எனக்கு உத்தரவிட்டது வியப்பாக இருந்தது. ஏனென்றால் இது மீண்டும் மீண்டும் நடக்கிறது. ஆக, முன்னர் நடந்ததும் தற்செயலானதல்ல. வழமைக்கு மாறாக நிகழும் எதுவுமே வியப்பையோ அதிர்ச்சியையோ தரக்கூடியதுதானே. என் வெறுப்பு என்னவென்றால், உண்மையில் இந்தநேரம் நான் மாணிக்கமையாவைக் குளிப்பாட்டி வெளியே தேமா மரத்தின் கீழ் கொண்டுபோய் விடுகிற நேரந்தான். சில நேரங்களில் தேநீர் இடைவெளி எடுத்துக்கொண்டு நானும் அவரோடு இருந்துவிடுவதுண்டு.

இது வஞ்சிக்காக என்றேகூட வைத்துக்கொள்ளுங்கள் எனக்கு அதுபற்றி ஆட்சேபனையில்லை. ஆனால், அதனை நான் கட்டளையாகப் பெற்று இன்று செய்ய வேண்டியிருந்தது. என் காதலின் கனிவாக அவள் தந்தைக்கு நான் காட்டவேண்டிய அன்பை, பணிந்தும் குனிந்தும் தூரத்தில் நின்று தலையாட்டிச் சரி சொல்ல வேண்டியிருந்தது. படிப்பினால் வந்த பதவியின் அதிகாரக் கால்களில் என் கௌரவம் நசிந்து மூச்சுத்திணறியது. பெரு வலி.

அம்மா என்னைக் கொண்டுபோய்விட்ட அந்த மார்க் அன்டனி பாதிரியை நான் சபித்தேன். அன்றவர் அப்படி என்னுடன் நடந்திருக்காவிட்டால், யார் இல்லையென்று சொல்ல முடியும், நானும் இன்று டொக்டர் ஆகியிருப்பேன். கர்த்தரிடம் கருணையிருந்திருந்தால் அவர் பாதிரியை மன்னித்திருப்பரா? பாவி என்னையல்லவா பாவ மன்னிப்புக்காகக் கூட்டி வரச்சொன்னார். அந்தப் பாதிரியை மன்னித்துக் கருணை காட்டும் கர்த்தரைத் தொழுது நான் பாவம் தேடவா! இதுதானே காரணம் அம்மா எத்துணை சொல்லியும் என் தொட்டம்மாவே கெஞ்சிக் கேட்டும் பூசைக்கு ஒருபோதும் வரமாட்டேனென்று முடிவாகவே வளர்ந்ததற்கு. அம்மாவுக்கு இதெல்லாம் தெரியுமா. எல்லாம்

சொல்லித்தரும் அம்மா இம்மாதிரி விடயத்தைச் சொல்ல ஏதேனும் ஒரு வழி சொல்லித்தரவில்லையே.

நான் வஞ்சியைப் பார்த்தேன். அவள் என்னைப் பார்த்தாள்.

அவள் இப்படிக் கண்கொண்டு பார்ப்பது அரிது. நான் ஏதோ சிறு புழு போல என்னை உணர்ந்தேன். அல்லது, டொக்டர் அந்தச் சூழலில் அப்படியென்னை உணர வைத்தார். அவருக்கு அது தேவையானதாக இருந்திருக்கக் கூடும். அவசியமற்ற எதையும் செய்யும் மூடர் அல்ல அவர். நான் எனக்குள்ளே ஒரு மண் தின்னிப் புழு போலக் குடைந்து குமைந்து எனக்குள் ஊடுருவிப் புதைந்து கொண்டிருந்தேன். அங்கே ஒரே இருள்.

ஒருவேளை, மாணிக்கத்தாருக்கு நான் எந்த உதவியையும் செய்யாது விட்டிருந்தால் இப்படி ஒரு உத்தரவைப் பெற்றிருக்க மாட்டேன். இத்தகைய அவமானத்தை அடைந்திருக்கவும் மாட்டேன். ஒருவேளையென்ன அதுதான் உண்மை. ஏனெனில், மற்ற எந்த நோயாளிக்காகவும் டொக்டர் இம்மாதிரி உத்தரவை முன்னெப்போதும் தந்ததில்லை. பார்க்க ஆளிலாத ஒரு வயோதிபர் விடுதியில் இருந்தார். தோல் புற்றுநோய். அவரை குளிப்பாட்டச் சொல்லி முருகேசுவிடம் சொல்லியிருக்கிறார்தான். ஆனால், இது அப்படியல்லவே. வஞ்சியின் அப்பாவை இந்த நேரம் பார்த்து என்னையே வெளியே அழைத்துப் போகச் சொன்னதன் அவசரம் என்ன. ஏதோ உள் நோக்கம் கொண்டதுதானே. அதிகமேன்! அவர் அருகிலேயே அடுத்தக் கட்டிலருகில் நின்றிருந்த புதிய என் சக ஊழியன் ஒருவனுக்கு இந்த உத்தரவை அவர் வழங்கியிருக்க முடியுமே.

டொக்டர் அவ்வாறு சொன்னதன் மூலம் இதுவரை காலம் நான் வஞ்சியின் அப்பாவைக் கவனித்துக்கொண்டதுங்கூட தனது உத்தரவின் பேராலேயே என்பதை வஞ்சிக்கு தோற்றப்படுத்தவே விரும்பினார். இதுகூடப் புரியாத மூடனா நான். இதில் சந்தேகம் என்ன! சரி போகட்டும். நான் செய்வதற்கு ஒன்றுமில்லை. வஞ்சியை அடிக்கடி அவர் அழைத்துக் கதைப்பதன் மூலம் இதை மேலும் நம்புவிக்க முடியுமென்றும் எண்ணியிருக்கக்கூடும். வஞ்சிக்காக அவளது அப்பாமீது தான் அதிக அக்கறை கொண்டிருப்பதாக காட்டவிரும்பினார்.

அவள் பார்வையிட வரும் நாட்களில் அடிக்கடி அவளை அழைத்துக் கதைத்தார். அவளும் அவர் வார்த்தையில் அப்பா

குணமாகி நலமாக இருக்க வாய்ப்பு இருக்கிறதென்று நம்பத் தலைப்பட்டாள். வெகுளிப் பெண். வேறென்ன! அதனால் தானே அவளை ஆறுதல் படுத்தும் அணுகுமுறையோடு நடந்து கொள்ள அவருக்கு வசதியாக இருந்தது. அவளுக்கு அது வேண்டியுமிருந்தது. அதனை டொக்டர் சரியான சந்தர்ப்பமாக பயன்படுத்திக்கொண்டார். இப்படித்தான் இந்த விடயங்கள் குறித்துப் பொதுவாகப் புரிந்துகொண்டிருந்தேன்.

டொக்டருக்கு அவள் மீது ஈர்ப்பு வருவதற்கு அவருக்கு சகல தகுதியும் உண்டு. எவருக்குத்தான் தேன் வர்ணத் தேவதைகள் வாசல் வந்தால் கண்டுகொள்ளாமல் இருக்கத் தோன்றும்! மௌனத்தின் அழகுச் சித்திரமாயிருக்கும் அவள் மீது ஈர்ப்பு வராது! என்னைப் பொறுத்தவரை அவள் அழகு மாத்திரமல்ல அதற்கும் மேலானவள். அன்பின் வெண் நீலக்கடல் அவள். தன் துணையை வெல்லப்பண்ணும் அபூர்வப் பெண்ணவள். அவள் அருகில் துணைவன் என்று நிற்கும்போதே ஒரு நிமிர்வு தோன்றும். நிச்சயமாய்த் தோன்றும். இந்த அபூர்வம்தான் அவள் அழகே.

என்னுடனான அவளின், அல்லது அவள் குடும்பத்தின் நெருக்கம், 'இந்த அற்பனுக்கு இந்தகைய அழகோவியமா அல்லது ஓர் அபூர்வப் பெண்ணுக்கு இந்தச் சிற்றூளியப் பயலா' என்ற மன எரிவை டொக்டருக்குக் கொடுத்திருக்கலாம். அதனால், அவர் மனம் நிலையிழந்து பதட்டத்திற்குள்ளாகியிருக்கலாம். அத்தகையவள் தன்னிடம் மையலுறுவதை அவர் காணவோ, பிறருக்கு காட்டவோ ஆசையுற்றிருக்கலாம். இதுதான் அவளைத் தன் பக்கம் ஈர்த்துவிட அவரைத் தூண்டியிருக்க வேண்டும்.

ஒருவேளை, அவளை நெருங்குகையில் அவள் அழகுக்கும் மேலானவள். அவள் நேசப் பெருங்காட்டில் ஒரு குடில் என்பதே வரம்தான் என்று அவர் உணரக்கூடும்; உணர முடியாமலும் போகக் கூடும். என் கண்களும் அவர் கண்களும் ஒன்றல்லவே. ஆகட்டும் அவள் விதி! சில செந்தாமரைகள் சேற்றில் தங்கள் இதழ்களை அர்ச்சிக்க நேருவதில்லையா!

நான் மாணிக்கத்தாரை முதலில் குளிப்பாட்டினேன். பின் தான் வெளியே கொண்டு போய்விட்டேன். எதுவும் கதைக்கப் பிடிக்கவில்லை. கொஞ்ச நேரத்தில் மீண்டும் போய் அழைத்து வரவும் வஞ்சி வெளியே காத்திருந்தாள். டொக்டர் குளிப்பாட்டச் சொல்லாத போதும், நான் அவரைக் குளிப்பாட்டிக்

கொண்டுபோனது இது டொக்டரின் உத்தரவின் பெயரால் செய்வதல்ல என்று காட்டுவதற்காகவே.

பின் எனதிந்த அற்பச் செய்கை குறித்து எனக்கே கூச்சமாக இருந்தது. அவள் என் கண்களைப் பார்த்து "ரொம்ப நன்றியுங்க" என்றாள். நானும் அவள் கண்களையே பார்த்தேன். வார்த்தைகளை உதறிவிட்டு கண்களுக்குள் தேடினேன். அவள் முதன்முறையாய் நன்றி சொன்னாள். அந்த சொல்- அது முக்கியமேயில்லை; இல்லவே இல்லை. அவள் எனக்காகத் தன் கண்களில் ஓர் அர்த்தத்தை ஏந்தி வைத்திருந்தாள். நிச்சயமாக வைத்திருந்தாள். அதுதான் இங்கு முக்கியம். அதை அந்த கணத்தில் எனக்கவள் காண்பித்தாள். சத்தியமாய் கண்டேன். இதுதான் வஞ்சி.

ஒருவேளை டொக்டரின் இந்த வகையறாச் சின்னத்தனங்கள் வஞ்சிக்கும் புரிந்திருக்கலாம். பெரிய மனிதர்களின் மலிவான உத்தி. அதனால் தான், தன் நன்றி வார்த்தையையும் கண்களில் எனக்காக ஏந்திய அர்த்தப் புதுமையையும் அந்தக் கணத்தில் தந்தாள். எனக்கே எனக்காக தந்தாள். அவள் சொன்ன "ரொம்ப நன்றிங்க" என்பது வெறும் வார்த்தையல்ல. அவள் சொல்லும்போது நேரில் பார்க்காதவர்கள் வேண்டுமானால் அதை வெறும் வார்த்தையாக எடுத்துகொள்ளக் கூடும். எனக்கது அப்படியல்ல.

இதோ! இப்போதும் சொல்கிறேன் வஞ்சி. இந்த இரவின் மீது சன்னதமிடும் என் வாழ்வோலத்தை நீ அறிய வாய்ப்பேதுமில்லை.

பர்வதத்தின் மீது கட்டிய அரண்மனைக்கு உன்னைப் பூம்பல்லக்கில் சுமந்து செல்ல கனவொன்றை காலமெல்லாம் சுமந்திருப்பேன்.

ஏதேன் தோட்டத்தில் ஒரு கனியை நீ எனக்காக பறித்து வரக்கூடும். தாமதங்கள் பற்றிக் கவலையில்லை. நீ வருவாய் என்பதே என் தவமாயிருக்கும்.

உனக்குத் தெரியும், என் வீட்டுக் கடைக்கோடியில் இருக்கிறது பெருங்கடல். அதன் ஆழத்தே இருக்கும் உனக்கான பூவொன்றை நான் நீர்கிழித்து ஏந்திவருவேன். ஏதொரு நிந்தனையும் எனக்கில்லை. வரும்போது வா!

அத்தியாயம் 8

அநாதரவான நோயாளிகளுக்கு கொஞ்சமேனும் நான் உதவாமல் விட்டேனென்று யாராலும் சொல்ல முடியுமா தெரியவில்லை. இப்போதுங்கூட மாணிக்காத்தாரை மட்டுந்தான் நான் அக்கறையோடு கவனித்தேனென்று சொல்ல முடியாது. கடைச்சிக்கட்டில் நாகாய்யாவையுந்தான் கவனித்துக்கொள்கிறேன். இன்னும் சொன்னால் மாணிக்கத்தாரை விடவும் என்னை அதிகமாக நெருங்கி உறவாடியவர் நாகாய்யா என்றுதான் சொல்ல வேண்டும். மற்றது பரமசோதி. பணம் கொடுத்து ஆள்வைக்க அவருக்கு வசதியுண்டு. ஆனாலும் அவருக்கு நான் தேவை. அதிக புற்றுநோயாளர்கள் வருகையால் மாணிக்கமையாவின் அருகுக் கட்டிலிலிருந்த பரமசோதி, நாகாய்யாக்கு எதிர்ப்புறக் கடைசிக் கட்டிலுக்கு மாற்றப்பட்டுவிட்டார்.

ஒற்றைக் கை என்றாலும் நாகாய்யாவை குளிப்பாட்டவோ, கழிப்பறைக்குக் கூட்டிக்கொண்டு போகவோ வேண்டியிருக்கவில்லை. தன்னை பார்த்துக் கொள்வதற்கு அவரால் முடியாத சமயத்தில் நான் உதவினேன். பரமசோதியர் அநேக நாட்களில் அவர் கூலிக்கு ஆள்வைத்துக்கொண்டார். ஆள் கிடைக்காதபோது நான் உதவினேன். ஆனாலும் அவர்களுக்கு என் தேவை எங்ஙனம் என்றால் பிள்ளைபோல.

தவிரவும், பரமசோதி ஐயா தொண்டைப் புற்றுநோயால் அவதிப்பட்டாலும் அவரால் எழுந்து நடக்க முடியவில்லை. காரணம் சிகிழ்ச்சை. 'ரேடியோ தெரபி' சிகிழ்ச்சையால் தலையிலிருந்த முடி அனைத்தும் உதிர்ந்து வழுக்கையாகியிருந்தார். அவருடல் இனி அந்த சிகிழ்ச்சையை தாங்காதென்று டொக்டர் அதை நிறுத்திவிட்டார். கடைசிக் கட்டிலுக்கு அனுப்பப்பட்ட காரணமும் இதுதான். உடலிலும் உரோமங்களை

சிகிழ்ச்சை உதிர்த்திவிட்டது. உடலும் குறுகிவிட்டது. ஒரு வகை முண்டத்தனம் உருவத்திலிலும் முகத்தில் படித்த மனிதருக்குண்டான களையும் போய்விட்டது. வாயில் முணுமுணுப்பும் முகத்தில் சினமுந்தான் இப்போது அவர். முடியிழப்பு இங்கு பொதுவானது. இந்த விடுதியில் அனேகம் பேர் அப்படித்தான்; முடியிழந்த மனிதர்கள்தான்.

நாகாய்யாவின் கோரிக்கைகள் எளிமையானவை:

"தம்பி இன்டைக்கு வெள்ளிக்கிழமை 'சரவணவிலாஸ்'சில பாயாசம் வேண்டித்தாறியா கொஞ்சம் குடிச்சுப் பாப்பம்"

"தம்பி வெளியில நெஸ்ரோமோல்ட் 'டின்' ஒன்று வேண்டித் தாறியளா"

"தம்பி ஆஸ்பத்திரி பைரவ கோயில் வரைக்கும் என்னைக் கூட்டிக்கொண்டுபோய் விடுறியளா. வெளிய சனங்களைப் பாக்க ஆசையா இருக்கு"

இப்படியான வேண்டுகோள்கள் தான் அவரிடமிருந்து வந்தன. நான் எதையும் மறுத்தவனில்லை.

தவிரவும், அவருக்கு எதுவெல்லாம் செய்ய வேண்டியிருந்ததோ அதையெல்லாம் அவர் கேட்காமலேயே செய்தேன். அவர் சிகிழ்ச்சை காரணமாய் முதுகுவலி, நாரிவலியால் அவதியுறுவார். அது பக்கவிளைவு வியாதி. நான் ஒத்தடம் கொடுத்து, மீசைக்காரத் தைலம் போட்டுத் தடவிவிடுவேன். இரவு நேரக் கடமை எனக்கு வரும்போதெல்லாம் அவருக்குத் தேனீர் போட்டுக்கொடுப்பதிலிருந்து ஏதாவது சாப்பாடு வாங்கிவந்து வற்புறுத்தி சாப்பிட வைப்பதுவரை செய்தேன். அவருடனான நெருக்கத்தினாலேயே இதைச் செய்தேன். இது என் கடமையல்ல. மற்றும்படி, அவர் ஆஸ்பத்திரி இலவச உணவை நம்பித்தான் இருந்தார். அவரின் அப்பாவின் நண்பர் மகன் சின்னராசா வாரத்தில் இருமுறை வந்துபோவார். அப்போது புளிக்கஞ்சியோ, உளுத்தங்களியோ ஏதாவது கொண்டு வருவார். அவ்வளவுதான்.

புதிதாக வந்திருக்கும் இராம தாசன் எப்போதும் யாரையாவது உதவிக்கு அழைத்துக்கொண்டே இருப்பார். பிரதிக் கல்வியதிகாரியாம். வருமானம் போதியளவு இருந்தும் பார்ப்பதற்கு ஆள் வைத்துக்கொள்ளமாட்டார். உறவுகள் வந்தாலும் ஆஸ்பத்திரியில் கூட நின்று பார்ப்பதற்கு யாரும்

தயாரில்லை. எப்படி வருவர்? அந்தாள் பார்க்க வரும் தன் மனைவியிடமே நடந்துகொள்வதைப் பார்த்தால் வெறுப்பாக இருக்கும். மனைவியிடம் விசாரணை நடத்துவதைவிட வேறெதுவும் அவர் செய்வதில்லை. அவ்வளவு சந்தேக புத்தி. நடுத்தர வயதுக்குரிய களையான பெண்ணவள். அவமானத்திற்கு அஞ்சி நாசூக்காக பேச்சை மாற்றியே களைத்துப் போனாள். மனைவி யாருடன் படுக்கிறாளோ என்ற உபாதையில் இந்தாள் இங்கே தூங்குவதில்லை. யாருக்காவது நான் உதவுவது கண்டால் உடனே அழைத்துத் தனக்கும் ஏதாவது கேட்பார். மூஞ்சையில் குத்தவேண்டும்போல இருந்தாலும் நோயில் வலியுறும்போது நான் உதவுவதுண்டு.

மூக்காப் பையன் கேட்கவே வேண்டாம். அவன் என் மருமகப் பையன்போல ஆகிவிட்டிருந்தான். அவன் குடும்பச் சூழல் கேட்டபின் அவனைப் பார்த்துகொள்வது பிரத்தியேகமாக என் பொறுப்பாகக் கொண்டுவிட்டேன். அல்லது மேனகா மிஸ் தானே அவனின் விடயங்களை எங்களை அழையாமல் கவனித்துக் கொள்வாள்.

வஞ்சி வரும்போதெல்லாம் தன் தகப்பனுடன் சேர்த்து பரமசோதியரைப் போலவே முக்கியமாக நாகாய்யாவையும் கவனித்துக் கொண்டாள். மூவரும் பேச்சுத்துணையான நண்பர்களாகிவிட்டிருந்தனர். வஞ்சி, தான் நிற்கும் நேரத்தில் நாகாய்யாவுக்கு படுக்கை விரித்துத் துணிமணிகளை அலம்பிப்போட்டு உதவினாள். வீட்டிலிருந்து நேரடியாக வரும் நாளில், சவ்வரிசிக் கஞ்சியோ, மரவள்ளிக் கஞ்சியோ அவருக்காக எடுத்துவருவதுண்டு. பிழிந்த நாரத்தங்காய் சாறு இவர்கள் எல்லோருக்குமாக எடுத்துவருவாள்.

பரமசோதிக்கு பணமும் பார்க்க ஆளுமுண்டு என்பதைத் தெரிந்து கொண்டவள் நாகாய்யாக்கு இவையில்லை என்பதையும் புரிந்துகொண்டாள். அத்தோடு அவர் தன் மகள் ஒருத்தியைப் பற்றிய சோகத்தில் வாடுகிறார் என்பதும் தெரியவந்தது. இந்தக் காரணங்களால் அவள் இப்போது பரமசோதியைவிட நாகாயா மீது அதிக அன்புகாட்டத் தொடங்கினாள். பரமசோதியர் அதை உள்மனதில் வெறுத்தார் என்பது பின்னர் அவர் வஞ்சி பற்றி சொன்ன ஒருவிடயத்தில் புரிந்துகொண்டேன். இல்லையெனில் அவரேன் அவள் பற்றி அப்படிச் சொல்லவேண்டும்! அதைப் பிறகு சொல்கிறேன்.

எனக்கு இந்த விடுதியிலிருந்து ஒரு விடயம் வெளிச்சமானது. வயதான நோயாளர்களைப் பொறுத்து சிலர் வாழ்நாள் முழுவதும் பணம் சம்பாதிக்க முயன்றவர்கள். சிலர் தன் சுற்றத்தில் புகழ் சம்பாதிக்க முயன்றவர்கள். மூன்றாமவர் மிக அருந்தலாக மனித உறவைச் சம்பாதிக்க முயன்றவர்கள். பணத்துக்காகவும் புகழுக்காகவும் உழைத்தவர்கள் கடைசிக் கட்டிலுக்கு வரும்போதும் அதை இன்னும் அனுபவிக்காமல் போக விரும்பாத மனதோடு அவஸ்த்தையுற்றார்கள். உறவைச் சம்பாதித்தவர்கள் வாழ்வை அனுபவித்து முடித்த பாங்கில் பதட்டமின்றி மரணத்தை எதிர்கொண்டார்கள் என்று நம்புகிறேன்.

இன்னொரு வகையில் பார்த்தால் முடிக்காத கடமைக்காக அந்தரிப்பவர்கள், அனுபவிக்காத வாழ்க்கைக்காக ஏங்குபவர்கள், இவை இரண்டுமில்லாமல் இந்த உலகைப்பிரியும் மரணத்தை அஞ்சுபவர்கள் என இவர்களை வகைப் பிரிக்கலாம் என்று தோன்றுகிறது.

பரமசோதியர் விழுங்கிச் சாப்பிட முடியாதளவு நோயில் விழுந்துவிட்டார். கஞ்சி வகை உணவை மட்டுமே ஏதோ சில 'ஸ்பூண்' கொஞ்சம் உள்ளே தள்ள முடிந்தது. அவர் மீது எனக்கேனோ பரிதாபமாக இருந்தது. அவர் என் குடும்பம், ஊர் பற்றி விசாரித்தபோது கொஞ்சம் சங்கடத்திற்கு நான் உள்ளானது உண்மைதான். சாதியறியும் அந்தத் தலைமுறையின் புத்தி எப்போதும் எனக்கு எரிச்சலைத் தரும். ஆனால் அவர் பின் பழகுகையில் அதனை என்றுமே வெளிக்காட்டியவரில்லை. தவிரவும், யார் மீதும் சினங்கொள்ளும் அவர் மீதான என் வாஞ்சைக்கு, தனிமையில் மரணத்தை எதிர்கொள்ளும் வாதை கொடுமையென்று வஞ்சி வந்தபின்பு இப்போதெனக்குத் தெரிவதும் காரணமாக இருக்கலாம்.

நாகாய்யாக்கு ஆஸ்பத்திரி உணவைத்தவிர வேறு எது கிடைக்கும்! காலையில் கொடுக்கும் 'பாண்' அல்லது 'பண்ஸ்' எடுத்து மதியச்சாப்பாட்டுக்காக பாதுகாத்துக் கொள்வார். அதை பால்மா கரைத்து அதில் நனைத்து உமிழ்ந்து விழுங்குவார். மதியச் சாப்பாட்டில் முட்டை அல்லது மீன் மட்டும் எடுத்துக்கொள்வார். சுவை இல்லாத உணவை அவரால் பசியிலும் சாப்பிட முடியாது என்பதைப் புரிந்துகொண்டேன். இங்கு ஒவ்வொரு மனிதருக்கும் ஒவ்வொரு துயர்ப்பாடுகள்.

பரமசோதியருக்கு எல்லாவற்றையும்விட தேவையாக இருந்தது பேச்சுத் துணைதான். வாத்தியாராக வாழ்ந்தவரல்லவா. அன்பான ஒருவரின் அருகாமை வஞ்சி வந்தபின்பு அதிகம் அவசியப்பட்டது. மரணகாலத்தில், தன் மனதை திறந்து கொட்டிவிட யாராவது ஒருவர் அவருக்குத் தேவைப்பட்டது. வஞ்சியின் அப்பாவோடு எப்போதும் கதைக்க முடியாது. அவரும் நோயில் அவதியுற்றுகொண்டிருந்தார். தவிரவும், அவருக்கு எல்லாருடனும் ஒட்டாது என்பதை நானும் கவனித்தேன். இதனால் கடைசிக் கட்டிலுக்கு வந்துவிட்ட அந்தத் தேய்ந்துபோன மனிதர் என்னைத் தனக்கு நெருக்கமாக எண்ணினார்.

நேற்று, அவர் தன் மனதைத் திறந்து எனக்குச் சொன்ன கதை, பணமுள்ள மனிதர்களும் இப்படியெல்லாம் துன்புற நேருமா! என்றிருந்தது. அதைக் கேட்பவர்களுக்கு பணமும், அந்தஸ்த்தும் வாழ்வுக்கு ஒரு பொருட்டே இல்லையோ என்றெண்ணம் வரும்.

முன்பெல்லாம் பணமும் அந்தஸ்த்தும் இல்லாத மனிதர்கள் இந்த உலகால் கண்டுகொள்ளப்படாத, புறக்கணிக்கப்பட்ட, வாழத் தகுதியற்ற ஒரு விலங்காகத்தான் வாழநேரும் என்று விளங்கி வைத்திருந்தேன். பணமுள்ளவர்கள் மீது எனக்கொரு கோபமிருந்தது உண்மை. சரிசமமான வாழ்வு எவர் ஒருவருக்கும் கிடைக்கவேண்டும் என்பதே எப்போதும் என் மன ஆசையாய் இருந்தது. ஆனால், இவர் சொல்லுங் கதையை கேட்டால், பணமும் அந்தஸ்தும் கொண்டிருந்தும் மனிதர்கள் வாழமுடியாமல் எப்படியெல்லாம் தத்தளிக்கிறார்கள் என்ற வியப்பெழும்.

துயரும் வலியும் நிறைந்த ஒரு வயோதிகரின் கதையில் மனித வாழ்க்கைக்கு அன்பைத் தவிர வேறெதுவும் அர்த்தமூட்டிவிடாது என்று தீர்க்கமாய்த் தோன்றும். அவர் படும் அந்தரங்க அவஸ்த்தையின் வாழ்வனுபவக்கதை சொல்லவருவது, அன்பு. அன்பொன்றேதான் வாழ்க்கைக்கு அர்த்தமூட்டுகிறது. அதுவன்றி வேறெதுவும் வாழ்வில் வீணின் செயல் என்பதைத்தான். அவருக்கு உறவென்பது வளர்த்த பசுமாடுதான். அது ஈன்ற கண்டுகுட்டி அவரின் பேரப்பிள்ளைபோல. அதற்கு வேங்கை என்று பெயர் வைத்தாராம். போருக்குப் போன தன் பிரிய மாணவன் பெயராம். அந்த இரு சீவன்கள் தனித்துப் போவது பற்றித்தான் துயரோடு இருந்தார். இத்தனைக்கும் அவருக்குப் பிள்ளைகளும் பேரப்பிளைகளுங்கூட இருந்தார்கள்.

மெல்லென என்னுள் வந்த வஞ்சி, அவர் சொன்ன கதைப் பின்னணியிலிருந்துதான் விஸ்வரூபமெடுக்கத் தொடங்கினாள் என்றெண்ணுகிறேன். காரணம் நாகாய்யாவின் அன்றைய விவாதம். அன்பைத் தவிர வேறெதுவும் வாழ்விலில்லை என்பதை சாவின் கைப்பிடியிலிருந்த ஒரு மரண சாட்சியமாய் அவர் எனக்குச் சொன்னார். கைவிடப்பட்ட ஒரு வயோதிகனை, சாவு விழுங்கும் ஒரு வயோதிகனை, நோயின் வலிபொறாது சாவை இறஞ்சி நிற்கும் ஒரு வயோதிகனை வஞ்சி எப்படித் தன் நேசப் பெருங்காட்டுக்குள் இழுத்து அவரை ஆட்கொண்டாள் என்பதையும் நேரிற் பார்த்தவன் நான். அவளின் நடத்தைதான் பரமசோதியரைக்கூட தன் வாழ்வு குறித்துத் திரும்பிப் பார்க்கத் தூண்டியிருக்கக் கூடும். அவளன்றி உறவில் பொருள் வேறேதும் இருக்க முடியாதென்று நான் எண்ணியதில் என் தவறென்று என்ன இருக்க முடியும்!

உண்மையைச் சொன்னால், நாகாய்யா மற்றும் பரமசோதியர் மீது நான் கொண்ட இந்தளவு அக்கறை அவள் கொண்ட அக்கறையின் நீட்சிதான் போலும். ஒருவேளை அவளுக்கு நான் நல்லவன், சுயநலமற்றவன் அன்பே உருவானவன், அவள் நேசம் பெறத் தகுதியானவன் என்று காட்டுவதற்காகத்தான் அதைச் செய்ய நேர்ந்ததோ! இப்படியும் இப்போதொரு அசட்டு எண்ணம் என்னுள் வருவதுண்டு. அப்போதெல்லாம் அந்த சந்தேகப்புத்தி இராமதாசன் கூப்பிட்ட குரலுக்கு உதவ ஓடிப்போகிறேன்.

சிலமுறை அவள்தான் அப்படி அதற்காகச் செய்கிறாளா என்ற சந்தேகம் எழுந்ததுண்மை. மறுகணமே, என் கீழ்த்தரமான எடைபோடலுக்காக வெட்கினேன். என் மனதை உதைத்துத் தள்ளினேன். வஞ்சியைச் சந்தேகிப்பதே வஞ்சகந்தான்.

அத்தனை கேவலமானவனாகவா இருந்திருப்பேன்! இருக்கக்கூடும். அவளுக்காக எதையும் செய்யலாம், எதையும் இழக்கலாம் என்றளவுக்கு மனம் ஒரு கட்டத்தில் வந்துவிட்டிருந்ததே! அப்படி இருக்கும்போது. இது அவளுக்காக இருந்திருக்காதா. ஆனாலும், ஒரு உண்மையுண்டு. அது மட்டும் மெய்யிலும் மெய். நான் பரமசோதியரைக் கவனித்து உதவத் தொடங்கும்போது இந்த எண்ணம் ஒருவேளை இருந்திருக்கலாம். ஆனால், அவர் தன் மனதை என்னிடம் கொட்டிக் கண்ணீர் சிந்திய பிறகு- அதுவும் மரணத்தின் நச்சுப்பிடியில் நிற்பவரின் இறுதி வார்த்தைகளின்

பின்பு நான் அவளுக்காகவே அவையெல்லாம் செய்தேன் என்று சொல்ல முடியாது.

பரமசோதி ஐயா மனஞ்சிதறி, ஒரு நாளிரவு என்னுடன் தன் கதை முழுதும் பேசித்தீர்த்தார். அடுப்பில் வைத்த தேங்காய்ச் சிரட்டை தன் இறுதி நேரத்தில் சினந்து சீறி பற்றி எரிவது போலப் பேசினார். சமுத்திரத்தின் அடி ஆழத்தில் உறங்கிக்கிடந்த எரிமலை ஒன்று வெடித்து நீர்ப்பரப்பில் தீயாய் பிரவாகம் எடுப்பதுபோலவுணர்ந்தேன். கடலே பற்றியெரிவதுபோல அவர் உணர்விருந்தது. அதன் தீக்குழம்புகள், நோயிலும் கொடிதாய் பொசுக்கி எரித்தன அவரை. அந்தக் கதையின் அர்த்த சாரம், பின்னாளில் தீக்குழம்பாய் கொதித்தபடி என்னையும் துரத்தின; வெறிகொண்டு துரத்தின. அது வேறு கதை.

பகற்பொழுதும் வெம்மையும் சரிந்து, விடுதிக்கு வெளியே குளிர்மை காற்றில் பரவத் தொடங்கியிருந்த நேரம்! பார்க்க வந்த உறவுகள் போய் நோயாளர்கள் உறங்கிவிட்ட அல்லது உறங்கும் பாவனையிலுஉள்ள நேரம்! மாலை நிலவு மனித மனங்களின் தீராப்பாடுகளைக் காண வெளியே வந்த நேரம்! பரமசோதி ஐயா தன்னை வெளியே கொண்டுபோகக் கேட்டார். சில்லுவண்டியில் தூக்கியிருத்தி தள்ளினேன். மாணிக்கத்தார் வயிற்றைப் பிடித்துக்கொண்டு “அல்லற் பிறவி அறுப்பானே ஓவென்று சொல்லற்கரியானை சொல்லித்திருவடிக் கீழ் சொல்லிய பாட்டின் பொருளுணர்ந்து சொல்லுவார்...” என்று திருவாசகம் சொல்லியபடி தானும் எழுந்து வந்தார். நாகாய்யாவும் “எங்ஙன போறியள் எல்லாரும் என்னைவிட்டு” என்று சொல்லியபடி எழுந்து வந்தார்.

வெளியே அடர்ந்த தேமாப் பூ மரத்தின் நிழல், கீழிருந்த கல் இருக்கையில் பாதியும் நிலத்தில் மீதியுமாய் மெதுவென ஆடிக்கொண்டிருந்தது. சிங்கத்தாரையும் கைத்தாங்கலாய் அந்தக் கல்லிருக்கையில் இருத்திவிட்டேன். இரவுப்பொழுது வேலையென்று எதுவும் இல்லாததால் நானுங் கூட இருந்தேன். புழுக்கம் காற்றின் குளுமையில் தீரத்தொடங்கியது. அதனால், விடுதியின் உள்ளிருந்த புழுக்கம் எத்தகையது என்று இப்போதான் உணர முடிகிறது.

மனதை நெரிக்கும் நீண்ட அமைதியைக் குலைத்த நாகாய்யா முதலில் தளம்பிய மனத்தோடு தயங்கித் தயங்கி கதைக்கத் தொடங்கினார். அவர் சொன்ன கதை இதுதான்:

நாகாய்யாவுக்கு மூன்று பிள்ளைகள். விந்தன், நந்தினி, உமாதேவி. நந்தினியை வெளிநாட்டில் திருமணம் செய்து கொடுத்துவிட்டார். விந்தன் அரச அதிகாரியாக இருந்தபோதும் போராட்டத்தோடு இணைந்தும் பணி செய்திருக்கிறார். முள்ளிவாய்க்கால் கடைசி யுத்தத்தின் பின் மக்கள் தடுப்பு முகாமிலிருந்து வெளியேறி வெளிநாடு போய்விட்டார். உமாவோடு இவர் பேசுவதில்லை. திருமணத்திலிருந்து கோபம்.

நாகாய்யாவின் மனம் இரண்டாகப் பங்கிடப்பட்டிருந்தது. ஒன்று விந்தன் மகனான ஆதவன். இவரது பேரன். மற்றது மகள் உமா தேவி. இவரது சீவனில் பாதியான ஆதவன் கடைசி யுத்தத்தில் காணாமல் போனான். உமா இன்னமும் இவரைப் பார்க்க வரவில்லை.

உமாவைத் தன் சகோதரி மகனுக்கு திருமணம் செய்து வைக்க விரும்பியிருந்தார். காரணம் உமாவைப் பிரிந்து இவரால் வாழ முடியாது என்றளவு அவள்மீது அன்பு. இறுதிக் காலம் அவளோடுதான் என்ற எண்ணம். அவளுக்கு சொந்த மச்சான் மீது காதல் இருந்தது. அந்தக் காதல் கூட இவரது கள்ள ஏற்பாடு தான். பருவ வயதில் பக்கமாக பழக வைத்து காதல் வரப் பண்ணியிருக்கிறார்.

ஆனால் கல்யாணம் என்று வரும்போது வேறு சாதி மதம் கொண்ட ஒருவனோடு ஓடிப்போனாள். சிநேகிதியின் அண்ணன் அவன். அந்த அவமானத்திலும் மகளைத் தொலைத்துவிட்ட துக்கத்திலும் இறுதிக் கால நம்பிக்கை சிதைந்த கோபத்திலும் கதை பேச்சில்லாமல் அவளைக் கழித்து வைத்துவிட்டார். வீம்பு மனம் கரையவே இல்லை. மனைவி இறுதி யுத்தத்தில் மாத்தளனில் செத்துப்போனாள். குடியிருந்த பதுங்கு குழியிலேயே புதைத்துவிட்டார். பின் முள்ளிவாய்க்காலில் பேரனைத் தேடிப்போன இடத்தில் அவரது இடக்கையை இழக்கவும் நேர்ந்தது. உமாவோ ஆதவனோ பார்க்க வராமல் சீவனை விடமாட்டாத நெஞ்சமூத்தந்தான் இன்னும் அவரை உயிரோடு வைத்திருக்கிறது.

தேமாப் பூமரத்தின் கீழ் இந்தத் துன்பியலைக் கேட்ட மூன்று முனைகளும் துயர் தோய்ந்திருந்தன. ஆறுதலுக்கு ஒரு மனுசராவது அருகிருக்க ஆசையுறும் சீவன்கள். எனக்கு எழுந்துபோக மனமில்லை. மேனகா மிஸ் இன்று இரவுக்கடமையில் என்பதால் என்னை ஒன்றும் கண்டிக்கப்போவதில்லை. தேவையென்றால்

கூப்பிடுவாள். நாகாய்யாவின் கதையில் உந்தப்பட்ட பரமசோதியர் பேசத்தொடங்கினார்.

“தம்பி எனக்கும் மூன்று பிள்ளையள்... நீர் கலியாணம் செய்திட்டீரோ?”

“இன்னும் இல்லை... எதுக்கு?”

“இல்லை... சும்மா தான் கேட்டன். இத்தன வயசாச்சு கட்டேலையா எண்டு கேட்டன். நீர் இன்னும் கட்டேல எண்டுதான் இஞ்ச சொல்லிச்சினம்.”

“ம்ம்” என்று மட்டும் சொன்னேன். அவரது குரல் கேட்கச் சிரமமானது. கரகரத்து வந்தது.

“எனக்கு இரண்டு ஆம்பிளைப் பிள்ளையள். ஒரு பொம்பிளைப் பிள்ளை எல்லாரும் வெளிநாட்டில இருக்கினம்.”

“ஓ...”

“நான் தான் அனுப்பி வைச்சன். நான் ‘ஸ்கூல் ரீச்சரா’ இருந்தன். இந்தப் போராட்டம் வந்திது. எண்பத்தி மூன்றுக் கலவரத்தோட சிங்களவனில வந்த பயம்வேற கொஞ்சநஞ்சமில்ல... ஊர்ப் பொடியள் எங்க பாத்தாலும் இயக்கத்துக்குப் போகத் தொடங்கீற்றுதுகள் இந்தியாவில பயிற்சி. விட்டால் இவன் மூத்தவன் இயக்கம் அது இதுவெண்டு போராடப் போய்டுவான்போல இருந்திது. படிப்பை நிப்பாட்டி காணி ஒன்றை வித்து வெளிநாட்டுக்கு அனுப்பி வைச்சிட்டன். பிள்ளை உயிரோட இருக்கிறதுதானே அப்பனுக்கு முக்கியம். நான் அதைத்தான் செஞ்சன். நல்லாத்தான் இருக்கிறான். முன்ன உழைச்சுக் காசும் அனுப்பினான்.”

சொன்னவர் வார்த்தைகளை நிறுத்தி தலையை தொங்கப் போட்டார். மூக்கைச் சிந்தும்போதுதான் அவர் உடைந்துவிட்டது தெரிந்தது. மொட்டைத் தலையும் உரோமங்கள் அனைத்தும் உதிர்ந்துவிட்ட வெற்று மேனியுமாக தலைகுனிந்து இருந்தார். உணவை உள்ளெடுக்கவோ செரிக்கவோ முடியாத நோயுடம்பு மெலிந்து நெஞ்செலும்புளை வெளிக்காட்டி நின்றது.

“யோசிக்க வேண்டாம் ஐயா” நான் ஆறுதலுக்காக சொன்னேன். வேறென்ன செய்ய?

“இனி யோசிச்சு ஒண்டுமில்லை. சுயநலமியாத்தான் இருந்தன். இறுமாப்போடையும் இருந்தன். பின்ன கைவிட்டுப்போன

பரம்பரைக் காணிகளை திருப்பி மீட்டன். ஊரடங்க கோவில் திருவிழா செய்தன் இப்ப விளைவை அனுபவிக்கிறன்."

பரமசோதி ஐயாவால் தொடர்ச்சியாய் பேச முடியவில்லை. பேச்சுக்கான மூச்சுப் பலத்தை அவர் மனதாலும் உடலாலும் இழந்துவிட்டிருந்தார்.

பூனையொன்று தன் குட்டியை கழுத்தில் கவ்விக்கொண்டு புதர் மறைவில் ஓடியது. மறைவைத் தேடி ஓடிய அதனை பின் தொடர்ந்தன என் கண்கள். அதனை இடைமறித்து ஐயா மீண்டும் பேசினார்.

"அடுத்தவனை- அவன்தான் என்ர மற்ற மகனை கொழும்பில வேலை எடுத்துக்கொடுத்தன். பயங்கரவாதப் புலனாய்வாம் பிடிச்சுக் கொண்டுபோட்டாங்கள். நானும் அவங்களில பலபேரைத் தொடர்பு கொண்டு மகனை வெளிய எடுக்கப் பாத்தன். முடியேல. பிறகு, ஒருவழியா என்ர கல்வி அதிகாரி மூலமா அவங்கட பெரியவன் ஒருவன்ர தொடர்பு கிடைச்சுது. ஒன்றரை லட்சம் ரூபா காசு குடுத்து அவனை மீட்டுக் கொண்டுவந்தன். அவனென்னடாண்டால் புலிகளோட போய்ச் சேருறதுக்கு கங்கணம் கட்டிக்கொண்டு நிண்டான். அவன்ர சினேகிதன் இதை எனக்குச் சொல்ல, மூத்தவனிட்டயும் கொஞ்சங் காசு வாங்கி இவனை வெளிநாடு அனுப்ப ஏஜென்சிக்கு காசு கட்டினன். ஏஜென்சிக்காரன் ஏமாத்திப்போட்டான். அதுக்காக விட ஏலுமே சொல்லுங்கோ... காணி, வீட்டை ஈடு வைச்சு இன்னொரு ஏஜென்சிக்காரனைப் பிடிச்சு பிரான்ஸ்சுக்கு அனுப்பி வைச்சன். ம்ம்... இப்ப நல்லாத்தான் இருக்கினம் அவையள். வீடு காணியெல்லாம் அங்கேயே வைச்சியிருக்கினமாம்."

ஐயா சொல்வதை நிறுத்தினார். மூச்சிரைத்தார். நான் "நெஸ்ட மோல்ட் மா கரைச்சுக்கொண்டுவரட்டா" என்று எழும்பினேன்.

"இல்லை வேண்டாம் இதில இருடா தம்பி" என்று என் கையைப் பிடித்தார். நான் இல்லையென்று போய் ஒரு கோப்பை பால் மா சூடாகக் கரைத்து வந்தேன். அவர் உடனேயே அதனைக் குடிக்க மனமின்றி கையில் ஏந்தியபடியே அருகில் இருந்த நித்திய கல்யாணிப் பூச் செடியை வெறித்துப் பார்த்தபடி இருந்தார்.

நித்திய கல்யாணிப் பூ மரம் இருளில் தன் பூக்கள் உதிர்ந்துபோக தனித்து நின்றது. நல்ல சடைத்து வளர்ந்து பூத்துக் குலுங்கிய மரம். இரவுநேர நிலவின் மித ஒளியில் தன் பச்சை வர்ணத்தை

இழந்து கருமைகூட்டி நின்றது. அதன் கீழே எப்போதும் வஞ்சியின் பின்னால் வரும் பூனை மிளிரும் கண்களோடு படுத்திருந்தது. படுக்கப் பிடிக்காமல் அதன் குட்டிகள் துள்ளியோடிவிட்டன.

“தம்பி மிச்சமாய் இருந்தது பொம்பிளப் பிள்ளைதான். அவளை நம்பித்தானே நானும் மனிசியும் இருந்தம். அவளுக்கு கலியாணம் நாங்கள் பேசினம். அவள் மாட்டன் எண்டு ஒற்றைக்காலில் நிண்டாள். தான் வெளிநாட்டில தான் கலியாணம் செய்து போகவேணுமெண்டு அடம்பிடிச்சாள். எவ்வளவோ சொல்லிப் பாத்தம்... முடியேல. சினேகிதப் பெட்டையள் வெளிநாட்டில கலியாணம் செய்துபோய் அனுப்பின போட்டோவை பாத்து மயங்கினாளோ என்ன கருமமோ தெரியேல அடம்பிடிச்சாள். கடைசில மூத்த மகன் கட்டின மனிசி வழியால வரன் பேசி அவளும் வெளிநாடு போயிட்டாள்” நான் அவர் சொல்வதை வெறுமனே கேட்டுக்கொண்டிருந்தேன். மற்றவர்களும் அப்படிதான். அல்லது அவர்களிருவரும் தங்கள் கதைக்குள் போயிருக்கக்கூடும்.

“மனிசியடா தம்பி பிள்ளை போனதும் ஏங்கிப் போய்ச்சு. மெல்ல மெல்ல மனிசி வருத்தம் சொல்லத் தொடங்கிச்சு. பேரப்பிள்ளையளை போட்டோ ஆல்பத்தில பாத்துப் பாத்து ஏங்கிச்சு. மனிசின்ர தம்பி தன்ர பிள்ளையை வெளிநாட்டுக்கு எடுத்துவிடச் சொல்லிக் கேட்டார். எங்கட பிள்ளையளிட்ட கேட்க, அவங்கள் முடியாது தங்களிட்டக் காசு எங்கயிருக்கு... அதை விட இஞ்ச வந்து என்ன செய்யப் போயினம். இங்க கஸ்டப்படுறதைவிட ஊரில கஸ்டப்பட்டால் இதைவிட நல்லாய் இருக்கலாம் எண்டு மாமானோட பேசியிருக்கிறாங்கள். அதோடசரி... அதுகள் கோவப்பட, இருந்த உறவும் முறிஞ்சு போய்ச்சு. அவையள் எங்களுக்குப் பணத்திமிரெண்டும் தாங்கள் நல்லா வந்திருவமெண்ட எரிச்சலெண்டும் எங்களோட கதைக்காமல் விட்டினம். காணி சிலது வாங்கினனல்லோ... அந்தச் சனமும் கதைக்கிறதில்லை. இதைவிட எனக்கொரு தங்கச்சி இருந்தாள். அவள் ஒருத்திதான் எனக்கு. அவள் தன்ர மகளை என்ர ரெண்டு பெடியளில ஒருத்தன்கூட கலியாணம் கட்டேல்ல எண்டு கோவிச்சு கதைக்காமல் விட்டாள். ம்ம்...”

அவர் துயர் தாங்காமல் நிறுத்தினர். கரகரத்த தொண்டையில் சொன்ன வார்த்தைகளுங்கூட இத்தனை கோர்வையாக வந்திருக்கவில்லை. நான் அவரை ‘நெஸ்ரோமோல்ட்.’டை குடிக்கச் சொல்லி எடுத்துக் கொடுத்தேன். மூன்று மிடர் குடித்தார்.

"தங்கச்சிட்ட என்ர மகனுக்கு மகளைத் தா என்று சின்னனில சொன்னதுதான். இப்ப பிள்ளையள் கேட்குமே சொல்லு.. தம்பி, மனிசி இதையெல்லாம் யோசிச்சு யோசிச்சு வருத்தத்தில விழுந்திட்டு. ரெண்டு வருசத்துக்கு முன்னால அவளும் போயிட்டாள் என்னைவிட்டிட்டு. தாயையே தேடாததுகள் தாய் போனால் பிள்ளையள் தகப்பனை தேடுங்களே..சொல்லு. காலையில சந்தைக்கு காய்கறி கட்டினன். பள்ளிக்கூடம் முடிய தோட்டத்துக்குப் போய் மாடாய் உழைச்சு அனுப்பினன் வெளிநாடு..." நிறுத்தி அழுதார். மாணிக்கமையா நகர்ந்து கிட்டப்போய் முதுகைத் தடவினார்.

"அதெல்லாஞ் சரி, மனுசி வருத்தத்தில இருக்கிறபோதே ஊர்ச்சனங்கள் கதைச்சு திரிஞ்சுதுகளாம். 'ஊரார் பிள்ளையெல்லாம் போருக்கு போக, இவர் தன்ர பிள்ளையள பக்குவமா வெளிநாடு அனுப்பிப்போட்டு போராட்ட அரசியல் பேசித்திரியிறார் எண்டு. அதுவுஞ் சரிதான். அதுதான் அனாதைகளா இருக்கிறமாம்" மூச்சை இழுத்துவிட்டு மீண்டும் இரண்டு முறை குடித்தார். இருட்டில் அந்த வெற்று உடம்பு தளர்ந்து போயிருந்தது. குரல் வெளிவர உடம்பு சக்தியில்லாமல் தடுமாறியது. ஆனாலும் அவர் விடுவதாயில்லை.

"தம்பி பிள்ளையள காப்பாத்த எந்த அப்பன் ஆத்தாவுக்குத்தான் மனசு வராது சொல்லு. ஆனால் பிழை செய்திட்டன் எண்டும் யோசிக்கிறன். விதை, முளைச்ச இடத்திலதான் வளர வேணும். அதுதான் இயற்கை கண்டியா. அதுதான் விதைக்கும் நல்லது மரத்துக்கும் நல்லது சூழலுக்கும் நல்லது. ஓமோ இல்லையோ... போன பிள்ளையள் அங்க எப்பிடி இருக்கினம்... ஒருவரோட ஒருவர் கதைக்கிறதில்லையாம். பெரிய சண்டை. கேட்டியா கதைய... இதுதானோ சகோதரம். தாய்ட சாவீட்டுச் செலவுக்குப் பங்குபிரிச்சுச் செலவு காசு குடுக்கினமாம். த்தூ...." அவர் உண்மையாகவே வெளியே துப்பினார்.

"இப்ப பக்கத்து வீட்டுக்காரர் பிள்ளையளுக்கு என்ர நோய் நிலமை சொல்லியிருக்கினம். நான் கதைக்கிறதில்லை. இப்ப அவையளால வரமுடியாதாம். எனக்கு அந்திமக் கிரியையள் செய்யிறதுக்கும் வரவேண்டி இருக்குமாம். இப்ப 'லீவு' எடுத்தால் பிறகு எடுக்க முடியாதாம். கேட்டியா கதைய..."

சொன்னவர் அவ்வளவுதான் விம்மி விம்மி அழுதார். மூக்கால் ஒழுகியது. ஓர் இலவங்காய் போல திடிரென உடைந்து

போனார். காற்றில் பறக்கும் பஞ்சுத் துகழ்கள்போல, அவர் துயரம் கட்டிடங்களின் நடுவேயிருந்த அந்த சிறு வெளியெங்கும் சூழ்ந்தலைந்தது. அது அப்பாலும் பரவுவதாய் மனதில் ஒரு பிரமை. இரவின் நிசப்பதம் அப்படி அதைக் காவிச்செல்கிறதுபோலும்.

நித்திய கல்யாணி மரத்தின் கீழ் படுத்திருந்த பூனை முகத்தைச் சரித்து மினுங்கும் கண்களோடு கதை கேட்டுக்கொண்டிருந்தது. எதற்காகவோ அது வாயை ஆவென்று திறந்து 'மியாவ்' என்றது.

நிறுத்தி நெஞ்சைப் பொத்தி விம்மியழுதார். அழவிரும்பாத பழுத்த ஓலை அழுதது. மாணிக்கத்தாரும் அழுதார். அழாத நாகாய்யாவும் அழுதார். நாகாய்யாவின் நெஞ்சிலிருந்த பாம்பும் அழுதது. பார்த்திருந்த ஆஸ்பத்திரிக் கட்டிடங்களும் அழுதன. படுத்திருந்த பூனையும் அழுதிருக்கும். பூவுதிர்ந்த நித்திய கல்யாணி மரமும் அழுதது. நானும் அழுதேன் என்றுதான் நினைக்கிறேன்.

யாரைத் தேற்றுவதென்று தெரியவில்லை. எழுந்து அவரை நிமிர்த்தி முதுகைத் தடவினேன். உரோமங்கள் உதிர்ந்த அந்தக் குள்ளமான மொட்டை உருவம் சாவை இறைஞ்சி நின்றது.

எனக்கொன்று புரிந்தது: நோயில் கிடக்கும் தந்தையைப் பார்க்க வரவில்லை என்றால் உறவுகள் பழிசொல்லும். உறவற்றுப்போன சொந்தங்கள் சொல்லும் பழியில் என்ன இருக்கிறது! எந்தப் பாதிப்புமில்லை. தந்தையின் சாவீட்டுக்குப் பிள்ளைகள் வரவில்லையென்றால் ஊரே பழிசொல்லும. பழி பிரான்ஸ் நாடுவரை பரவும். இங்கே தெரிவுதான் முக்கியம். முன்னுரிமையை அவர்கள் சாவீட்டிற்கென வைத்துக்கொண்டார்கள். தவிரம் எஞ்சிய சொத்துக்களைப் பங்குபோடவேண்டிய பணியும் இருக்கிறதல்லவா! இங்கே பந்தமோ பாசமோ பொருளல்ல. எல்லாமே கணக்குத் தான். மனக்கணக்கு!

"தம்பி எவனுக்கும் வாழுங்காலம் நல்லா இல்லாட்டிலும் பரவாயில்லை. சாகுங் காலம் நல்லா இருக்கோணும்டா தம்பி. நல்லா இருக்கோணும்."

நான் உள்ளே போய் தண்ணீரும் பனையோலை விசிறியும் எடுத்துவந்து கண்ணீரிலும் வியர்வையிலும் நனைந்த அந்த உடலை அல்லது உயிரை காற்று வீசுக்கி உலரப் பண்ணினேன். இரவின் குளுமையைத்தாண்டியும் அவருடல் வியர்த்திருந்தது. தண்ணீரை மாணிக்கமையாவுக்கும் நாகாய்யாவுக்கும் குடிக்கக் கொடுத்தேன்.

கொஞ்சநேரம் அமைதி!

அங்கிருந்த கட்டிடங்களே அவர் அடுத்து என்ன சொல்வரோ என அஞ்சும் அமைதி!.

அந்தப் பூனை எழுந்தோடியது. ஓடிய பூனையும் எங்காவது இதைக் கேட்க அஞ்சியபடி காத்திருக்கும். எனக்கும் அச்சமாக இருந்தது.

"ஐயா வேண்டாம் விடுங்க. விடுங்கய்யா..."

"ம்ம்.... ம்ம்..."

அவர் மூக்கைச் சிந்தி தலையாட்டினார். கதையைக் கைவிடச் சம்மதித்து தலையாட்டினார். அதுபோதுமென்றிருந்தது எனக்கு.

ஆனால் நாகாய்யா நெஞ்சு முட்டி துயரத்திலிருந்த மாணிக்கத்தாரைப் பார்த்துச் சொன்னார்:

"தம்பி மாணிக்கம் உனக்கு அந்த ஒரு பிள்ளை போதும். ஒரேஒரு பிள்ளை, அந்தப் பிள்ளை மாதிரி இருந்தாப்போதுமடா. மனுசனுக்கு இப்ப அவஸ்த்தை நோயால இல்லை, கண்டியா! பிள்ளைய ஒருத்தனிட்ட கைப்பிடிச்சுக் குடுக்கேலையே எண்டது தான்ரா அவஸ்த்தை. சாவு உன்னை ஒண்டும் செய்யாது. நோயும் ஒண்டுமில்லை. ஆனால் இதுதான் உன்னை நித்தம் நின்று கொல்லுதடா தம்பி. அந்தஸ்த்துக்கு ஆசைப்பட்டு வந்த வரனையெல்லாம் கைவிட்டுடியோ என்று நினைக்கிறன். மடத்தனம்" அவர் தலையை இரு புறமும் ஆட்டினார். இல்லாத கையை மறைத்திருந்த துவாய் கீழே விழுந்தது. எனக்கோ வஞ்சியின் பெயர் வந்ததும் மனம் உயிர்த்தெழுந்தது.

மாணிக்கத்தார் எதுவும் சொல்லவில்லை. தலைகுனிவாக உணர்ந்தார்போலும். ஏதோ திருவாசகம் சொன்னார் யாரையும் பார்க்காமல். "போற்றிப் புகழ்ந்திருந்து பொய்கெட்டு மெய்யானார் மீட்டிங்கு வந்து வினைப்பிறவி சாரமே..."

அதைப்புரியாமல் பரமசோதியர் "அந்தஸ்த்து எதுக்குடா? அது வாழ வைச்சிருமா. வைச்சிருந்தால் இந்தா பார்... என்ர குடும்பத்துக்கு என்னாச்சு. இதை நான் சொல்லக் கூடாதடா. எனக்கு அந்த யோக்கியமில்லை. நாகா... உன்ர சின்னக் குஞ்சும் எங்கேயோ நல்லாத்தான் இருக்கிறாள்."

ஆனால், நாகாய்யா மாணிக்கத்தாரைப் பார்த்து சொன்னார் "உண்ட பிள்ளையை மட்டும் கட்டுறவன் பூர்வஜென்மத்திலும்

புண்ணியம் செய்திருக்கோணுமடா தம்பி. அதுதான் இன்னும் ஒருத்தன் வரேல்ல."

பரமசோதியர் ஏதோ மறுத்துச் சொல்லவந்தார். முடியாமல் முக்குளித்தார். தொண்டை அவரை அனுமதிக்க மறுத்தது. அவரால் முடியவே இல்லை. மூச்சிரைத்த மனிதரை மேலும் கதைக்க வேண்டாமென்று தடுத்தேன். படுக்குமாறு கேட்டு கட்டிலில் கொண்டுபோய்விட்டேன். வெளியே இரவு எங்களைப் பார்த்தபடியிருந்தது. அந்த தேமாப் பூ மரம் கதைகளைக் கேட்டு காற்றில் தன் இலைகளசைக்காது விறைத்து நின்றது. பூனைகள் பயத்தில் எங்கோ ஒதுங்கிவிட்டன.

போதும்!

அன்றைய நாளின் பின், நான் நானாக இல்லை. நான் எதுவாகவும் இல்லை. எதுவும் நானாகவும் இல்லை. நான் ஏதோ ஒரு வினோத புதிர் பதார்த்தத்துள் கரையத் தொடங்கிக் காணாமல் போய்க்கொண்டிருந்தேன்.

மாணிக்கவாசத்தார் முணுமுணுத்த வரிகளில் ஏதோ புதிரான அர்த்தமுண்டு அதை நினைவுகொள்ள முயன்றேன்; முடியவில்லை. மகள் வஞ்சி பற்றியதாய் இருக்குமோ?

இந்த இரவின் ஈரலிப்பில் ஒளிர்கிறது சிறு நிலவு. வில்லென வளைந்த அதன் ஒளிர்வளைவில், நீயும் நானும் ஊஞ்சல் கட்டியாடும் ஒரு காலத்தை வரமாய் வேண்டியிருந்தேன். கிடைத்ததுதான் அது. ஆனாலும் கனவா வரமா இல்லைக் கடனா என்று எந்தத் தெய்வமும் எனக்குச் சொல்லவில்லை. கேட்பதாயும் நானில்லை. இப்போதும் அஞ்சுகிறேன் அது கடனென்றோ கனவென்றோ சொல்லக்கூடிய தெய்வ பாவத்தை பிறகென்னால் மன்னிக்க முடியாமல் போகலாம் வஞ்சி.

அத்தியாயம் 9

வஞ்சி ஏதோ கடிதம் ஒன்றைக் கையில் வைத்து மெதுவாகத் தகப்பனுக்கு வாசித்துக் காட்டிக் கொண்டிருந்தாள். தாயும் அன்று வந்திருந்தாள். நான் எதேச்சையாக வருவதுபோல் அந்த இடம் நோக்கி வந்தபோது இதைக் கண்டேன்.

அவர்கள் மூவரின் முகமும் அசாதாரணமாகக் குலைந்து போயிருந்தன. சிறுமி ஒருத்தியின் கையிலிருந்து கசங்கிய கைக்குட்டைபோல முகங்கள் வியர்த்து நனைந்து, கோடுகள் தாறுமாறாக முகங்களில் பின்னி நெரிந்தன. அருகே போன நான் அதைக் கண்டதும், நிற்காமல் அப்படியே நேராக நடந்து போய்விட்டேன். ஏதோ குடும்பஞ் சம்பந்தமாக இருக்கக்கூடும்.

விலகிப் போனாலும் என் வேலைகளைக் கவனிக்க முடியாமல் அந்த முகங்கள் பின்னே துரத்தி வந்து முன்னால் நின்றன. தவிர்க்க முடியாமல் அந்த முகங்களின் துயர்க் கோலங்கள் பற்றி மனம் எண்ணிக்கொண்டேயிருந்தது. அது, காரணத்தைக் கண்டறியும் அவாவில் இருந்தபோதும் நான் தவிர்த்து நடந்தேன். பின், மனம் அதன் பின்னாலேயே செல்லத் தொடங்கியது. உடலில் நான் விரும்பாத ஒரு பதட்டம் பரவி என்னைப் பலகீனப்படுத்தியது. தூரத்தில் மேனகா மிஸ் என்னையே கவனித்துக்கொண்டிருக்கிறாள் என்று பட்டது.

உண்மையைச் சொன்னால் இன்று சனிக்கிழமை எனது வேலை நாளே இல்லை. இந்தக் கிழமைநாள் முழுதும் வஞ்சி வரவில்லை. வேலையில் விடுப்புத் தர மறுத்துவிட்டார்களாம் என்று அம்மாள் சொல்லியிருந்தாள். தனியாக வீட்டில் படுக்க

முடியாததால் தகப்பனின் நெருங்கிய சிநேகிதன் வீட்டில் படுப்பாளாம்.

"அகத்தி ஆயிரம் காய்காய்த்தாலும் புறத்தி புறத்திதானே. ஆயிரம் உதவி செய்யலாம் அதுக்காக பொம்பிளப் பிள்ளைய இப்பிடி அவையிட வீட்டில தங்க விடேலுமே. என்ன செய்ய எங்கட விதி. ஆமிக்காரன் இரவில அலையுறான்..."

அம்மா மனம் அங்கலாய்ப்பாய் இப்படிச் சொன்னாள். மாத இறுதி என்பதால் வேலைகளை முடித்துக்கொடுக்க வேண்டியிருந்ததாம். இன்று சனிக்கிழமை எப்படியும் வஞ்சி வருவாளென்று எனக்குத் தெரியும். என் சக ஊழியனின் வேலை நேரத்தை அதனாலேயே எனக்கு மாற்றிக் கொண்டேன்.

விடுதி முழுவதும் சனங்களின் இரைச்சல், காதையும் மனதையும் சிதைத்தபடியே இருந்தது. வெயிலின் கொடுமையால் தூரத்திலிருந்து அலைக்கழிந்து வரும் மனிதர்களின் வியர்வை நெடியும் விடுதியிற் பரவியிருந்தது. மனதுக்கு இதமளிக்காத ஓசையும், நெடியும் காற்றில் கரைந்து எரிச்சலூட்டின.

புற்று நோயாளிகளின் வரவு இன்னும் அதிகரிக்க, தங்கி நின்று சிகிழ்ச்சை பெற வேண்டியவர் தொகையும் இரட்டை மடங்கிலும் அதிகமாகிவிட்டது. அதிகப்பேர் வன்னிப் போர் நடந்த பிரதேசத்து நோயாளிகள் என்பதால் 'ரேடியோ தெரபி' செய்வதற்கு வீட்டுக்கு போய்விட்டு குறித்த நாளில் மட்டும் வாருங்கள் என்று சொல்லமுடியாது. வன்னி நெடுந்தொலைவில் இருக்கிறது.

எனக்கு மாணிக்கத்தார் துண்டு வெட்டி வீட்டுக்கு அனுப்பப்படக் கூடுமோ என்று பதட்டமாக இருந்தது. வஞ்சியுடனான தொடர்பு அறுந்தே அறுந்து போய்விடும். சவர்க்கார நுரை கரைத்து பப்பாசிக் குழாயால் ஊதி விளையாடிய வர்ணக் குமிழிகள்போல என் கனவுகள் அனைத்தும் காற்றில் மிதந்தலைந்து கண் முன்னே வெடித்துச் சிதறும். நான் அஞ்சினேன்.

ஆனால், மருதனார்மடம் பகுதியிலிருந்த வயோதிகர்களுக்கான விடுதியொன்றை, யாழ்ப்பாண வைத்தியசாலையின் புற்றுநோயளர் விடுதியாக மாற்றம் செய்தனர். தெல்லிப்பளை வைத்தியசாலையிற்றான் 'ரேடியோ தெரபி' செய்யப்படுவதால் அயலூரான இது வசதியானதும் கூட.. இந்தப் புது விடுதியை உருவாக்கும் நடவடிக்கைக்கு வண்ணன் டொக்டரின்

பங்கும் முயற்சியும் முக்கியமாய் உண்டு. அவர் இதனை முன்னின்று செய்திருக்காவிட்டால் நோயாளர்கள் பெரும் அவதியுற்றிருப்பார்கள். நூறு தடைகள் இருந்தபோதும் அவர் விடாப்பிடியாக இதனைச் செய்து முடித்தார்.

ஆனால், என்னவிருந்தாலும் மாணிக்கத்தாரை மாவட்ட வைத்தியசாலைக்கோ, வீட்டுக்கோ- ஏன் மருதனார் மட புதிய விடுதிக்கோகூட டொக்டர் அனுப்பவில்லை. அவருக்கு 'ரேடியோ தெரபி' கூடக் கொடுக்கப்படவில்லை. 'கீமோ தெரபி'யால் முயற்சித்துப் பார்த்துக்கொண்டிருந்தனர். இவை மாத்திரைகள் தானே. இப்படியிருக்க அவர் மட்டும் இடம் மாற்றப்படாததற்குக் காரணம் வெளிப்படை. அது வஞ்சி, வஞ்சி, வஞ்சியேதான்.

வஞ்சியின் மீது டொக்டருக்கு அதிகரித்து வந்த ஆர்வம் அதைக் காட்டியது. மேனகா மிஸ்ஸுக்கு இது மன உழைச்சலைத் தருகிறதென்று தெரிகிறது. இல்லாவிட்டால் இப்போதெல்லாம் அவளேன் மனக்குழப்துடனேயே இருக்க வேண்டும். மாணிக்கத்தாரை இடம் மாற்றுவது பற்றி அவளும் டொக்டரிடம் ஒரு முறை பரிந்துரைத்தாளே! தவிர இன்னொன்று, அவள் வஞ்சி வரும் நாட்களில் தானே இப்படிக் குழம்பிய மனதோடு இருக்கிறாள். நான் எல்லாவற்றையும் அவதானித்துக்கொண்டுதான் இருக்கிறேன். ஆனாலும், எனக்கு மாணிக்கத்தாரை இடம்மாற்றாத அந்தத் தீர்மானம் மகிழ்ச்சிதான். டொக்டர் மீது நன்றி கொள்வதா கோபம் கொள்வதா என்று எனக்கே தெரியவில்லை.

பார்வையாளர் நேரம் முடிந்து வஞ்சியும் தாயாரும் வெளியேயுள்ள நடைபாதை இருக்கையில் அமர்ந்திருந்தார்கள். இன்று புதுக்குடியிருப்பிலிருந்து வந்ததனால், அவர்கள் பின்னேரப் பார்வை நேரம் நான்கு தொடங்கி ஆறு மணியையும் முடித்துக்கொண்டே வீடு திரும்புவார்களென்று எனக்குத் தெரியும். மாறாக அன்றே ஊருக்குத் திரும்பி, அடுத்தவரை மறுநாள் அனுப்புவதாக இருந்தால் வஞ்சியோ தாயோ காலை ஆறு மணிப் பார்வை நேரத்துக்கு வந்து மதியமும் நின்று திரும்பிவிடுவர். இன்று தாயும் மகளுமாக வந்திருந்தனர்.

நான் அந்த இடம் போகும்போது தாய் நீள மர இருக்கையில் சரிந்து படுத்திருந்தார். நீண்ட நேரப் பிரயாணம் இந்த வயதில் இளைப்பை தந்திருக்கக்கூடும். வஞ்சி கையில் ஒரு புத்தகம் வைத்துப் படித்துக்கொண்டிருந்தாள்.

"என்ன புத்தகமெல்லாம் படிக்கிறீங்கள்போல" கேட்டுக்கொண்டே போனேன்.

"ம்ம்" என்றாள்.

ஒருக்களித்து இருக்கையில் மடித்து வைத்திருந்த காலை என்னைக் கண்டதும் கீழே விட்டாள். வஞ்சியின் முகம் முதல் நாள் கண்டதுபோல வாடியிருந்தது. களைப்பா அல்லது வேறு காரணமா என்று தெரியவில்லை களைப்பாகத் தோன்றவில்லை.

"என்னது புத்தகம்?"

"சும்மா...." வேற எதுவும் சொல்லாது புத்தகத்தைக் காட்டினாள் 'பச்சை வயல் கனவு' என்றிருந்தது.

"ஓ... உங்கட ஊர் எழுத்தாளர் தாமரைச்செல்வி எழுதினதா" என்றேன்.

"எங்கட ஊரில்லை இவா கிளிநொச்சி. தெரியுமா... எப்புடி"

"வாசிச்சு இருக்கிறன். இது வாசிகேல்ல. அவட வேற சிறுகதைகள் வாசிச்சு இருக்கிறன்."

"என்னது வாசிப்பீங்களா?"

அவள் அதிர்ந்ததுபோல் ஆச்சரியமாகக் கேட்டாள். ஒரு ஆஸ்பத்திரி 'அட்டெண்டெண்ட்' புத்தகம் வாசிப்பானா என்று அதிர்ச்சி அடைந்திருக்கக்கூடும். முகத்திலிருந்த துயர்க்கோலம் மாறி, முகம் ஆர்வக் கோலமாயாகியது. வஞ்சியின் வியக்கும் முகத்தை இப்போதுதான் முதல் முறையாய் பார்கிறேன். அதிலும் அவள் அழகாய்த்தான் இருக்கிறாள். இருந்தாலும் 'என்னவுலகம் நாங்கள் புத்தகம் படிப்பது இவர்களுக்கு அதிசயமா' என் வழமையான கோபம் இங்கிதம் இல்லாமல் எழுந்தடங்கியது. தாய் சேலையைச் சரி செய்துகொண்டு எழுந்திருந்து, "இருக்கோவன் தம்பி" என்றாள். நான் இருந்தேன்.

"புத்தகமெல்லாம் வாசிப்பீங்களா" அவள் மறுபடி கேட்டாள்.

"ம்ம்... வாசிப்பன். மனிசனுக்கு ஏதோ ஒரு கெட்ட பழக்கம் இருக்கத்தானே வேணும். நான் இதைப் பழகிட்டன். எனக்கொரு டீச்சர் இருந்தா. அவட வீட்டுக்கு நான் படிக்கப் போவன். அவாதான் இந்தக் கெட்ட பழக்கத்தை இளம்வயசில பழக்கினா. பிறகு...பிறகு அது வளர்ந்திட்டுது" இடையில் ஒன்றை சொல்ல

நினைத்து தயக்கத்தில் வேண்டாம் என முடித்துக்கொண்டேன். அது சிறை இருந்த கதை.

அவள் சிரித்தாள். கொஞ்சம்- மிகக் கொஞ்சந்தான் சிரித்தாள். ஆனால், உண்மையாகவே சிரித்தாள். அந்த சிரிப்பு திடீரன அந்த டீச்சரின் தங்கையையொத்த அதே சாயலாகத் தோன்றி மறைந்தது. இப்போது கவனித்தால் வஞ்சியின் ஏதோவொரு சாயல், ஒரு அசைவு அவள்போலவே இருக்கிறது.

டீச்சர் இல்லாத சமயத்தில், அவள் பாடம் சொல்லித்தரும்போது நான் குறும்பாய் ஏதாவது சொல்லியபடியே இருப்பேன். அப்போதெல்லாம் அவள் இதுபோலவேதான் சிரிப்பாள். அல்லது ஓர் அணிலுக்கு அடிப்பதுபோல குச்சுத்தடியால் அடிப்பாள். அவளிடம் அந்த அடி வாங்குவதற்காகவே அப்படி நான் திரும்பத் திரும்பச் செய்வேன்.

வஞ்சிக்கு என்னுடைய பேச்சு உண்மையாகவே சிரிப்பைத் தந்தது. நான் உடல் நெளித்துச் சொன்ன விதமும் ஒரு சாங்கமாகத்தானே இருந்தது. சிரிப்பூட்டத் தானே நானும் அப்படிச் செய்தேன்.

“எப்பிடியான நாவல் வாசிப்பிங்க” கொஞ்சம் குழந்தைத் தன முகத்தோடு கேட்டாள். அவளின் வாடியிருந்த முகம் மெல்லென மலர்வது என்னுள் பூரிப்பைத் தந்தது.

“டீச்சர் முதமுதலில தந்தது மு.வரதராஜன் எழுதின ‘கரிக்கோடுகள்’. அவ, இந்துமதி, சுஜாதா, ஜெயமோகன், பாலகுமார், கோகிலா மகேந்திரன், வாஸந்தி கதைகளை வாசிப்பா. எனக்கும் தருவா. பிறகு ஒருவர்- யாரெண்டு கேட்க வேண்டாம். எங்கட ஊர் நூல்நிலையத்துக்கு டானியலின் ‘தண்ணீர் தண்ணீர்’ ‘ஒரு தனி வீடு’ நாவல்களையும் மற்றது ‘கோசலை’, ‘வில்லுக்குளத்துப் பறவைகள்’, ‘அம்பாளைக் கும்புடுறானுக’ மாதிரியான சிறுகதைத் தொகுப்புகளையுங் குடுத்தார். இதவிட, மிச்சம் அரசியல் தத்துவப் புத்தகங்கள். நான் வாசிக்கிறதை அறிஞ்சு தனிப்பட்ட முறையிலும் எனக்கு சில புத்தகங்கள் தருவார். நான் வாசிச்சிட்டு குடுப்பன்.”

இப்படிச் சொன்ன நான், தயங்கி சிறையிற் படித்ததை மறைத்து மிகுதியையும் சொன்னேன்.

“அவர் ரஷ்யா, ஆபிரிக்க நாவல்களையும் அறிமுகப்படுத்தினார். தாய், புத்துயிர்ப்பு, போரும் சமாதானமும், குற்றமே தண்டனை, அன்னைவயல், வேர்கள், சிதைவுகள், போர்முரசு சிறுகதைகள்,

இப்பிடிப்போச்சுது. தமிழ்நாட்டு எழுத்தாளர்கள் எண்டா பா.சிங்காரம், ஜி.நாகராஜன், ஜெயகாந்தன், தஞ்சைப் பிரகாஷ் புதுமைபித்தன், ஜானகிராமன் இப்படி எல்லாமே அவர் காட்டினதுதான்.

"ஓஓ...." அவள் நீண்ட 'ஓ' சொன்னாள். அந்த 'ஓ'வில் ஒரு நூதனமான வியப்பிருந்தது. நான் அவளிடம் கேட்க விரும்பினேன். வஞ்சியுடன் அதிக நேரம் கதைப்பதற்குத் தானாக வாய்த்துவிட்ட அரிய விடயப்பரப்பு இதுவென என் கள்ளமனம் கணக்குப் போட்டிருக்கவேண்டும்.

"நீங்க யாரை விரும்பி வாசிப்பீங்கள்?"

"நான் வாசிக்கிறது குறைவு ஏதோ கிடைக்கிற கதைபுத்தகங்கள் வாசிப்பன்."

"ஓ... நான் தரவா" என்றேன். நல்ல சந்தர்ப்பம் அல்லவா!

மேனகா மிஸ் வெளியே வந்து எட்டிப்பார்த்துவிட்டு ஏதும் சொல்லாமலே முகத்தை ஒரு சிடுக்காக வைத்துக்கொண்டு போனாள். வஞ்சி மேனகாவை ஆர்வத்தோடு பார்த்தாள். இவள் எப்போதும் இப்படிப் பார்ப்பதைக் கண்டிருக்கிறேன். மேனகாவின் முகமோ சரியில்லை. அவள் அப்படிச் செய்பவள் அல்ல. நான் அப்போதும் எழுந்து உள்ளே போக விரும்பவில்லை. இந்தக் கனிந்த தருணத்தை கைவிட மனமொப்பவில்லை. மேனகா மிஸ்ஸிடம் பின்னர் சமாளித்துக் கொள்ளலாம். அவள் என்னைக் கடிந்துகொள்ள மாட்டாள்.

ஆனால் இந்தக் கதையை முறித்து அம்மா குறுக்கறுத்துக் கேட்டாள். அம்மா இடையிட்டதை மனம் வெறுத்தது. அவள் முடிகள் சிலும்பி இருந்தன. அதனால் கேள்வியின் தொனி கொஞ்சம் அச்சமூட்டும் முகத்தைக் கொண்டிருப்பது போலவிருந்தது.

"தம்பி கல்யாணம் கட்டிட்டீங்களா?"

"இன்னும் இல்லை."

சொல்லக் கூச்சமாக இருந்தது. வஞ்சிக்கு நான் கட்ட இல்லையென்பது ஏற்கனவே தெரியும். நான் வஞ்சியைப் பார்த்தேன். களவாகத்தான் பார்த்தேன்.

"எதுக்கு இன்னும் கட்டாமல்... எத்தினை வயசு தம்பி?"

“முப்பத்தியெட்டாகுது. யாரும் வாய்க்கேல்ல. அதால கட்டேல்ல சரியெண்டு இருந்திட்டன்” சொல்லிவிட்டுச் சிரித்தேன். ஆனால் அவர்களின் பிரதிபலிப்பைப் பார்க்கவும் விரும்பினேன். எந்தப் பிரதிபலிப்பும் இல்லமால் அம்மாள் சிந்தனை முகத்தையே வைத்திருந்தாள்.

“ஊர் எது?”

“திருநகர்.”

“அது எங்க இருக்கு?”

“இங்கதான் பக்கத்தில... ரெண்டு மூண்டு கிலோமீற்றர் இருக்கும்” அம்மா இமைகளைச் சுருக்கி மீண்டும் சிந்தனை பாவத்தில் இருந்தாள். ஆனால், வஞ்சி அப்போது என்ன சொன்னாள் என்பதுதான் முக்கியம். அவள் தலையை ஒரு சிடுக்காக ஆட்டி முடியை முன் பக்கமாக எடுத்துவிட்டு சொன்னாள்:

“உங்கட நல்ல மனசுக்கு, நல்ல மனமுள்ள ஒருத்தி கெதியா வருவா. அவளும் உங்களைக் கட்ட குடுத்து வைச்சவளாய்த்தான் இருப்பாள். வாழ்க்கை முழுதும் கூட வருவாள். யோசிக்காதைங்கோ. ஆனா ஒரு விசயம், அவள் வரேக்க நீங்களும் ஓம் எண்டு சொல்லிடோனும். சரியா...” கண் மினுங்கச் சொலிவிட்டு அவள் உள்ளே விடுதியைத் திரும்பிப் பார்த்தாள். யாரும் கேட்கிறார்களோ என்று நினைத்திருக்கக் கூடும்.

இதைச் சொன்னது வஞ்சியா? வஞ்சியேதான் இப்படிச் சொன்னாள். நம்ப முடியவில்லை, இல்லையா! சத்தியமாய் என் வஞ்சியேதான் இப்படிச் சொன்னாள். இதைவிட அவள் தன் காதலை வேறு எப்படி அழகாய் அறிவித்திருக்க முடியும். அவள் எப்படி அழகாய் இருந்தாள் தெரியுமா!

முகில்களுக்குத் தெரியும் நிலவின் ஒளியை எப்போது மறைப்பது எப்போது விடுவிப்பதென்று. அதுபோலத்தான் வஞ்சியின் இந்த அறிவிப்புக்காக என் நல்விதி காத்திருந்ததாக்கும். யாதொரு ஆட்சேபனையும் இல்லை வஞ்சி. லில்லிப் பூக்கள்போல நீயிருப்பதும் எனக்கொரு ஆதூரமான கிளர்ச்சிதான். பருவகாலத்திற்காக மண்ணில் மறைந்து கிடப்பதுதானே லில்லி தரும் பூரிப்பே. இதை யாரறியார் சொல்லு! பூக்கும் என்பதை விசுவாசிப்பதுதானே பூமியின் தர்மம். எல்லாப் புதையல்களும் தம் தருணத்திற்காக பூமி எங்கும் மறைந்தே கிடக்கின்றன வஞ்சி.

உனக்குத் தெரியும் உள்ளொழிப்பது எதுவரை, உலகறிவிப்பது எப்போதென்று.

லில்லிபோலவும் அல்ல, ஆயிரம் வருடத்திற்கு ஒருமுறை பூக்கும் அபூர்வ மலராக பூத்திருந்தாள் வஞ்சி. வியாகுலச் சித்திரமேயாகிலும் ஆன்மத் துடிப்புள்ள அழகோவியமாயிருந்தாள். அவள் குலதெய்வத்திற்கு அர்ச்சிக்கும் மலர்போல, அன்னை மேரியின் பாதங்களுகேற்ற மலர்போல அழகிய வார்த்தைகளில் தன் மனதை அறிவித்தாள். என் மீது அர்ச்சித்தாள்.

இந்தக் கருங்கல் சிலைக்கும் அதன் பாசி நீக்கி பூஜை நடக்குமென்று நான் ஒரு கனவும் கண்டதில்லை. எனக்குள் ஒளி பெருகிவருவதான உணர்வு. உள்ளொளி வழிய உத்தரத்தில் நான் உட்கார்ந்திருப்பதாய் எனக்கே ஒரு உணர்வு.

அவள் கண்களில் மெல்லிய நீர் ததும்பியிருந்ததை அப்போது கண்டேன். அந்த நீரிற் பட்ட ஒளி கண்களை மேலும் மினுங்கச் செய்தது. அந்த நீர் கூட கண்களில் சுரந்ததல்ல. அது கண்களின் நீரேயல்ல. புரிகிறதா! அது இதயத்தின் - மெல்லிதயத்தின் அன்பெனும் பெருவெள்ளம். காதலின் திருச்சுனை அது. அவள் காதலை என் முகம் பார்த்துச் சொன்னாள்; தன் வார்த்தைகளால் தெளிவாய்ச் சொன்னாள்.

"ஆண்டவன் அதுக்குத்தான் காக்க வைச்சிருக்கிறார்" வெளியே கட்டிடத்தைப் பார்த்திருந்த அம்மா இரட்சிக்கும் முகமும் குரலுங் கொண்டு சொன்னாள். நான் எதிர்பார்க்கவேயில்லை. அதிலுங்கூடப் பொருளிருந்தது. பரமசோதி ஐயா அன்று சொன்னது நினைவு வந்தது. அம்மா இந்த வார்த்தைகளோடு கீழே குனிந்துவிட்டார். நாங்கள் ஒருவரை ஒருவர் பார்த்துக் கொள்ளட்டும் என்பதுபோல இருந்தது அது. தாயல்லவா!

வஞ்சி என்னைப் பார்த்தாள். நான் தான் கொஞ்சம் தடுமாறினேன் என நினைக்கிறேன். அவளைப் பார்த்தேன். அவள் முகம் என்னில் பதிந்திருக்கும் விதங் கண்டு ஆனந்த அதிர்ச்சியில் உள்முகமாய்த் திரும்பி விட்டேன். உள்ளே ஓர் ஆனந்தக்கூத்து. நிலம்மிதித்து ஆடும் வடமோடிக் கூத்தின் களியாட்டம் அது.

வஞ்சி எத்தனை புத்திக் கூர்மையுள்ள பெண்! எத்தனை நல்லடக்கம் உள்ள பெண்! எத்தனை ஆளுமையுள்ள பெண்! அத்தனைக்கும் சான்று அவள் காதலை வெளிபடுத்திய பேராண்மைதான். அவள்,

காதலை சொன்னது எனக்கு மட்டுமல்லவே. இல்லவே இல்லை. அவள் தன் தாய்க்கும் சேர்த்தே தன் காதலை சொன்னாள்.

தாய்க்கு மகள் விடுக்கும் விண்ணப்பமது. 'இவன் போதும்மா எனக்கு' என்ற விண்ணப்பம் அது. வாழ்க்கையை இவனோடு பகிர்ந்து கொள்வதே வரந்தான் என்ற அந்தரங்க அறிவிப்பது. தாய்க்கும் மகளுக்குமேயான அந்தரங்கப் பரிபாசையது.

என்னுடலெங்கும் சிலிர்த்துக் கூதல் ஓடியது. அப்போதுதான் பின் மதியத்து மழை வெயிலோடு வந்தது. நனைந்த தேமா மர இலைகளே பச்சையாய் மினுங்கின.

நம்பமுடியாத குளிர்ந்த நதியொன்றில் மிதந்து இழுவுண்டேன். எங்கும் காட்டுப் பூக்களின் வாசம். நதி மீன்களின் ஆயாசத் துள்ளல். அவை உரசும் செல்ல விளையாட்டால் உடலெங்கும் கூச்சம். சத்தியமாய் அதை நான் அந்த நேரத்தில் கொஞ்சமேனும் எதிர்பார்த்திருக்கவில்லை. மெல்லிய பனிப்பொழுதான விடிகாலையிற் பூக்கும் மலர்போல, இதயம் பல இதழ்களாய் உள்ளே விரிந்துகொண்டிருக்கும் பூரிப்பில் இருந்தேன்.

ஒரு பொய் சொல்ல ஆசை. நடந்ததை மிகச் சாதாரண நிகழ்வாக எடுத்துக்கொண்டு, ஊரில் தலைவர் என்கிறார்களே என்னை. அதே மிடுக்கோடு கடந்து போனேன். இதை விடப் பெரிய பொய் என்ன. இதுதான் காதலா! இதுதான் காதலா! எத்தனை சுகம். எத்தனை இதம். பூவிதழ் போல மனம் பாரமற்றுவிட்டது.

'ஆண்டவன் அதுக்குத்தான் காக்க வைக்கிறான்' அம்மா சொன்ன அந்த வார்த்தை சம்மதத்தின் சாமரமன்றி வேறென்ன.

அன்றிரவு ஒன்பது மணியிருக்கும். எனது கடமை நேரம் பத்துமணியோடு முடிவதால் வஞ்சி கொடுத்துவிட்டுப்போன சாப்பாட்டை மாணிக்கத்தாருக்குத் தட்டில் போட்டுக் கொடுத்தேன். பகல் முழுவதும் நான் ஒரு தெனாவட்டாக நடந்து திரிந்தது எனக்கே கூச்சமாகத்தானிருந்தது. மேனகா மிஸ் என்னையே கவனித்துக் கொண்டிருக்கிறாள் என்பது தெரிந்தது.

வஞ்சி சொல்வதுபோல் இவள் பேரழகிதான். இந்த உடையில் மேனகா மிஸ்ஸை விட வேறு யாரும் இந்த வைத்தியசாலையில் அழகாக இருக்கவே முடியாது. அதனால் தான் அவள் நெற்றியின் ஓரத்தில் தட்டையான மரு கண்ணூறு படாமல் வளர்ந்திருக்கிறது. இத்தனை நாள் ஏன் நான் கண்டுகொள்ளாமலே இருந்தேன்.

அதற்காகவே அடிக்கடி பார்த்தேன். எனது இந்த மிதப்பு மேனகா மிஸ்ஸுக்கு ரசனைக்குரியதாகப் பட்டிருக்கலாம். விநோதமாகவும் தோன்றியிருக்கலாம். அவளது கண்கள் என்னைத் தொடர்ந்துகொண்டேதானிருந்தன.

அந்த விடுதியெங்கிலும், அதன் நடைபாதையெங்கிலும் என் நடை மாறியிருப்பதை அந்தக் கட்டிடங்களும் அறிந்திருக்கும். டொக்டரிலும் கம்பீரமாக மனதுள் ஓர் உணர்வு. நிமிர்வின் சிகரம் எதுவோ அங்கே நின்று, இந்த உலகத்தை ஆனந்தக் களிப்புடனும், கர்வத்தின் களிவெறியுடனும், கொஞ்சம் அகங்காரந் தோன்றவும் பார்த்தேன். உச்சத்தில் நின்று பார்த்தேன்.

இரவு சாப்பாடு கொடுத்து முடிந்தபோது மாணிக்கம் அய்யா கூப்பிடவும் போனேன். 'பாரொடு விண்ணாய்ப் பரந்த எம் பரனே பற்று நான் மற்றிலேன் கண்டாய்...' திருவாசகத்துடனேயே இருந்தார். தன் தலையணைக்குள் இருந்து ஒரு கடிதம் எடுத்துத் தந்தார். தரும்போதே கைகள் நடுங்கின. வெற்று உடம்பில் நெஞ்சின் ரோமங்கள் நரைத்திருக்க, தலை முடி கலைந்து முகம் பித்துப்போலிருக்க, வலியை உணர்வதுபோல மூக்கையும் வாயையும் இழுத்துச் சுழித்துக்கொண்டிருந்தார்.

கடிதத்தை நீட்டி "படி தம்பி" என்று சொல்லிவிட்டுக் குனிந்து கொண்டார். வஞ்சி எனக்கு கொடுத்த கடிதமாக இருக்குமோ என என் அசட்டு மனம் அந்தரித்தது. கை அனாவசிமாய் நடிங்கியது. அவரின் திருவாசகமும் பூடகமாய்ப் புரியவில்லை. கடிதத்தை நான் கொண்டுபோக வேண்டுமா? படிக்க வேண்டுமா என்பதும் அவர் சொல்லில் தெளிவில்லாமல் இருந்தது. மறுபடி அவர், அதை வாங்கித் தயங்கி நிற்கும் என்னிடம் விரித்து நீட்டினார். நான் தயக்கத்தோடு படித்தேன். வஞ்சி கொடுத்துவிட்டுப் போனதைத்தான் படித்தேன். தூரத்தில் மேனகா மிஸ் என்னைக் கவனித்துக் கொண்டிருக்கிறாள்போலப் பட்டது.

அன்புள்ள அப்பா!

நான் நலமாக இருக்கிறேன். நீங்கள் நலமின்றி இருப்பதை அம்மாவும் தங்கைச்சியும் என்னைப் பார்க்க வந்தபோது சொன்னார்கள். இங்கே சிறையில் மாதத்திற்கு ஒருமுறை உறவினரைப் பார்க்க இப்போது அனுமதிக்கிறார்கள். எனக்கு காயங்கள் ஆறிவருகின்றன. அம்மாவிடம் என்னைப் பார்க்க

காசு செலவழித்து கொழும்புக்கு வரத்தேவையில்லை என்று சொல்லியிருக்கிறேன்.. நீங்களும் ஒருமுறை சொல்லுங்கள்.

இங்கே விசாரணைகள் நடக்கின்றன. என்னோடு வேறு போராளிகளும் உள்ளார்கள். செஞ்சிலுவைச் சங்கம் போர்க் கைதிகளாக எங்களைப் பதிவெடுத்துள்ளார்கள். எங்களை இனி சுட்டுக்கொல்லமாட்டார்கள் என்று நம்புகிறேன். தங்கச்சியை என்னைப் பார்க்க எக்காரணத்துகாகவும் இங்கே அனுப்ப வேண்டாம். புரிந்துகொள்வீர்கள்.

அப்பா நீங்கள் மரணத்துக்கு அஞ்சக்கூடியவரல்ல என்பதை அறிவேன். நோயையும் வலியையுங்கூட தாங்கக் கூடியவர்தான். இன்னுஞ் சில காலம் நீங்கள் உயிருடன் மருத்துவ உதவிகளோடு இருக்க முடியும். அதற்கிடையில், காலம் எங்கள்மீது இப்போதாயினும் கருணையோடிருந்தால் நான் விடுதலையாகக்கூடும். உங்கள் வலியும் வேதனையும் அச்சமும் 'எங்கே அம்மாவையும் தங்கைச்சியையும் தனியே விட்டுவிட நேருமோ' என்பதாகத்தான் இருக்கும் என்பதை அறிவேன்.

அப்பா! நீங்கள் அதுபற்றி எதற்கும் அஞ்ச வேண்டாம். நான் ஒருநாள் விடுதலையாவேன். அதுவரை உங்களால் அவர்களுடன் இருக்க முடியும். நான் விடுதலையானதும் அம்மாவையும் தங்கைச்சியையும் நீங்கள் விரும்பியதுபோலப் பார்த்துக்கொள்வேன். நீங்கள் என்னிடம் எதிர்பார்த்ததை நான் இனியேனும் செய்வேன். நம்புங்கள். அதுவரை நீங்கள் நலமாக இருக்கவேண்டும் என்பதே எனது ஆசை. மனதைத் தளரவிடாமற் தைரியமாக இருங்கள்.

இங்ஙனம்
அன்பு மகன் பால முருகன்

நான் வாசிக்க வாசிக்க கொஞ்சம் கொஞ்சமாய் மனம் பதறிவந்தது. பிறகு வெட்கியது. பிறகு துயருற்றது. அந்த நிலையை சொல்வதே சிரமம். ஓர் அற்பனைப்போல வஞ்சியின் காதல் கடிதம் என்று எண்ணியிருந்திருக்கிறேன் என்று எனக்கே என்மீது வெட்கமாக இருந்தது. அவர் குடும்பத்தின் பின்னுள்ள துயர் என்னுள் விஸ்வரூபம் கொண்டது.

நான் கடிதத்தை கையில் பிடித்தபடி எங்கோ சஞ்சரித்திருந்தேன். இந்த நேரத்தில் அவர் கண்களில் நீர் வழிந்துகொண்டிருந்தை

நான் கவனிக்கத் தவறிவிட்டேன். அவர் நடுங்கிய குரலில் "ஆரொடு நோகேன் ஆர்க்கெடுத் துரைக்கேன் ஆண்ட நீ அருளிலையானால் வார்கடல் உலகில் வாழ்கிலேன் கண்டாய் வருக என்றருள் புரியாயே" என்று பாடினார். துவாயை எடுத்து அவர் கண்களையும் முகத்தையும் துடைத்தேன்.

"யோசிக்காதைங்கோ ஐயா...! ம்ம்.... மகன் போராளியோ"

"ம்ம்... அதை இப்ப சொல்ல ஏலுமோ. இரணைப்பாலை சண்டையில கையிலயும் மற்றக் காலிலேயும் பலத்த காயமாம். ஆள் இல்லையெண்டுதான் இருந்தம். ஆனால் ஆமிக்காரன் காயத்தோட பிடிச்சிருக்கிறான். முருகா..."

"........."

நான் சொல்ல ஏதுமின்றி அவர் வார்த்தைகளின் இடைவெளியில் நசிந்தேன். "இவர் இப்பிடி எழுதிறார். மகள், அண்ணாவை வைச்சுப் பாக்க வேணுமாம், தான் கலியாணம் கட்டாமல் இருக்கப்போறாளாம்" அவர் நிமிர்ந்து என்னைப் பார்க்காமலே சொன்னார்.

அத்தியாயம் 10

கள்ளமனம் தனக்கேற்றபடி காரணங்களைத் தேடிக்கொண்டுதான் காரியஞ் செய்யும் என்று தோன்றுகிறது. எனக்கு அன்று வேலை நேரம் நாலு மணிக்குத் தான். ஆனாலும் இரண்டரை மணிக்கே வந்துவிட்டேன்.

என் குறிச்சியில் புதுத்தம்பதி ஒன்றுக்கு குழந்தை கிடைத்திருந்தது. மிக இளவயதுத் திருமணங்கள் என் குறிச்சியில் என் காலத்திலிருந்தது. ஆனால், இப்போது கொஞ்சம் மாறிவிட்டது. குடிக்காதவர்களே இப்போது பலர் இருக்கிறார்கள். இவன்- என் மருமகப்பிள்ளை- என் வளர்ப்பில் வளர்ந்து தலையெடுத்தவன். ஒருவகையில் இது என் வெற்றியுங்கூட. பொறியியல் பட்டதாரியாகி வந்திருக்கிறான். கூடவே ஒரு பெண்ணைக் கூட்டி வந்துவிட்டான். குழந்தையும் கிடைத்துவிட்டது. அவர்களுக்கு குழந்தையின் பிறப்புச் சான்றிதழை எடுக்க நான் உதவ வேண்டியிருந்தது. இரண்டு மணியளவில் ஆஸ்பத்திரிக்கு அதனை எடுப்பதற்காக அவர்களை நான் வரச்சொன்னேன். அந்த வேலை முடிந்ததும் திரும்ப வீடுபோய் நாலு மணிக்கு மீண்டும் வருவது வீண் செயல்; அதனால் நின்று விட்டேன்.

ஆனால், மெய்யில் இதற்கு நான் வேறு ஒரு நேரத்தை தெரிவு செய்திருக்க முடியும். காலையோ, அல்லது நான்கு மணிக்கு சற்று முன்னதாகவோதான் இந்த நேரத்தைத் தெரிவு செய்திருக்க வேண்டும். மதியச் சாப்பாட்டு நேரத்தின் பின் பதிவு உத்தியோகத்தர் கொஞ்சம் ஓய்வாக இருப்பார். சனக்கூட்டமும் அவ்வளவாக இருக்காது. எங்கள் அலுவல் சுலபமாக நடக்குமென்று நான் சொன்ன காரணத்தில் உண்மையிருந்தாலும், முழு உண்மை அது இல்லை. மிகுதி உண்மை எங்கு இருந்ததென்றால், அது வஞ்சியிடத்தில் இருந்தது. இன்று ஒருவேளை வஞ்சி

தகப்பனைப் பார்க்க வந்திருந்தால், இங்கேயே நின்று, மாலை நேரப் பார்வை நேரத்தையும் வழமைபோல முடித்துக் கொண்டே போவாள். அவளைப் பார்க்கவும் பேசவும் வாய்ப்புக்கிடைக்கும். சும்மாவல்ல தனியாகப் பேச வாய்ப்புக்கிடைக்கும்.

அன்று அவள் தன் காதலைச் சொன்னபின், என்னால் எங்குமே நிலைகொள்ள முடியவில்லை. அவள் மீண்டும், நானும் அவளுமென்றான ஒரு தனிமையில் அதையெனக்கு வெளிப்படுத்த வேண்டும். தன் காதலை வெளிப்படுத்த அவள் என்ன செய்வாள்! அப்படியான பொழுதொன்றில் அவள் எப்படியிருப்பாள்! மனம் தாயின் முலை தேடும் தாகக் குழந்தை போலத் தவியாய்த் தவித்தது. அவள் அன்று சொல்லிய சொற்கள் இப்படி என்னை குலைத்து விட்டன.

என் நினைவுக்குகளின் மேற்பரப்பில் சுகித்து மிதக்குமாறு அன்றைய அந்த நாளையும் அந்தத் தருணத்தையும் அவள் பேசிய சொற்களையும் ஒருவாரமாகப் பவித்திரப்படுத்தியிருந்தேன். தேனடை போல பொன் நிறத்திலும் தித்திப்பிலும் அது ஊறித் திளைக்க வைத்தபடியிருந்தது.

மருந்துவகைகள், கிருமிகொல்லிச் சுத்திகரிப்பு பதார்த்தங்கள், சலம், மலம், நிணம் மற்றும் பிரேதத்தின் நெடி என என்னைச் சுற்றியிருந்த இந்தத் தொழில் வாழ்விலிருந்து, நைச்சியமாக அவள் தன் ஒவ்வொரு அசைவாலும் என்னை எங்கோ இழுத்துப் போய்விட்டாள். இன்னும் சொன்னால், லௌகிக வாழ்வில் எனக்கிருந்த பொருளற்ற மனதிலிருந்து அவள் என்னை மீட்டுப் போய்விட்டாள். இப்போ பொருள் அவளே! அதன் உயிரும் அவளே! என் மீட்பளும் அவளே!

நமத்துப்போன நகரக் காற்றிலுங்கூட, அவளன்று அணிந்திருந்த மென் சந்தன வர்ணச் சுடிதாரில் கசிந்து பரவிய அவளின் வாசம் கலந்திருந்தது. தாய்ச்சூட்டைப் பிரிய விரும்பாத கோழிக்குஞ்சுகள்போல, அவள் வர்ணமும் வாசமும் என் கூடவே வந்தன.

நினைவில் மிதந்து சுகித்தபடி விடுதிகளின் ஓரத்து நடைபாதையில் போய்க் கொண்டிருந்தேன். சில சனங்கள் இன்னமும் வெளியேறிக் கொண்டிருந்தார்கள். வடை பொரித்த வாசம் பரவும் ஆஸ்பத்திரிச் சிற்றுண்டி விடுதி கடந்து, இடப்புறம் திரும்பி நடக்கத் தொடங்கியதும் மனம் எதையோ எதிர்பார்த்து- எதையோ என்ன-

101

வஞ்சியைத் தான் எதிர்பார்த்து குதூகலிக்கத் தொடங்கியது. முருகேசு எதிரே வந்துகொண்டிருந்தான்.

“என்ன இப்பவே வந்தாச்சு வேலைக்கு” என்றான். உடலசைவில் நையாண்டித்தனம் இருப்பதாய்ப் பட்டது.

“மருமகனை கூட்டிற்று வந்தனான் இனி திரும்பிப் போய் வரேலாது. நீ எங்க போறாய்?”

“கன்டீனுக்கு. வாவன் ‘டி’ குடிப்பம்.”

“இல்லை இப்பதான் குடிச்சன் வெளிய.”

“உங்க போய் என்ன செய்யப் போறாய். ஒரு பிரயோசனமும் இல்லை. சரி சரி போ வாறன்” ஏதோ உள்குத்தாய்தான் சொல்கிறான் என்பது மட்டும் புரிந்தது.

நான் நடந்து, புற்றுநோய் விடுதியை அடையவும் வெளியே அந்த தேமாப்பூமரத்தின் கல் இருக்கையில் மாணிக்கத்தாரும் நாகாய்யாவும் கதைத்துச் சிரித்தபடி இருப்பதைக் கண்டேன். நான் நடைபாதை இருக்கையை தேடினேன். அங்கே வஞ்சியைக் காணவில்லை. அதைத்தான் முருகேசு சொன்னானாக்கும். மரத்தின் கீழே சிரிக்கும் அவர்கள் இயல்பான மனிதர்களாக அந்தக் கணத்தில் தெரிந்தார்கள். நிலத்தில் தேமாப் பூ மரத்தின் நிழலும், கொட்டிப்பழுத்த இலைகளும் கலந்து பரவிக் கிடந்தன. சுற்றிலுமோ பெரும் புழுக்கம். வெயில் கொளுத்துகிறது. மரத்தின் கீழ் மட்டும் குளுமை இன்னமும் கொஞ்சங் குடியிருந்தது. நான் நேராக அவர்களிடந்தான் போனேன்.

“என்ன ஒரே சிரிப்பாய் இருக்கு இண்டைக்கு” நான்தான் கேட்டேன்.

அவர்கள் ஒருவரை ஒருவர் பார்த்தனர்.

“எங்க உங்கட கூட்டாளி மூக்காவக் காணேல்ல” என்றேன்.

“உள்ள ஒரே புளுக்கமடா தம்பி கனகாம்பிகை அம்மா கடமையில இருக்கிறா கண்டியோ. மூக்காவ கட்டிலில இருந்து எழும்பக் கூடாதென்று கண்டிஷன் போட்டிருக்கிறா” நாகாய்யா சிரித்தார்.

“இராம தாசனுக்கும் சரியான குடுவை. ‘மனுசியோட சண்டை பிடிக்கிற இடமில்லை ஆஸ்பத்திரி. இனிமேல் சத்தம்போட்டால் துண்டு வெட்டி வீட்ட அனுப்பிடுவம். ஆம்பிளைப்புத்தி...’ எண்டு

கனகாம்பிகையம்மா சரியான குடுவை. அடங்கிக் கிடக்கிறார். மனுசிக்கும் என்ன பிரச்சனையோ..”

வகுப்பாசிரியாரிடம் இருந்து தப்பி வந்த சிறுவர்கள் போல இருவரும் சிரித்தனர். மாணிக்கமையா சொன்னார் “சாக முன்னமே மனுசி சாவீடு மாதிரி சத்தமில்லாமல் எங்கள இருக்கச் சொல்லுது.”

நான் சிரித்துவிட்டு “ஆனா உங்கட சிரிப்பு வேற சிரிப்பாயல்லோ இருக்கு அதென்ன...”

வெய்யிலின் புழுக்கம் தாங்காமல், இடுப்பில் கட்டிய சாரத்தை முழங்கால் வரை தூக்கிவிட்டிருந்த நாகாய்யா, உதிர்ந்தும் எஞ்சியுள்ள வெண்தாடியை நீவி தன் தலையில் கசியும் வியர்வையைத் துடைத்தபடி “ஒண்டும் இல்லையடா தம்பி இண்டைக்கு ஒருத்தரும் மேல போகேல்ல. இந்த இடைக்க கொஞ்சம் சிரிச்சு வைப்பமெண்டு யோசிச்சம்.”

“அது இல்லையடா தம்பி விசயம் வேற இருக்கு. ஒருக்கால் என்னண்டு கேளன் இவரிட்ட” மாணிக்கம் ஐயா சொன்னார்.

சொல்லும்போது, தன் இமைகளை நாகாய்யாவை நோக்கிச் சுட்டுமாறு கோணலாக மேலசைத்து, நையாண்டியாக வாயை நெளித்து, உதடுகளை பிதுக்கிச் சொன்னார். உதிராத தன் கன்னத் தாடியின் வெண் மயிர்களை பிடுங்குவது போல இழுத்துகொண்டிருந்தார்.

“என்னய்யா சொல்லுங்கோவன் நானுங் கொஞ்சஞ் சிரிப்பம்” நான் கேட்டேன்; ஏதோ நானும் பேச்சில் கலந்துகொள்ளத்தானே வேணும். வஞ்சியை எதிர்பார்த்து வந்த ஏமாற்றத்தில் மனம் அங்கேயே நிற்கிறது.

“மார்க்ஸ் என்ன இப்பிடிச் சொல்லிட்டாய். நீ கொஞ்ச நாளாய் சிரிச்சபடிதானே இருக்கிறாய் உனக்குள்ள...” உரோமங்கள் அடர்ந்த மார்பை தடவியவாறு உள்குத்தாய் நமட்டுச் சிரிப்போடு சொல்லிய நாகாய்யா சூழற் பிழை கண்டு பேச்சை நிறுத்தினார். வஞ்சி வந்தாளா எனக் கேட்கவிருந்த என் மனம், தொட்டதும் அஞ்சிச் சுருளும் கறுப்புச் சரக்கட்டைபோல சுருங்கிப்போனது.

மாணிக்கத்தார் சொன்னார் “ஐயா வெட்கப்படுறதப் பாத்து சங்கதியப் புரிஞ்சு கொள். சங்கதி சும்மா சங்கதி இல்ல ஹி..ஹி ஹி” அவரது சொல்லில் பூடகம் காட்டித் தானும் கிளுகிளுத்து

சிரித்து நாகாய்யாவைக் கிண்டினார். அந்த வெண்முடி உருவம் உண்மையாகவே வெட்கங்காட்டியது.

"இதென்ன புதுச்சங்கதி எனக்குச் சொன்னாலென்ன" நின்றுகொண்டிருந்த நான் அவர்களுடன் அந்தக் கல்லிருக்கையில் அமர்ந்தேன். இந்த நேரத்தில் தான், பரமசோதியரைக் கொண்டு வந்து விட்டார் அவரைப் பார்க்க அமர்த்தியவர்,

"ஐயாட காதலிப்பெட்டை இண்டைக்கல்லோ தன்ர 'ஆளைப்' பாக்க வந்திட்டுப் போறாள்" ஒரு பக்க உதட்டையும் இமையையும் மேலுயர்த்தி நாகாயாவைச் சுட்டினார். சிறுவர்களுக்குண்டான குசும்புத் தனம் அதிலிருந்தது.

அவர் சொன்ன விதத்தில் நானும் என் நிலையறுந்து, "அடிடா புறப்படலைல... மெய்தானோ" கேட்டு என் தொடைகளில் அடித்தேன்.

அவர் வெட்கத்தில் சிரித்து, நிமிர்ந்து பார்க்காமலே தலையாட்டினார். அந்த ஒற்றைக் கை கிழவனின் வெட்கம் கூட, வாழ்வின் அழகாய் தெரிந்தது. வெட்கத்தின் ஊற்று எல்லா மனத்திலும் எல்லா வயதிலும் இருக்கத்தான் செய்கிறதுபோலும்.

"உண்மையடா தம்பி. பாயாசமும் பாசத்தோட பருக்கிவிட்டல்லோ போறாள் பெட்ட. இதக் கேள்: 'கூடினமே கூடினமே, கூட்டு வண்டிக் காளை போல விட்டுப் பிரிஞ்சமையா பின் ஒற்றை வண்டில் காளைபோல "எண்டு பெட்டை பாட்டும் மனசுக்க பாடிற்று போறாள். நீ பாத்திருக்கோணும் அந்தத் திருக்காட்சியை" பெட்டை என்பதை அழுத்தி உச்சரித்து மாணிக்கத்தார் நக்கல் கூட்டி பாடியும் காட்டியது ஆச்சரியமாக இருந்தது.

அவர் தன் நோயை மனதில் ஏற்றுக் கொண்டுவிட்டார் என்று தெரிந்தது. முன்னிருந்த மாணிக்கவாசகம் இல்லை இவர். ஒருவேளை மகனின் கடிதத்தின் பின்னான ஆறுதல் மனமாக இருக்கலாம். ஏற்றுக் கொண்டுவிட்ட பிறகு கொந்தளிப்பான மனம் சமநிலை பெற்று அடங்குகிறது. இந்த விடுதியின் முதற் கட்டிலுக்கு வருவதிலிருந்து அவர்கள் கடைசிக் கட்டில் காணும்வரை அவர்களின் பாடுகளை நானறிவேன்.

வால் தேய்ந்து மொண்ணையாய் போய், நகர முடியாமல் வலி சுமந்து, வயிறு வெடிக்கக் காத்திருக்கும் புடயன் பாம்புபோல, உடல் முழுதும் உரோமங்கள் உதிர்ந்து, பொருக்குகள் வெடித்து

மொண்ணையாய் இருந்த பரமசோதியின் உருவம் உயிர் பெற்று, வெட்கம் கொண்டு கொடுப்பில் சிரித்தது. கதை அவருக்கும் தெரியும்போல. மாணிக்கத்தாரின் கிண்டலும் கேலியும் அவர் சொன்ன பொருட் தொனியும் உள்ளூர நாகாய்யாவைச் சிலிர்க்க வைத்தது. நேர் கொண்டு பார்க்க முடியாமல் தனக்குள் வெட்கிச்சிரிக்கும் அவர் மனம், முகத்தில் நுட்ப ரேகைகளை வரைந்து காட்டியது.

அதைப் பார்த்த மாத்திரத்தில், மாணிக்கமையா கெக்கலித்து- ஆனாலும் அடக்கிச்சிரித்தார். அடக்கிய அடக்கலில் சிரிப்பு அவர் உடலைக் குலுக்கியது. உள்ளடக்கிய சிரிப்பின் உக்கிரமோ என்னவோ கண்களில் நீரையும் கொண்டு வந்தது. நானும் சிரித்தேன். ஆனால் அவர்கள்போல் இல்லை.

மரணத்திற்காக காத்திருக்கும் இரண்டு மரத்துப் போன மனங்களின் தற்செயலான சிரிப்பு இது. இந்தச் சிரிப்பிலும் ஒரு வாதை சுருண்டு படுத்துக் கிடக்கிறது. இந்தச்சிரிப்பின் பின்னிருப்பது மரணமில்லையா! மரணம் கிளர்த்திவிடும் நினைவடுக்குகளின் வேதனையுறைந்த, ஆனால் தித்திப்பான ஓர் உரி இது. இப்படித் தோன்றவும் என் சிரிப்பும் அசட்டுத்தனமாயானது.

“சொல்லுங்கோ, சொல்லுங்கோ.....! மார்க்ஸ் நம்ம பிள்ளதானே” என்றார் மளிக்காத தன் குறுந்தாடியை நீவி விட்டவாறு மாணிக்கமையா.

நாகாய்யா சிரிப்போடு ஒரு செருமல் செருமினார்.

“இல்லையடா தம்பி, இண்டைக்கொரு அம்மா என்னப் பாக்க வந்தா. அவ முன்னமும் வந்திருக்கிறா. இண்டைக்கு இந்த மனுசன்ர கண்ணில அது வில்லங்கமாப் பட்டிட்டுது. அவ்வளவுந்தான்” அவர் நிமிர்ந்து இதழ்களில் சிரிப்போட தன்னைக் கட்டுப்படுத்திப் பதில் சொன்னார்.

சிங்கம் விடுவதாயில்லை.

“ஆகா... பொடியனும் கண்ணீர் விட, பெட்டையும் கண்ணீர் விட்டமாதிரி கிடக்குது. ‘சோளகக் காத்தடிக்க, சோடிப்புறா போனதென்ன, சோடி இங்க நானும், சோரவிட்டேன் கண்ணீரை’ எண்ட கணக்கா பெடியனும் அழுது பாடின மாதிரி இருந்திச்சு” இமையை மறுபடி உயர்த்தி நக்கலின் உச்சத் தொனியில் சொல்லியும் பாடியும் குலுங்கிச் சிரித்தார் மாணிக்கத்தார்.

திரும்பவும் ஒற்றைக்கை மனுசன் வெட்கம் தாங்காமல், புளி திண்றவன் வாய்க்கூச்சத்தை இறுக்கிப்பிடித்துச் சுழிக்கும் சாயலில், வெட்கத்தைத் திண்ற கூச்சத்தில் சிரிப்பை வாய்க்குள் இறுக்கிப்பிடித்து குலுங்கிச் சிரித்தார்.

மளிக்காத முகத்தில் குறுந்தாடியுடன் சிங்கமும் ஒற்றைக் கை வெண்முடியும் தாடியுமாய் நாகமணியும் எல்லா உரோமத்தையும் உதிர்த்து விட்ட ஒரு மொட்டை உருவமுமாய் பரமசோதியும் குலுங்கிச் சிரிக்கும் இந்தக் காட்சி என்னை என்னவோ செய்தது. நான் சிரிக்கும்தோறும் சாவு என்ற சொல் அதனை அப்பால் இழுத்துப் போகிறது. 'இவர்கள் இப்படியே இருந்து விடக்கூடாதா! இந்த வயோதிகத்தில், இந்த சந்தோசத்தில், இன்னும் கொஞ்ச நாள், இன்னும் கொஞ்சக்காலம் இருந்து விடக்கூடாதா இவர்கள். சாவை அறியாமல் சாவு வரும் வரை கொஞ்சக் காலமேனும் இப்படியே இவர்கள் இருந்துவிட என்னால் ஏதும் செய்யமுடியாதா' என் மனசு தவித்தது. நான் முன்போல் இல்லை. மாறித்தான் போனேன். மூக்காவின் நினைவு வந்தது. இப்படித் தவித்த கணத்தில் மட்டுந்தான் வஞ்சியின் நினைவழிந்திருந்தேன். ஆனால் நாகாய்யா விடவில்லை.

ஐயா நிமிர்ந்து, ஆனால் மறுபக்கத்தில் இருந்த விடுதியைப் பார்த்தபடி சொன்னார்.

"அப்பிடி ஒண்டும் இல்லை. இவள் என்ர மனத் துணை."

"என்ன துணை..." மாணிக்கத்தார் நூதன முகக் கோணலுடன் கேட்டார்.

"மனத்துணை ஐயா, மனத்துணை. இவளே என்ர மணத் துணையாக, மனைத் துணையாய் வந்திருந்தால் ஒருவேளை வாழ்க்கை வேறமாதிரி இருந்திருக்கும்" அவர் மன, மண, மனை என்று அழுத்தி உச்சரித்தார்.

"அட"

"உண்மை ஐயா. அன்பு எங்கயிருந்து கிடைச்சாலும் அன்பு தானே. அது மனுசனுக்கு சக்தி தான். இல்லையெண்டு சொல்லேல. ஆனா, இவளிட்ட இருந்து கிடைக்காதா? இவளிட அன்பு எனக்கு மட்டும், எனக்கெண்டு மட்டுமே இருக்காதா எண்டு மனம் ஏங்கும் பார்.... அது மட்டும் கிடைச்சால்... அது தான் மனுசனுக்கு அளவில்லாத சக்தி. அவள் தான் மனத் துணை கண்டியா."

"ஆங்... கண்டன் கண்டன்" மாணிக்கத்தார் கிண்டலோடு சொன்னார்.

நாகாய்யாவும் சிரித்துவிட்டு பிறகு அவர் மீண்டும் சொல்லத்தொடங்கினார். அப்போது மாணிக்கத்தார் எதுவும் சொல்லாமல் சிந்தனை வசப்பட்டிருந்தார். அவருக்குள் வேறு கதை விரிகிறதோ என்று சந்தேகித்தேன்.

"அந்தச் சக்தி போதும், எதையும் வெல்லலாம். அது இளமையில கிடைச்சால் வரமையா வரம். மலைய ஒற்றைப் பாய்ச்சலில கடக்கலாம் பார். வாழ்க்கைய எப்பிடி விரும்புறியோ அப்பிடி வெல்லலாம்போல இருக்கும். நீ என்னவா ஆக விரும்புறியோ அப்புடியே ஆக ஒரு சக்தி உன்னை இயக்கி கொண்டே இருக்கும். ஆனாலொண்டு சொல்றன்... அது கிடைக்கேலயோ வாழ்க்கையே நாசந்தான் போ; திசைமாறிடும். இந்த சைபீரியன் வாத்துகள் சிலது பாதி வழியில இறங்கி பரிதவிக்கிற மாதிரி ஆயிடும் பாத்தியோ வாழ்க்கை. சொந்த நிலமுமில்லை சொந்தக் கூட்டமும் இல்லை. இருக்கவும் முடியாது. திரும்பவும் முடியாது" அவர் முகம் இப்போ எள்ளல்களை விட்டு நெடுந்தூரம் போனது.

"சரி சரி கலைஞ்சு போன வாழ்க்கைய, இப்ப கூட்டிக் கட்டாதேங்கோ. அதில என்ன பிரயோசனம்."

இதுவரை நக்கல் பண்ணிக்கொண்டிருந்த மாணிக்கத்தார் முகம்மாறி ஆறுதலளிக்கும் தொனியில் வெகு நிதானமாய்ச் சொன்னார். நான் அவர்களையே பார்த்துக் கொண்டிருந்தேன். அதே நேரம் எனக்குள் அலைந்து கொண்டுமிருந்தேன். அது வஞ்சியை சுற்றிய அலைவு என்பது உங்களுக்குத் தெரியாமல் இருக்காது.

நாகாய்யா சொன்னார் "அது வந்திருக்கக் கூடாத அன்பு. ஏதோ வந்து போச்சு. எப்படி வந்ததெண்டும் எனக்குத் தெரியேல. எதனால வந்ததெண்டும் எனக்குத் தெரியேல. ஒரு வாழைக் குட்டி முளை போல, ஈட்டியோட கூரும் கனமுமா எழும்பி, விசிறிப் பரம்பி விரியிற தென்னோலை கணக்கா அது வந்திட்டுது எனக்குள்ள. ம்ம்.. எல்லாமே விட்டுப் போச்சு. அப்பன் ஆத்தாட அற்பப் புத்தியால நாசமாய் போய்ச்சு."

நாகாய்யாவுக்கு இளவயதில் அவள் மீது ஒரு பரிவு வந்திருக்கிறது. பரிவு காதலாகி கல்யாணம் செய்ய ஆசைப்பட்டிருக்கிறார். சிக்கல் என்னவென்றால் அவள் அப்போதே விதவையாகிவிட்டிருந்தாள்.

புருஷன் பனங்காட்டுக் கள்ளுக் கொட்டிலில் நடந்த தகராறொன்றில் கொல்லப்பட்டு விட்டார். திட்டமிட்ட கொலை அல்ல. கைமோசக் கொலை என்று தீர்ப்பாகி ஏழு வருட சிறைத்தண்டணை விதித்தார்கள்.

சாவீட்டுச் சடங்கில் விதவைக்கான சம்பிரதாயங்களைப் பார்த்து நாகாக்கு இரக்கம் வந்து விட்டது. ஒரு நாட்டியக்காரிபோல வளைவு நெளிவான உடல் வாகுவில் இருப்பாளாம். தேகம் நீலக்கறுப்பென்றார். அன்று அவள் மீது கொண்ட பரிவை இவராற் புறமொதுக்க முடியவில்லை. அவள் மீண்டும் மீண்டும் மனதில் நின்றாள்.

வீட்டில் தன் விருப்பத்தைச் சொல்லி கல்யாணம் செய்யக் கேட்டாராம். வீடு பொங்கியெழுந்துவிட்டது. தகப்பன் கூத்தாடி சன்னதம் கொண்டுவிட்டார். 'கற்பிழந்தவளக் கல்யாணம் செய்யப்போறியா... நீ ஆம்பிளையா இல்லையா சொல்லடா விசர்ப் பயலே' என்று திட்டியிருக்கிறார். பாட்டன் கொடுத்த இடம் என்று தன் தகப்பனைத் திட்டினாராம். அதோடு தனக்கு வந்த கோபத்தில் "அண்ணாவி இரத்தினதிட மனிசி மட்டும் கற்போட இருக்கிறாளெண்டா நீ போய் வாற" என்று தகப்பனையே கேட்டாராம். அவ்வளவுதான், குலமே ஆடிப்போச்சு. தகப்பனோடு இருந்த கொஞ்ச நஞ்ச உறவும் அதோடு இல்லாமல் போனதாம்.

பாட்டனின் பிள்ளை தான் இவர். பாட்டன் சொல்லியிருக்கிறார் 'வேண்டாமடா பேரா விட்டிடு அவள. நீ நல்லவன் தான். ஆனால் நல்லவன சமூகம் வல்லவனா கொள்ளாது. சமூகம் வல்லவனா கொள்ளாதவனை நல்லவனாவும் சொல்லாது. சுற்றத்தைப் பகைச்சு நிம்மதியா வாழ முடியாதடா பேரா' என்று இங்கிதமா எடுத்துச் சொல்லியிருக்கிறார். பாட்டன் சொல் தட்டமுடியாமல் அவர் பார்த்த பெண்ணையே கல்யாணம் கட்டிக்கொண்டிருக்கிறார். அவளும் பாசக்காரிதான் என்றார்.

கொன்றவனின் தகப்பன் அவளுக்குத் தாபரிப்புச் செலவைக் கொடுத்து வந்தாராம். கதை என்னென்றால் புருஷன் செத்து எட்டாம் மாதம் அவளுக்குக் குழந்தை பிறந்தது. ஊர் அந்தப் பிள்ளையை கொன்றவனின் தகப்பனின் பிள்ளையென்று சந்தேகப்பட்டிருக்கு. அவர்தானே காசு கொடுக்கிறார். அவள் அது குறித்து வெளியில் எதுவும் பேசியதில்லை. அவளுக்கு சனங்கள் மீது கடும் வெறுப்பென்று நாகாய்யா சொன்னார்.

"உங்களோடையும் கதை பேச்சில்லையோ" நான் எனக்குத் தேவையில்லாத ஒரு கேள்வியை ஏன் கேட்டேன் என்று தெரியவில்லை.

"இல்லையடா தம்பி தன்னைக் கல்யாணம் செய்யக்கேட்ட நன்றிக்காக கிழவி இப்ப என்னப் பாக்க வர்றாபோல. வேற என்னடா தம்பி இதில?"

"போற காலத்தில கனக்க யோசிக்காதேங்கோ" மாணிக்கம் ஐயா சொன்னார்.

"போற காலத்தில தானே எல்லா யோசனையும் வருது. அவளும் வாறாள். முன்ன வரேல்லையே" இல்லாத கைத் தோள் குலுங்க அவர் சிரித்தார். வெறும் சிரிப்பல்ல. சிரிப்பில் வாழ்வின் சூட்சுமங்கள் உறைந்திருக்கக் கண்டேன்.

என் எண்ணம் குறுக்கும் நெடுக்குமாய் ஓடியது. தொட்டி மீன்போல, போகும் திசையை நொடியில் முட்டித் திரும்பி, மறுபடி அதையும் மறுத்து எதிராய் நீந்தி அலையும் மீன் குஞ்சு போல, நான் அலைவுண்டேன். அவர் கதையில் சில நொடியும், என் நினைவில் சில நொடியுமெனத் திசை மாறித் தடுமாறினேன். நினைவெல்லாம் வஞ்சி. வஞ்சியை இணைக்காமல் இனி என்னால் எதையும் காணமுடியாதுபோலிருக்கிறது; கேட்க முடியாதும் போலிருக்கிறது. நினைக்கவும் முடியாது. பேசவுங்கூட முடியாது போகலாம்.

நாகாய்யாவைப் பார்க்கவந்த அம்மாள் பற்றவைத்த நெருப்பால் உரையாடல் விளாசி எரிந்தது. அது அவளையும் கடந்து, வாழ்வின் மெய்யுள் பற்றிய விசாரமாயானது. நானோ, அவர்கள் பேசும் வாழ்வின் மெய்யுளையும் வஞ்சியையும் கோர்த்துக் கட்டும் முயற்சியிலிருந்தேன்; என்னை அறியாமலே இருந்தேன். மனமோ மெய்யுளின் மோகத்தில் மறுகியபடி இருந்தது.

நான் வேலை தொடங்கும்வரை அன்று அவர்களுடனேயே அந்தத் தேமாப்பூமரத்தின் கீழான கல்லிருக்கையை விட்டு எழும்பவேயில்லை. அந்த மூன்று வயோதிகச் சீவன்களும் வாழ்க்கையின் அர்த்த நோக்குகளை அலசிக் கொண்டிருந்தன. பார்வையாளர் நேரமும் நான்கு மணிக்குத்தான். உள்ளேயோ பெரும் புழுக்கம். அதனால் அவர்களும் வெளியே சஞ்சரித்திருக்கத்தான் விரும்பினார்கள்.

தேமா மரத்தின் அகன்ற பசிய இலையொன்று கிளையிலிருந்து பிரிந்து, காற்றின் அலைகளில் மெல்லென ஆடி, என் தலையில் வீழ்ந்து, பின் நழுவிக் காலடியில் கிடந்தது. இலையின் நரம்புகள் கிளைத்துப் பரம்பி அதன் கரைகளைக் கடந்தன. என் அருகில் இருந்த வஞ்சியின் அப்பா, என் தலையில் தன் கைகளால் தடவி, தன் தோளிலிருந்த துவாயில் கைகளைத் துடைத்துக் கொண்டார். அப்போது, ஏதோ ஒரு சிலிர்ப்பிருந்தது என்னுள். மறுபடி என் முடிகளைத் தன் விரல்களால் நீவித்துடைத்து துவாயில் தேய்த்தார்.

"இந்தப்பழுத்த இலையில இருந்த பால் தலயில பட்டுட்டுதடா தம்பி."

"ஓவ்..." என்று நானும் தலையைத் தடவினேன்.

"ஒட்டிடுமடா இந்தப் பால் தம்பி தலயில" என்றார்.

அவர் கைகள் என் தலையில் பட்டதும், உண்மையில் என்னுடல் புல்லரித்தது ஏன், எதனால் என்று சத்தியமாக எனக்குத் தெரியவில்லை. அந்த உணர்ச்சியையும் என்னையும் நானே வினோதமாய்ப் புரிந்தேன். இதையொருவித மகிழ்ச்சியின், அல்லது கிளர்ச்சியின் முகக்கோலத்தோடு நாகாய்யா பார்த்துக் கொண்டிருந்ததை பிற்பாடுதான் கவனித்தேன். உண்மையில் அந்த விரல்களிலிருந்து ஏதோ ஒன்று எனக்குத் தேவையாகத் தவித்திருக்கிறது. என்னையறியாத தவிப்பாக அது இருந்திருக்ககூடும். அந்தத் தவிப்படங்கும் உருசியைத்தான் அப்போது நான் அனுபவித்திருக்க வேண்டுமென நினைக்கிறேன்.

வெயிலின் சினம் தாழ்ந்து வந்தது. இந்த தேமா மரத்திற்கு அப்பால் நிற்கும் நித்திய கல்யாணி செடியில் வெய்யிலில் வதங்கிய ஆயிரம் வெண் பூக்கள் படர்ந்திருந்தன. என் தலையில் பால் சிந்தி, நிலத்தில் வீழ்ந்த பழுத்த அந்த இலையைப் பார்த்தேன். தன்னுள் போதுமான ஈரலிப்பை இன்னும் அது கொண்டிருக்கிறது. அதன் மென்மஞ்சள் நரம்புகள், எதையோ தேடி, பிரிந்து விரிந்து இளையோடிப் பாய்ந்திருந்தன. இலைக் காம்பின் நுனியில் பால் கசிந்து கொண்டிருந்தது.

தேமா மரக் கல்லிருக்கையில் தொடர்ந்தும் கதைத்துக் கொண்டிருந்தோம். காரணம் கதை அத்தனை சுவையாக இருந்தது. மூன்று கிழங்களின் தர்க்கமும், அதை வெளிப்படுத்தும் உடலசைவும், அதைப் பேசும்போது அவர்கள் கொள்ளும் உணர்ச்சியும் ஆர்வத்தைக் கிளர்த்திகொண்டேயிருந்தன.

முடிகள் எதையும் மழிக்காத சடாமுடியுடன் மூச்சிழுத்து பேசும் ஒற்றைக்கை கிழம். முடிகள் அனைத்தையும் இழந்து, உடல் குறுகி கரகரத்த குரலில் மற்றக் கிழம். இரண்டுக்குமிடையில் வயிற்றைப் எப்போதும் பொத்தியபடி இன்னொரு கிழம் நடுவே நான். மேலே தேமா மரம். கீழே இவை எல்லவற்றினதும் நிழல். அந்த காட்சியே விசித்திரமானது.

"பசியும் தாகமும் காமமும்தான் உயிர்த்தேவை எண்டு சொல்லுறாங்கள்; படிச்சிருக்கிறன். ஆனால், அதில முழு உண்மையில்லையடா தம்பி."

ஒரு கட்டத்தில் பேச்சை வாழ்க்கையின் தத்துவ விசாரமாக மாற்றியபோது இப்படித் தான் சொன்னார், நாகாய்யா.

"பின்ன..."

"அது உடல் தேவைதான்ரா தம்பி உயிரின்ர தேவை அது இல்ல பாத்தியோ" இப்படிச்சொல்லவும் பரமசோதியர் "அன்பெனும் ஆறு கரையது புரள.." என்றார். அது திருவாசகத்தின் வரி. திருவாசகத்தை எப்போதும் சொல்லும் மாணிக்கமையா இன்று குத்துக்கரணம் அடித்து ஆக்ரோசமாக மறுவளமாய்ப் பேசினார்.

"உடம்பின்ர தேவை நிறைஞ்சு அது பத்திரமாய் இருந்தால்தானே உயிர் உடம்பில தங்கும். இல்லையெண்டா இந்த உயிர் எங்கயாம் தங்கிறது. அங்க பாருங்க... எலும்பு கரையுதாம் புதுசா வந்த கல்வியதிகாரி இராமதாசுக்கு. என்ன வியாதியப்பா... இது எங்கயிருந்து வருகிது. உயிர எங்க வைக்க நாங்கள்."

மாணிக்கத்தாரின் இந்த வார்த்தைகளில் வாதத்தினை நான் காணவில்லை. வாதத்தினை மறைத்து நின்றது அவர் சொற்களில் சுடும் வலி. ஆனால், அவர்போலவே மரணத்தைக் காத்திருந்த நாகாய்யாவால் அதில் வாதத்தை காணமுடிந்தது. அவர் எதிர்த்துப் பதில் சொன்னார்.

"உடம்பில தானய்யா உயிர் தங்க வேணும். ஆனால் உடம்ப உயிர் தானே இயக்க வேணும். உடம்பு காலவதியாகி கைவிடும் வரைக்கும் இந்த உயிர்தானே ஐயா அதை இயக்கி வாழ்க்கைய ஓட்டுது. என்ன நான் சொல்றது...! அப்ப அந்த உயிருக்கும் சக்தி வேணுமோ இல்லையோ? தேவையான அந்தச்சக்தி வேறசங்கதி என்று நான் சொல்றன். எங்களுக்கு வந்த வியாதி மனிசன் தானே தனக்கு உருவாக்கினது இல்லையா. நஞ்சு! தண்ணியில,

சாப்பாட்டில, காத்தில நஞ்சு!. நஞ்சையா.. ஒரே நஞ்சு!. நஞ்சுண்ட உடலாய்ப் போச்சுது இது"

"ஐயா, உயிருக்குத் தேவையானது என்னெண்டு சொல்றியள்" நான் குறுக்கிட்டேன்.

"அன்படா தம்பி அன்பு. அன்பில்லையோ மனமும் நஞ்சுதான். அதோட பாதுகாப்பும் கண்டியோ... உயிர் பெறுகிற சக்தி இதுகளில இருந்துதான்ரா. பாக்கிறியா நீ... தான் பெற்ற சக்திக்கு அளவாய் தான்ரா இந்த உயிர் உடம்பை இயக்கும் கண்டியா. அன்பின் வழியது உயிர்நிலை."

அவர் உருக்கொண்டு பேசினார். அவருக்கு இன்று பேசவேண்டும் பேச்சு பெருக்கெடுத்து வருகிறது. அந்த அம்மாள்- அவரின் மனத்துணையாள் - இன்று அவருக்கு இல்லாத சக்தியை கொடுத்துவிட்டுப் போய்விட்டாள் போலிருக்கிறது என்று நான் நினைத்தேன். அது மட்டுமல்ல சங்கதி, அவர் பேச்சில் இருந்து நான் வஞ்சியை கண்டடைந்து கொண்டிருந்தேன். வஞ்சி ஓர் உயிர்ச் சுனையாய் அவர் வார்த்தைகளின் வழியே என்னுள் ஊறிக் கொண்டிருந்தாள். அதுதான் இங்கே முக்கியம்.

"அன்பிலார்க்கு துன்பமில்லை.. இது நான் சொல்றன்" என்றார் மாணிக்கமையா.

"இந்தாள் இண்டைக்கு பொறாமையில இருக்கு... ஹி ஹி ஹி வேறொண்டுமில்லை. அன்பு இல்லையண்டால் இந்த உயிர் பலவீனப்பட்டுப் போயிடுமடா தம்பி பாதுகாப்பும் அப்பிடித்தான். பலவீனப்பட்ட உயிர், தன்ர உடல்ல சரிவர மூச்சுவிடமுடியாமல் தடுமாறும் கண்டியா... உயிரின்ர இந்த தடுமாற்றம் தானடா தோல்விகளுக்கு வாசலைத் திறந்து விடுகிது. நோய்களுக்கும் வாசலைத் திறந்து விடுகிது பார்..."

அவர் சொல்வதற்கு அவரே சர்வசாட்சியமாய்ப் பேசிக் கொண்டிருக்கிறார். மூச்சுவிட முடியாமல் தவித்த மனுசன், இந்தளவு பேசுவதற்கு எங்கிருந்து வந்தது சக்தி. அவர் உடலை இயக்குவது தான் எது? அந்த அம்மாள் கொடுத்து விட்டுப்போன ஏதோவொன்று... நான் எனக்குள் அலசிக் கொண்டும் வியப்போடு கதையைக் கேட்டுக் கொண்டுமிருந்தேன். அவரை இன்னும் இன்னும் பேசத்தூண்டுவதற்கு என் ஆர்வ முகமும் காரணமாக இருக்கலாம்.

அப்போது மூக்காப் பையன் சிரித்தபடி ஓடிவந்தான். சிங்கத்தார் கேட்டார் "கனாகம்பிகையம்மா காணேலையேடா?"

"அவ அறைக்குள்ள அழுதுகொண்டிருகிறா."

"என்னாச்சு" நான் கேட்டேன்.

"அது அங்க வீட்டில பிரச்சனையாம்... மற்ற மிஸ்ஸுக்கு கதை கதையா சொல்லுறா ஏதோ."

"என்ன கதையடா உனக்குப்... பாம்புக் காது."

"கிழம்பப்போற பெரிசுகளுக்கு எதுக்கு அந்தக் கதை?"

"அடே வெம்பல்..."

"கனகாம்பிகையம்மா வாட்ச்சர் கோபாலுவோட தொடுப்பாம் என்று மனுசன்காரன் சந்தேகப்படுறாராம்" விசயத்தை மூக்கா சொன்னான்.

"முருகேசனல்லோ மனிசியோட...." சொல்ல வந்த மாணிக்கத்தார் மூக்காவைப் பார்த்து நிறுத்திவிட்டார்.

குடிச்சுப்போட்டு வந்து ஒரே அடியாம். கனகாம்பிகையின் தம்பியாரும் சேர்ந்து குடித்துவிட்டு புருசனுக்குத்தான் சப்போர்ட்டாம். அறைக்குள்ள கதைச்சது மூக்காட காதில் விழுந்துவிட்டது. எனக்கென்னவோ விடயம் ஓயாததென்று பட்டது. அதுபற்றி நானும் கொஞ்சம் அறிந்துதான் இருந்தேன். சக பணியாளர் ஒருவர் பற்றி நோயாளர்கள் 'கிசுகிசு' கதைப்பதை நான் தவிர்க்கவிரும்பினேன்.

"அதுதான்போல பெண்சாதில சந்தேகப்பட்டு சண்டைபோட்ட இராம தாசை இந்த மனிசி வார்ட்டை விட்டே துண்டு வெட்டிக் கலைப்பன் எண்டு சத்தம்போட்டிச்சு" பரமசோதியர் ஆர்வம்பொங்கினார்.

"அய்யா நீங்க சொல்லுங்கோ அன்பில்லையோ..." நான் கதையை திசை மாற்றி முடுக்கினேன்.

"எனக்கு விளங்குது... நீ அன்பத்தொலைச்சிட்டாய் எண்டால் உனக்கு சரிவரப்பசிக்காது, தாகமெடுக்காது, நித்திரைவராது, காம-மோகமெளாது. இது மாதிரித்தான்ரா உயிருக்கு, பாதுகாப்பு இல்லயென்ட பயம் வந்திட்டுது எண்டாலும் பசி, தாகம், மோகம்

இருக்காதடா தம்பி. இதில என்ன தெரியுது உனக்கு... உயிர்த்தேவை நிறைஞ்சு இல்லையெண்டா, உடம்புகூட தன்ர தேவைக்கு முயலாதடா; அது சும்மா இருந்திடும். முயலாதெண்டால்... உயிர் உடம்பையே இயக்காதடா. மெல்லக் கைவிடும். கண்டியா" பார்த்திருந்த பரமசோதியர் தன் குறுகிய உருவம் நிமிர்த்தி "இந்தா என்னைக் கைவிட்டிடுப் பாத்தியா..." என்றார் கரகரத்த குரலில்.

நான் சொன்னேன்-ஏதும் சொல்லவுந்தானே வேணும் "அய்யா நீங்கள் சொல்றது சரி ஆனால் பாதுகாப்பையும் அன்பையும் ஒன்றாக் கலக்கிறியள். பாதுகாப்பு என்றது பயம் சார்ந்தது. அன்பென்றது ஆசை சார்ந்தது இல்லையா..."

நாகாய்யா வியப்போடு நெற்றியைச் சுருக்கி என்னைப்பார்த்தார். மாணிக்கத்தார் தன் தாடையின் கறுப்பு வெள்ளை முடிகளைக் கிளறியவாறு சிந்தனையில் செருகியபடி கேட்டுக்கொண்டிருந்தார். அந்தக் கேட்டல்கூட, ஒட்டியும் ஒட்டாமலும் இருப்பதாய்த்தான் எனக்குப்பட்டது. ஆனால் நானோ முழுமையாய் ஒட்டிப்போய் கிடந்தேன். அவர் கொஞ்சம் எரிச்சலோடு மறு கேள்வி கேட்டார்.

"அன்பில்லாமல் வாழவே முடியாதெண்டு சொல்லுறிங்களா ஐயா. அன்பிலாட்டி உயிர் விட்டுவிலகிடுமா இந்த உடம்ப. இல்ல, சாப்பிடாமல் தண்ணி குடிக்காம கிடந்தால் இந்த உயிர் விலகிடுமா... என்ன. என்ன நீங்கள் சொல்றீங்கள். உயிருக்கு எது தேவை. இப்ப சொல்லுங்க பாப்பம்" மாணிக்கவாசகம் குறுக்காக கேள்வியைத் தூக்கிப்போட்டு, தன் ஒருகாலை மறுகாலின் மேல் தூக்கி வைத்து உடலை அசைத்தார். பிறகவர் தாடையை உரசித் தடவினார். இதற்கு பதிலில்லை என்பது போன்ற பாவனை அப்போது அவர் முகத்தில் பெருகியது.

"அன்பில்லாம உயிர் இருக்கத்தானே செய்யுது. அப்படிப் பாத்தால் உயிர்த் தேவை அன்பில்லையே" என்றொரு வாதத்தைப் போட்டு நானும் அவருக்குத் துணை நின்றேன். ஆனால் உண்மை என்னவென்றால், நான் அன்புதான் உயிர்த்தேவை என்பதற்கு மேலும் வலுவான ஆதாரத்தையே வேண்டி நின்றேன் என்பதுதான். அதுவும் என் மனதிற்கு தெரிந்துதான் இருந்தது. ஏனென்றால் நான் அன்பென்ற சொல்லை வஞ்சியோடு பிணைத்து வைத்திருந்தேன்.

பரமசோதியர் தொண்டையை நீவித்தடவினார். தன் தொண்டையின் வலியை அவர் உணரக்கூடும். ஆனாலும் அவருக்கு இன்று பேசவேண்டும். அந்த மொட்டை உருவம்

பேசத்துடிக்கிறது. முடியவில்லை. நாகாய்யாவின் பேச்சைக் கேட்டுக்கொண்டிருந்தார். உடல்வலிகளைக் கடந்து, தன்னுயிருள் அடங்கிய வலிகளையும் அதன் வாதங்களையும் பேசத்துடிக்கிறது நாகாவின் மனம்.

"தம்பி கேள்... ஐயா நீங்களும் கேளுங்கோ... சாப்பாடு இல்லயண்டா உடன செத்துப்போவியா. தண்ணியில்ல எண்ட உடனயே செத்துப்போவியா. அதுக்குக் கொஞ்சக் காலம் எடுக்குமோ இல்லையோ! அது குறைவாய் கிடைச்சால் சாவு சிலகாலம் தள்ளிப்போகுமா இல்லையா? அப்பிடித்தான் இந்தச் சங்கதியும். அன்பே இல்லையென்டால் உயிர் சக்தியிழந்து தடுமாறி இந்த உடம்பக் கைவிட கொஞ்சக்காலம் எடுக்கும். பாக்கிறியா... ஆனால் அன்பே இல்லாமல் மனுசன் இருக்க மாட்டான்ரா தம்பி. உயிர் தனக்குத் தேவையானதை தேடி எடுக்காமல் விடுமோ. கிடைக்கிற இடமெல்லாம் அது தேடி அலைஞ்சு எடுக்கும்.

"உன்னைப்பார் உன்ர சனங்கள் தலைவர் எண்டுதான் கூப்பிடுதுகளாமே உன்னை. அந்தச் சனங்களுக்குள்ள நீ நல்லவனாய் இருக்க விரும்புறாய். ஏன்? உன்ர உயிரடா தம்பி அங்க அனுபவிக்கிறது அன்பையடா. பச்சை கண்ணுக்கு தெரியேல. கல்யாணம்கூட அவசியப்படலேல்ல உனக்கு பாத்தியா... உன்னை அப்பிடி இருக்க வைக்கிறது எது எண்டு நினைக்கிறாய். உன்ர உயிர் அன்பை எடுத்துக் கொள்ளுற துடிப்புத் தான்ரா. பாத்தியா..."

அவர் பேசும் சொற்கள் சொற்களே அல்ல. அது மனமாகி வந்திருந்தது. அதுதான் மெய். ஆனால் வஞ்சி எனக்கூட்டப்போகும் சக்தியிலேயே என் மனம் மிதந்து கொண்டிருந்தது. உண்மையில் நான், வஞ்சி என் வாழ்வில் வந்த பிறகு, இந்தத் தொழிலையே விட்டுவிடுவதாய் எண்ணியிருந்தேன். சொந்தமாய் ஒரு தொழில் செய்து கௌரவமாக முன்னேறிவிட வேண்டுமென்ற மூர்க்கத்தோடு இருந்தேன். இந்தவாரம் சேமிப்புக் கணக்கொன்று தொடங்கிக் கையிலிருக்கும் பத்தாயிரம் ரூபாயை வங்கியில் வைப்பிலிட்டுமிருந்தேன். எனக்கு நிறைய கனவுகள் இருந்தன.

எல்லாமே வஞ்சிக்காக. இல்லை எல்லாமே எனக்காக. இல்லை வஞ்சி எனக்காக. எல்லாமே ஒன்றாகி விடவேண்டும். பிரித்தல் என்பதே வேண்டாம். நான் உணர்ந்து விட்டேன். உயிர்ச் சக்தி அதுவே தான். வஞ்சி அன்று, தன் காதலை அம்மா முன் எத்தனை அழகாய்ச் சொன்னாள்! வெறும் சொல்லா அது? அந்தச் சொல்

ஒவ்வொன்றும் உயிரில் மீண்டு, மீண்டு வந்து ஊற்றெடுப்பது ஒரு சக்தியில்லையா!

'உங்களக் கலியாணம் கட்ட கொடுத்து வச்ச ஒருத்தி வருவாள். வாழ்க்கை முழுதும் அவள் கூட வருவாள். அவளும் கொடுத்து வச்சவளாய்த் தான் இருப்பாள். வரும்போது நீங்களும் ஓம் எண்டு சொல்லோணும்' எத்தனை தரம் இந்தச் சொற்களை மனம் மீட்டிருக்கும்! அளவேயில்லை. அந்தச் சொற்களின் மீது அத்தனை ஆசை. அது அந்தக் காட்டழகி சொல்லிய முத்தான சொற்கள். எல்லாச் சொற்களிலும்விட ராஜமுத்தாய் ஒளிரும் சொற்களிவை. உயிர் தான் உண்மையில் இதை மீட்டுகிறதா!

ஆனாலும், என்னிடம் எதிர்பாராமல் எழுந்த கேள்வியை அவரிடம் கேட்டு விட்டேன். அது பாதுகாப்பின்மை என்ற அச்சத்தினால் உருவானதா? தெரியவில்லையே.!

"ஐயா! ஒரு கேள்வி. ஒரு உயிர், தான் உயிர் வாழத்தான் ஆசைப்படும் எண்டுறியள். அதனால அது தானாக அன்பைத் தேடி அனுபவிக்கும் எண்டுறிங்கள். அது ஏன் தற்கொலை செய்யுது?"

"தம்பி ஒண்ட நீ நல்லா கவனி. அன்பே இந்த உலகத்தில கிடைக்காதெண்டு உயிர் ஓர்மையா நம்பிட்டுதுதோ, அல்லது கிடைச்ச அன்பு ஒண்டே அதுக்கு ஓர்மையா இருந்து அது தவறீற்றுது எண்டால், உயிர் தான் சக்தியிழந்து போனதா நினைச்சிடும். உண்மையடா... அது அப்பிடி நம்பிவிடும். அப்ப அது உடம்ப அழிக்க சிலவேளைகளில ஆசைப்படுமடா தம்பி."

இந்தப் பதிலில் நான் திகைத்தேன். இந்தப்பதில் எனக்கு மெய் என்று பட்டாலும், மறுவளத்தில் இது என்னுள் விகாரமான கேள்வி ஒன்றை எழுப்பியது. நான் அசந்தர்ப்பமாக அதைக் கேட்டும் விட்டேன்.

"அப்பத் தற்கொலைப் போராளிகளை எந்தக் கணக்கில ஐயா எடுக்கிறது. உங்கட வாதமே பொய்க்கிதே."

"தம்பி, அது வேற கணக்கடா. ஆனால் ஒரே பொருள் தான்ரா."

மூக்காப் பையன் மூக்கை நுழைத்தான் "கக்கா எல்லாமே கணக்கெண்டால் பின்ன அன்பெங்க."

“நீ கொஞ்சம் குஞ்சாமணியை சுருட்டி வை…” ஐயா சொல்லிவிட்டு பேசத்தொடங்கினார்.

“அன்பை அனுபவிக்க ஆசை கொள்ளுறதின்ர உயிரோட வெறி அது. இந்தச் சனங்களெல்லாம் காட்டுற அன்பு கொடுக்கிற வெறியடா அது. தன்ர கொடையால இந்தச் சனங்கள் தன்னில கொள்ளப்போகும் அன்பை உயிர் அனுபவிக்க ஆசைப்படுறதால நடக்கிற காரியமது, என்றும் சொல்லலாம். ஒரு குழந்தைக்கு சொக்லேற் குடுக்கிறாய், அது திருப்பித் தாற அன்பை அனுபவிக்க ஆசைப்படுவியா இல்லயா. அதைக் காண விரும்பாமல் போக ஏலுமா… சொல்லு. இதுவும் அந்தக் கணக்குத்தான்.”

சொன்னவர் தன் தீவிர முகத்தை மாற்றி எள்ளலாக்கி:

“கொஞ்ச நாளா நீ வேற ஆளா மாறிட்ட பாத்தியா மார்க்ஸ். முகமெல்லாம் சின்னப்பெடியன் மாதிரி பொங்கிப் பொலியுது. உன்ர உசிர் எங்கயோ ஒரு அன்பைத் தேடி அனுபவிக்குதடா. ஹா..ஹா..ஹா நானும் பாத்துக் கொண்டுதானே இருக்கிறன் உன்னை.”

அவர் சொல்லிவிட்டு தலையைத் தடவியவாறு மாணிக்கவாசகரைப் பார்த்து சிரித்தார். அந்தச் சிரிப்பின் அர்த்தம் ஒரு செல்லத்தனமான கிண்டலாய் இருந்தது. மாணிக்கவாசகம் ஐயா தாடையின் ரோமங்களை பிடித்திழுத்தவாறு இருந்தாரப்போதும். திருவாசத்தில் வரிகளைத் தேடிக்கொண்டிருப்பாராக்கும். நானோ சங்கடத்தில் என் முகத்தை எப்படி வைத்திருப்பதென்று தெரியாமல் தடுமாறினேன்.

அதை மறைக்க ஒரு கேள்வியைக் கேட்டேன் “கோபத்தில் தற்கொலை நடக்கிறதில்லையா. நிறையப் பாக்கிறோமே.”

“அது கொலையடா தம்பி தன் கொலை. அடுத்தவன் மேல அளவற்ற கோபம் வரும்போது தன்னால அவர்களை ஏதும் செய்ய முடியாதபோது தன்னைத்தான் கொல்வது. அதுகூட ஏனென்று கேள்… அவர்களைப் பழிவாங்கவேணும் என்ற நினைப்புத்தான். அது அன்பை எதிர்பார்க்காதவர் மேல வார கோபத்தில மட்டும் நடக்கவே நடக்காது.”

சொக்குத்தசை இழுபட ரோமத்தை இழுத்த மாணிக்கவாசம்:

“அன்பும் மசிரும்… நானும் காதலிச்சுத்தான் கலியாணம் செஞ்சன் ஹ.. ஹ.. தெரியுமோ. இந்த ஆளை மத்தியானம் ஒரு

மோகினிப்பிசாசு வந்து பிடிச்சிட்டுது. அதுதான்டா இப்ப பிரச்சினை. ஒருக்கால் வைரவகோயிலுக்கு கூட்டிக்கொண்டுபோய் வீபூதி போட்டுவிடச் சரியாப்போகும்.”

சொல்லிவிட்டு போலி வெறுப்புக்காட்டி கெக்கலித்துச் சிரித்தார். அவர் குறும்பு முகத்தைப் பார்த்து நாகாய்யாவும் சிரித்தார். நாங்களும் சிரித்தோம். ‘மோகினிப்பிசாசு’ என்று அவர் சொன்ன சொல்லும் சொல்லிய முகக்கோணலும் நினைக்குந்தோறும் சிரிப்பூட்டிக் கொண்டேயிருந்தது. நாகாய்யா மீண்டும் நினைத்து நினைத்துச் சிரித்தார்.

பிறகு, அர்த்தபாவமாய் கம்பீரக்குரலில் மாணிக்கவாசகம் சொன்னார்:

“அடதம்பி பணம், அந்தஸ்த்து, மரியாதை இவைதான்ரா இங்க வாழத்தேவையான சரக்கு. ‘காலம் உண்டாகவே காதல் செய்து உய்மின்’ திருவாசகம் பிறகு எப்படி முடியுது ‘எங்கள் பாண்டிப் பிரான் தன் அடியவர்க்கு மூல பண்டாரம் வழங்குகிறான் வந்து முந்துமினே’ கேட்டியா கதைய... கடவுளே பண்டம் தாரார் ஓடிவா என்றுதான் கூப்பிட வேண்டியிருக்கு. உனக்கு நல்லாய் தெரியுமது. சும்மா போடா. உன்னட்ட ஒண்டு இருந்தாத்தான் இன்னொன்று தேடிவரும். அது இல்லயெண்டால் நாய்க்குள்ள இடங்கூட உனக்கில்ல இங்க. இந்த மனுசன்ர கதையக் கேக்கப்போறியோ. இல்லை உலகத்தை பாக்கபோறியோ நீ... இது உள்ள இருக்கிற மோகினி கதைக்கிற கதையடா தம்பி. அதைக்கேட்டா நல்லாத்தானே இருக்கும். அதுக்காக அது மெய்யில்ல. என்ன நான் சொல்றது.”

என்முகத்தைப் பார்த்ததனாலோ என்னவோ அல்லது மாணிக்கத்தாரின் வாதத்தினாலோ நாகாய்யா உசுப்பி விடப்பட்டவர்போல தலையைத் தடவிக்கொடுத்து உக்கிரமாய்ப் பேசத்தொடங்கினார்.

“பணம், அந்தஸ்த்து எண்ட சங்கதி, மூன்றாவது சங்கதியடா தம்பி. அது ஒரு சமூகத்தேவை. உடல் தேவையோ, உயிர் தேவையோ இல்லை. நீ பார்! மனுசன் ஒரு கூடிவாழும் விலங்கா இல்லையா. மனுசனுக்கு கூட்டத்தோட இருக்கவேணும். இந்த சமூக வாழ்க்கை, அல்லது கூட்டா வாழும் வாழ்க்கையில மனுசனுக்கு சக்தி தாறது அங்கீகாரம் என்ற சாமான். பாக்கிறியா நீ... அது ஒரு வலுவடா தம்பி. தனக்கு, தன்ர சூழலில என்ன அங்கீகாரமெண்டு

மனம் ஆலாய்த் தேடி அலையும். அந்த அங்கீகாரம் பணமாயோ பட்டமாயோ புகழாயோ- இல்ல வேறு எதுவாயோ ஒருவனுக்கு கிடைச்சால் அதுதான்ரா அங்கீகாரம். இல்லயா... சமூக வாழ்க்கைக்கான சக்திதானடா அது."

நான் என்னையறியாமல் குறுக்கிட்டேன். இந்த இடத்தில் கொஞ்சம் நான் குழம்பி போனதும் உண்மை. ஏனென்றால் நான் விசயங்களை வஞ்சியோடு பிணைத்து பார்த்ததால் மனம் தடுமாறியது.

"ஐயா, இதில இந்த மூண்டுமே முக்கியமாத் தானே இருக்கு. இதில எதுதான் மனுசனுக்குத் தேவை?"

நான் கேட்கும்போது உணர்ச்சி வசப்பட்டதை நானே உணர்ந்தேன். சுற்றிமுற்றிப் பார்த்தேன். யாரும் இங்கே காது கொடுப்பாரில்லை. எங்களைப் பார்த்தபடி மறுபக்க விடுதியிலிருந்து இன்றும் குறுக்கறுத்த பூனை தன் குட்டிகளுடன் எச்சரிக்கையோடு ஓடியது. அதன் கண்களில் அச்சத்தினால் எழுந்த அவதானத்தின் சுடர் தெரிந்தது. குட்டிகள் அவ்வாறில்லை. அவை தாயின் பாதுகாப்பில், அச்சமின்றி குறும்புத்தனத்தோடு ஓடின.

என் குறுக்கறுத்த கேள்விக்கு உற்சாகமாகப் பதில் சொன்னார். ஒற்றைக்கையைத் தூக்கி சின்ன விரலையும் மோதிர விரலையும் மடித்து, மிகுதி மூன்று விரலையும் காற்றில் மிதத்தி, என்னை நோக்கி நீட்டி அவர் பேசினார். அது அவர் தன் சொற்களுக்கு வலுச்சேர்க்கும் அசைவாக உறுதி கொண்டு ஆடியது. ஒரு கம்பீரம் கூடியது.

"வாழ்க்கையில முழுமை காணவேணுமெண்டு மனுசர் தவியாய் தவிக்கினம். ஆனா, நீ பார்... பலருக்கு முழுமை எண்டதே இந்த மூன்டாவது விசயம் தான்ரா. தன்ர சுற்றத்தில தனக்கு அங்கிகாரம்... ஆனாலுமடா வாழ்க்கைக்கு அதுவில்லை அடிப்படை. அன்பு எண்டது உயிர்த்தேவை - அல்லது மனசுத்தேவை, உணர்ச்சித் தேவை எண்டு சொல்லலாம். ஆனால் உயிர்த்தேவை எண்டு சொன்னால்தான் பொருந்தும். இது இருந்தால் இந்த உடலை சரியாக இயக்குமா இல்லயா... உயிரும் உடலும் சக்தி கொண்ட ஒருத்தன் இந்த சமூகத்தில தன்னை நிலைநிறுத்தக் கூடியமாதிரி ஒரு காரியம்- ஒரே ஒரு காரிமெண்டாலும் பண்ணுவானா இல்லயா? பண்ணுவான்ரா! அவன் தான் பண்ணுவான். அவன் தான் நாலுபேரை திரும்பி பாக்க வைப்பான்."

மூக்கா நாடியில் கை வைத்து ஊன்றியபடி வலு ஆர்வமாகக் கேட்டுகொண்டிருந்தான். வழமையான குசும்புக் கதையேதுமில்லை.

"மற்றவன் ஒருவனும் திரும்பி பார்க்க வைக்கானோ?"

நையாண்டியா? குறும்பா? இரண்டும் இல்லாத குரலில் மாணிக்கத்தார் குறுக்கிட்டார்.

"இதைத் தலைகீழாக அணுகினால். நாலுபேர் திரும்பிப் பாக்கக் கூடும். ஆனால் வாழ்க்கை வராதடா. அங்கீகாரத்தை வாழ்க்கையின்ர முழுமையெண்டு நினைச்சால் உன்னால அதை அடையமுடியாதடா தம்பி. ஒருத்தனுக்கு இன்னொண்டு அங்கீகாரமாய் தெரியும். அது கிடைச்சவனுக்கு வேறு ஒண்டுதான்ரா அங்கீகாரமாத் தெரியும். நான் சொல்லுறது சரியா பிழையா... அது ஒரு மாயமடா மாயம். அன்பு மாயமில்லையடா. அதை அனுபவிச்சால் அதின்ர சக்தி புரியும். அது தான் மெய்யுள் எண்டு புரியும். எங்கட ஆதி வழக்கு என்ன? குழுத்தலைவர்களை வணங்குறதுதானே. ஏன்... இந்த சனங்களுக்காக யாரும் செய்யமுடியா காரியத்தை செய்திருப்பினம். அந்த அன்பைத்தான் சனம் கும்பிடுது. ஓமோ இல்லையோ... இந்த அரசு, பிறகு மதம் வந்து எல்லாத்தையும் நாசம் பண்ணிற்று."

அவர் சீண்டப்பட்டவராய் மூச்சுவிடாமல் கதைத்தார். கதைக்கும் போது மாணிக்கத்தாரைப் பார்த்து பார்த்துக் கதைத்தார். அதற்கும் உட்காரணம் இருக்கலாம்போலத் தோன்றியது. அடுத்து அவர் சொன்ன வார்த்தைகள்தான். அந்தக் காரணத்தை என்னை ஊகிக்க வைத்தது.

"நீ இப்ப கொஞ்ச நாளாய் வேற ஆளாய் மாறிட்ட. உன்ர உசிர் எங்கயோ அன்பைத் தேடி அலையுது. உன்னால மற்றவைக்கும் தானேடா சக்தி பெருகப் போகுது. உன்ட அன்பையும் இன்னொராள் அனுபவிக்குமா இல்லையா"

அவர் மறுபடி சொன்ன இந்த வார்த்தைகளுக்கும் வஞ்சியின் அப்பாவைப் பார்த்து தன் வாதத்தை மூச்சாக முன்வைக்க முனைந்ததற்கும் தொடர்பிருக்கலாம் என்றுபட்டது. நிச்சயமாக வேறென்ன! நான் வஞ்சிக்கு தகுதியானவன் என்று என்னைத் தகுதிப்படுத்தி மாணிக்கவாசத்திற்கு காட்ட நாகாய்யா எடுக்கும் முயற்சிதான் இதுவென்று தெரியாதா. அது எனக்கு சங்கடத்தை தந்தது.

ஆனாலும் அவர் பேசிய சொற்கள், வாழ்வின் சாரமான மூல தத்துவமாக, மெய்யுளாக எனக்குத் தோன்றியது. இவர் வார்த்தைகளோடு என் வஞ்சியை இணைத்தால் அத்தனையும் நித்தியமான மெய்மை என்பதை யாரொருவரும் உணரலாம். ஆனாலும் நான் பொறுக்கமுடியாமல் ஒன்றைக் கேட்டேன்.

"உயிர்த்தேவை நிறையாதவன், ஆனால் மற்ற ரெண்டு தேவையும் நிறைஞ்சவன் சந்தோசமா வாழுறானா இல்லயா. வாழுறான் தானே ஐயா அவன்... அப்பிடியெண்டால் அன்பும் பாதுகாப்பும் உயிர்த்தேவை எண்டு எப்பிடிச் சொல்லுவியள்."

"அதை நீயடா தம்பி அவங்களிட்டயே விசாரிச்சுப்பாரன். வலு திறமான பதில் கிடைக்கும்."

பரமசோதியர் திடீரென்று "இஞ்சபார் நானிருக்கிறன். அருளிலார்க்கு அவ்வுலகு இல்லையென்றால் பொருள் என்ன? அருள் அன்புதானே. அவ்வுலகு மனவுலகுதானே. அது எனக்கு இல்லைத்தானே..." அவரால் சரியாகக் கதைக்க இயலவேயில்லை.

மூக்காப்பையன் தன் குசும்பைத் தொடங்கினான் "பெரிசுகள் மேல கிழம்புற நேரத்தில ச்சும்மா அன்பு அன்பெண்டு புசதிதுகள். கக்கா பூசி மெழுகிது. என்ன அன்பு... ஆசையென்று சொல்றதுக்கு பூசி மெழுகிறியள். கக்காட ஆள் இண்டைக்குப் பாக்க வந்ததும் ஆசை வந்திட்டு கக்காக்கு."

கக்கா ஏதோ ஒரு பதிலை மூக்காவுக்கு சொல்லவிரும்பினார் ஆனால் வஞ்சியின் அப்பா இதுக்கு மேல் பொறாதவராய் நாகாய்யாவின் பேச்சை நிறுத்த வழி கண்டு பிடித்தார்.

"சனங்கள் வரத்துவங்கிட்டுது. இனிப் போதும் மோகினிப் புராணம். மோகினி தலையில இருந்து இறங்கட்டும் கதைப்பம் மெய் எதுவெண்டு... நாங்கள் இப்ப போவம்."

அவர் எழுந்து சாரத்தைத் தூக்கி மடித்துக் கட்டினார். நானும் எழும்பினேன். கைத்தாங்கலாய் அவரைப் பிடித்துகொண்டு நடந்தேன். மூக்கா பரமசோதி ஐயாவை சில்லுவண்டியில் தள்ளினான்.

நடக்கும் போதே நாகாய்யா சொன்னார்:

"அடதம்பி, இதை மட்டும் கேட்டுட்டுப் போ. விலங்காயிருந்த மனுசன் எப்ப மனுசனா மாறினான். எண்டதுக்கு ஆயிரம்

விதியை உலகம் சொல்லும். ஆனால், நானொரு விதி சொல்லுவன் கேள். நல்லாக் கேள். நாலு காலில திரிஞ்ச மனிச விலங்கு, தன்ர காதல் இணையோட முகம் பார்த்து புணரவேணும் எண்டு எண்டைக்கு ஆசைப்பட்டுதோ அப்ப தான்ரா அது மனுசனாகிது. ஹ..ஹ.. கையை தூக்கி, முள்ளந்தண்டை நிமித்தி, இரண்டு காலில நிக்குது... பாத்தியா... விலங்கு மனுசனாகினதே அன்பெண்ட உயிர் சக்தியை உச்சமாய் அனுபவிக்க வந்த ஆசையடா தம்பி. ஓமோ இல்லயோ.? என்ன நான் சொல்றது. நீ யோசி. முகம் பாத்துப் புணர மனிசனுக்கு ஆசை வந்திருக்காட்டி நீ இப்பவும் மரத்திலதான். ஹி ஹி ஹி. இதை வன்னியில எனக்கொரு கிழவன் சொன்னான்" அவர் சிரித்தார்.

மூக்காப் பையன் "கக்கா இப்பத்தான் கொஞ்சம் வழிக்கு வருது. இதைத்தானே நானுஞ் சொன்னன். ஆசையெண்டு பச்சையா சொல்றதுதானே..."

இதைக் கேட்ட மாணிக்கவாசம், நாகாய்யாவின் கையைப்பிடித்து தானும் இழுத்துப் போனார். அவர் தடுமாறவும் நான் அவரையும் தாங்கிப் பிடித்தேன்.

"ஐயா கவனம். இப்பதான் கொஞ்சம் நடக்க தொடங்கினிங்கள் அதுக்குள்ளே..."

விடுதிக்குள் போகவும் கனகாம்பிகையம்மாவைக் கண்டேன். மனுசியின் முகம் வதங்கியிருந்தது. அழுது குலைந்த முகம். இராமதாசன் என்னை அழைத்து தோடம்பழம் உரித்துத் தர முடியுமா என்று இங்கிதமாகக் கேட்டார்.

கல்லீரலில் புற்று என்று அதை அகற்ற காலையில் அறுவைச் சிகிழ்ச்சை செய்துகொண்ட ஒருவருக்கு 'ஒக்சிசன்' போடப்பட்டிருந்தது. மயக்கத்தில் புசத்திக்கொண்டிருந்தார். 'எனக்கொன்று தெரிஞ்சாகோணும்... நூத்துக்கு அம்பது வேணும்... மலரை ஏன் கேட்டாய்...'

அன்று முழுவதும் அந்தக் கதைகளுக்குள் இருந்து என்னையும் வஞ்சியையும் நான் மீட்டுக் கொண்டிருந்தேன். இப்பொழுதும் நாகாய்யா சொன்ன இறுதிச் சொற்களில் நான் இழுவுண்டபடிதான் இருக்கிறேன்.

அத்தியாயம் 11

பரமசோதியர் எப்போதும் வெறுப்புணர்வோடு இருப்பவர்தான். தனிமையில் தவிக்கும் அவரது மனம் கடந்தகாலத்தின் தவறுகள் மீதே எப்போதும் சஞ்சரித்திருந்தது. அவரது தொண்டை புற்றுநோய் உருவாக்கிய கரகரத்த குரல் எதையும் வெறுப்பாகக் காட்டக்கூடியதுந்தான். பரமசோதிக்கும் வஞ்சியின் அப்பாக்கும் வாய்த்தர்க்கமாகி சில நாளாக இருவரும் பேசிக்கொள்வதில்லை. வஞ்சி தகப்பனை அன்போடு பார்க்கும் தருணங்களில் பரமசோதி நிலைகொள்ளாமல் பரபரப்பார். ஒரு காழ்ப்புணர்வு எழுகிறது என்று நினைக்கிறேன். வாய்க்குள் முணுமுணுப்பார். தன் பிள்ளைகள் பற்றிய சபித்தலாக இருக்கவேண்டும்.

'ஓர் உறவு தவிர்க்கப்பட முடியாத உறவாக இருக்கும் வரைக்குந்தான் நிலைக்கும்' என்று அன்றொருநாள் பரமசோதியர் சொன்னது ஏனோ திரும்பத் திரும்ப மனதில் வந்துகொண்டே இருந்தது. ஓர் அச்சந்தரும் உணர்வு அந்த சொற்களிற்கிருக்கிறது.

வஞ்சி வராமல் தாயார் பார்க்க வந்த நாட்களில் நான் இரவு நேரக் கடமையைத் தேர்ந்தெடுத்திருந்தேன். அவளில்லாத நாட்களில் நான் வந்து என்ன செய்ய. அம்மாவுக்கு சமையலில் ஏதாவது உதவினேன். மச்சாளின் பிள்ளையை தூக்கிக் கொண்டு கடற்கரைக்கு போனேன். தொட்டாம்மா வீட்டில் சாப்பிட்டேன். சிறுவர்களோடு சேர்ந்து 'கிளி-பூர்' விளையாடினேன். முக்கியமாய்க் குழந்தைகள் இந்தக் காலத்தில் என்னைக் கவர்ந்தார்கள். அவர்களுக்கு பல வர்ணங்களாய் பட்டம் கட்டிக் கொடுத்தேன். உண்மையில் நான் மாறித்தான் போய்விட்டேன். தெரிகிறதா!

நாகாய்யா அன்று பேசிய விடயமெல்லாவற்றையும் நான் பிரித்தும் தொகுத்தும் மறு ஆக்கம் செய்தபடியிருந்தேன். அது தவிர்க்க முடியாமல் என்னுள் எழுந்து கொண்டேயிருந்தது. சும்மா இருந்த பொழுதெல்லாம் அது பற்றி அலசுவதே மனதின் சுகப் போழுதாகிப்போயிற்று. வஞ்சியை மனதில் நிறுத்தித்தான் இதுவும் நிகழ்ந்தது. மனிதர்களை வகை பிரிக்கும் வம்புத்தனம் மனதில் உற்சாகமாய் நிகழ்ந்தது.

மற்றும்படி, நான் வேலைக்கு வருவதே வஞ்சியைப் பார்ப்பதற்குத்தான் என்றாகிவிட்டது. அவள் இல்லாத பொழுதுகள் வெறுமையை சூனியத்தில் சுரக்கும் நாட்களாகிவிட்டிருந்தன. அதை தவிர்க்க, நான் அவள் நினைவுடன் களித்திருப்பது மட்டுமல்லாது வாழ்வுக்காக சில தயார்படுத்தல்களையும் செய்தேன். சில திட்டமிடல்களையும் செய்தேன். சொந்த தொழில் தொடங்குவது அதில் முக்கியமானது. மருமகனின் உதவியோடு 'வீடு கட்டுமான ஒப்பந்த நிறுவனம்' ஒன்றை உருவாக்க இந்த காலத்தில் முயற்சித்தபடி இருந்தேன்.

வஞ்சி வராத நாட்களில் வேலையை இரவு நேரத்திற்கு மாற்றுவது உண்மையில் அயோக்கியத்தனந்தான். நானறிவேன். யாரும் எனக்கு சொல்லத்தேவையில்லை. ஆனாலும், நான் என்ன செய்ய! என்னையும் ஒரு மனிதனாக யாரும் ஏற்றுக்கொள்ளத்தானே வேண்டும். தன் காதலியை காணும் சந்தர்ப்பத்தை ஒருவன் உருவாக்கிக் கொள்ள வேண்டாமா! கூடாதா? இல்லாத பொழுதில், அவன் தனிமையை அதன் வெறுமையை விட்டு விலகி ஓடித்தானேயாக வேண்டும். அதைத்தானே நானும் செய்தேன். தவிரவும், கிடைக்கும் சந்தர்ப்பத்தில் இரவுக் கடமையை செய்தால்தான், வேண்டிய பொழுதில் பகல் கடமையை எடுத்துக்கொள்ள முடியும்.

ஆனாலும் நானே எனக்கு அயோக்கியனாக இருந்துவிட முடியாது. என்னை நானே அருவருத்துக்கொள்ள முடியாது. அப்படி நான் செய்ததிலும் ஒரு நியாயம் இருந்தது. தாய் வரும் நாட்களில் அவளால் தன் கணவனைக் குளிப்பாட்ட முடியும். கழிப்பறைக்குக் கூட்டிச் செல்ல முடியும். மகளால் அது முடியுமா? முடிந்தாலும் அது தகப்பனுக்கு சங்கடம் தருவதாக இருக்காதா? அதுவும் மகன் ஒருவன் இருக்கிறான் என்பதை நான் அறிந்த பின்னர்; அவன் நிலை என்ன என்று அறிந்த பின்னர், அவரின் மனம் என்னவாகும் என்று எண்ணி அஞ்சினேன். போருக்காகத்தான் நான் எதுவும்

செய்யவில்லை. ஊருக்காகவும் பெரிதாக எதையும் புடுங்கவில்லை. போராளியின் அப்பனுக்கு- அதுவும் வேண்டாம் என் வஞ்சியின் அப்பனுக்காகவாயினும் இதை நான் செய்யக்கூடாதா?

வஞ்சி வரும் நாட்களில்தான் தகப்பனுக்கு அந்த உதவிகள் கண்டிப்பாக தேவைப்பட்டன. ஒருவேளை, இதுகூட நானே எனக்கு சொல்லிக்கொள்ளும் நியாயப்பாடாகவும் இருக்கக்கூடும். என்னை நானே நல்லவனாகக் காணும் விபரீத தார்க்கமாகவும் இது இருக்கக்கூடும். என் செயலையும் என்னையும் வெட்காது இருப்பதற்கான கவசமாகக்கூட இது இருக்கலாம். இருந்தால் என்ன, இருந்துவிட்டுப் போகட்டும். யார் என்ன நினைத்தால் எனக்கென்ன; நினைத்துவிட்டுப் போகட்டும். நான் எனக்கு சரியானவன். அவ்வளவுதான்.

இந்த நாட்களில் மாணிக்கம் ஐயா மருந்துகளால் கொஞ்சம் தேறிவந்த நிலமை மறுவளமாகத் திரும்பி மோசமாகிக் கொண்டு போனது. டொக்டர் 'ரேடியோ தெரபி'க்கு அனுப்பிப் பார்க்க வேண்டும் என்று முடிவு செய்து அனுப்பினார். அதற்கும் ஒரு கதையுண்டு; சொல்கிறேன். இதனால், வஞ்சியின் அப்பாவுக்கு முடிகள் உதிரத் தொடங்கின. உரோமங்கள் கொட்டுண்டத் தொடங்கின. தோட்டத்தில் வைக்கும் காவல் 'வெருளிப் பொம்மை' போலாகினார் அவர். அது அவருக்கு மட்டுமல்ல குடும்பத்துக்கே மரண அச்சத்தைத் தந்தது. வஞ்சி பொலிவிழந்தாள்.

ஒரு வியாழக்கிழமை நான் வேலைக்காக மாலை ஆறுமணிக்கு வரும்போது தாய் விடுதிகளின் ஓடைப் பகுதியால் வெளியே வந்துகொண்டிருந்தாள். என்னைக் கண்டதும் மறுநாள் தான் வரமாட்டேன் என்றும், வஞ்சிதான் வருவாள் என்றும் சொல்லிவிட்டுப் போனாள். நான் எனது கடமை நேரத்தை மாற்றிக் கொள்வது அவர்களுக்கும் தெரிந்துவிட்டதென்று எண்ணினேன். அல்லது மாற்ற வேண்டும் என்பதற்காக இந்தத் தகவல் எனக்குச் சொல்லப்பட்டதாகவுங்கூட இருக்கலாம். என் காதலுக்கு சந்தர்ப்பம் தருவதாகவும் இருக்கலாம்.

அன்றிரவு விடுதியின் இருபத்தியோராவது கட்டில்காரனும் பதினோராவது கட்டில்காரனுங்கூட இந்த உலகத்தைவிட்டுப் போனார்கள். இருவரும் இந்த விடுதியில் மாணிக்கம்- நாகா போலவே நெருக்கமாகிக் கொண்ட நண்பர்கள் தான். பதினோராம் கட்டில்காரன் நல்லாய்த்தான் இருந்தார். மற்றவர் இறந்ததும்

யோசித்த மனுசன் அதிக இரத்த அழுத்தத்தால் இதய அடைப்பு வந்து இறந்தார்.

புற்றுநோயால் அந்த இறப்பு நிகழவில்லை. நான்தான் அவர்களுக்கு- அவர்களுக்கென்ன அவற்றிற்கு கையில் விபரச் சீட்டுக் கட்டி சுத்தம் பண்ணி பிணவறைக்கு அனுப்பிவைத்தேன். முருகேசு கொண்டு போனான். இங்கு இறப்பவர்கள் இறப்பதில்லை. உண்மையில், இருப்பவர்கள் தான் இறக்கிறார்கள். பதினோராம் கட்டில்காரன் இறந்ததும் அப்படித்தான். அதன் மரணவலி இருப்பவர்களைத்தான் வன்மமாய் தாக்குகிறது. இரவு முழுவதும் நாகாய்யா உறங்கவே இல்லை. நினைவுச் சுழிக்குள் அலைப்புற்றுக் கொண்டிருந்தார். ஒரே நாளில் இரண்டு மரணங்கள் நடந்தது இது தான் முதல் தடவை.

உறக்கமற்றிருந்த நாகாய்யாவிடம் வந்த மூக்கா "ஒண்டு கிளம்ப மற்றது கிளம்புது. பாத்தியா கக்கா. கடைசிக் கட்டிலில கன காலமாய் இடம்பிடிச்சபடி... எப்ப கிளம்புறாய்?"

"நான் கிளம்பினால் நீ கிளம்பிடுவியோ என்று பயமா இருக்கடா பேரா."

அவன் "ஒண்டும் பயப்படாத. கிளம்பு நான் பின்னால வாறன்."

"அதுதானே சொல்றன். அங்கேயும் வந்து அலுப்புக் குடுக்கப் போறியா. அங்க மேனகாவும் இல்லை."

இந்த உரையாடலை விகடம் என்று எடுத்துகொள்வதா. வாதை என்பதா. விரக்தி என்பதா. கையறு நிலை என்பதா... எனக்கு முதன் முதலாய் இந்தத் தொழிலே வேண்டாம் என்றிருந்தது.

ஆனால் இன்று தான் எங்கள் விடுதிக்கு கவனத்தை ஈர்க்கும் புதிய நோயாளி வந்தார். எல்லோர் கவனமும் இவர் மீது தான். சிங்கள இனத்தைச் சேர்ந்தவர். பின்னர்தான் தெரிந்தது இராணுவ வீரன் என்று. பெயர் சுனில் பிரசார. முப்பத்தைந்து வயது. மலைநாட்டைச் சேர்ந்தவர். அப்பப்போ கொஞ்சம் தமிழ் வார்த்தை பேசுகிறார். கிளிநொச்சியில் ஐம்பத்தெட்டாவது டிவிசனில் கடமையில் இருக்கிறார்.

இவருக்கு இரத்தப் புற்றுநோயென்று இப்போதுதான் கண்டு பிடிக்கப்பட்டிருக்கிறது. அவசரச் சிகிழ்ச்சை வழங்கவேண்டியிருப்பதால் இங்கே அனுப்பியிருக்கிறார்கள்.

இந்தப் புற்றுநோய் இங்கு குணமாக்கக் கூடியதில்லை என்று நானறிவேன். அவர் மரணம் தூரத்தில் இல்லை.

வண்ணன் டொக்டர் 'இமியுனோதெரபி'யை ஆரம்பித்தார். அதற்கான மருந்து இங்கே மிகவும் தட்டுப்பாடு. அரசு போதிய அளவு அனுப்பி வைப்பதில்லை. வடக்கு வைத்தியசாலைகளுக்கு சிங்கள பகுதிகளில் வழங்கப்படுவதுபோல விலையுயர்ந்த மருந்துகள் வழங்கப் படுவதில் பாரபட்சங்கள் இருக்கின்றன. இங்கே 'இமியுனோதெரபி' மூக்காவுக்கு மட்டுந் தான் கொடுக்கப்படுகிறது. காரணம் இளவயது.

இந்த இராணுவ வீரன் சுனில் பிரசாரவுக்கு இமியுனோதெரபி 'ட்ரிப்' மூலம் கொடுப்பதற்காக ஆயத்தம் செய்தேன். மேனகா மிஸ் அவனுக்கு 'கனுயுலா' ஊசியை ட்ரிப் போடுவதற்காக இரத்தக் நாளத்தில் ஏற்றினாள். ஏற்றும்போது, அவன் குழந்தைபோல மிரள மிரளப் பயந்தான். அவன் கத்தியது விடுதியில் நகைச்சுவையோடு கவனத்தை ஈர்த்தது. அவன் பற்றிய எதிர்ப்பு மன நிலையை அப்போதுதான் அங்குள்ளவர்களுக்கு மாற்றியது என்று நினைக்கிறேன்.

அவனைப் பரமசோதியர் இருந்த கடைசிக் கட்டிலிற்கு முதற் கட்டிலில் போட்டிருந்தார்கள். அதுதான் காலியாக இருந்தது. தவிரவும் சிங்களம் பேசக்கூடிய ஒருவர் பக்கத்துக் கட்டிலில் இருந்தார். அல்லது அவன் நெடுநாள் பிழைக்க மாட்டான் என்று டொக்டருக்கு தெரிந்திருக்கலாமோ! அவன் வாழ வேண்டிய இளவயது என்பதால் அருந்தலாக உள்ள 'இமியுனோதெரபி' மருந்தை அவனுக்கு வழங்க டொக்டர் முன்வந்தார்.

'கீமோதெரபி' போன்று புற்று செல்களை இது அழிப்பதல்ல. மாறாக இது புற்றுசெல்களை அடையாளம் கண்டு அதன் மீது மட்டும் போய் தானும் இணைந்து கொள்ளும். இப்படிப் புற்றுநோய் செல்களில் இணைந்து கொள்வதால் சொந்தக் கலங்களுக்கும் ஆபத்தான அந்நிய புற்றுக் கலங்களுக்கும் உள்ள வேறுபாட்டை உடல் புரிந்து கொள்ளும். உடலின் நோய் எதிர்ப்புக் கலங்கள் அந்நியக் கலங்களை அடையாளம் கண்டதும் அதனைத் தாக்கியழிக்கத் தொடங்கும். ஒரு வகையில் ஆபத்தான அந்நியக் கலங்களை எதிர்க்கும் சக்தியை உடலுக்குத் தூண்டி விடுவது தான் இமியுனோதெரபி.

சிகிழ்ச்சை என்பது இரத்தப் புற்று நோயைப் பொறுத்தவரை முடிகளை உதிர்க்க வைக்கும் முயற்சியென்று தான் எனக்குப்படும். இதற்கு செய்யவேண்டிய மருத்துவம் என்பு மச்சை மாற்றுச் சிகிழ்ச்சை. அதற்கான வசதி இன்னும் இல்லை. பெரும் பணக்காரர்கள் வெளிநாடு போகிறார்கள். அந்த வசதியைக் கொண்டுவருவதற்கான முயற்சியை அரசு ஆலோசித்துக்கொண்டு தான் இருக்கிறதாம். இப்போது கொடுக்கப்படும் கீமோ, இமியுனோ, ரேடியோ தெரபிகளால் இரத்தப்புற்று நோயாளி காலத்தைத் தள்ளிப் போடுகிறான். இடைக்காலத்தில் முடியை இழக்கிறான். வேறொன்றுமில்லை. சில மனிதருக்கு 'முடிதுறப்பு' உயிர்துறப்புக்கு முன் தேவையாயிருக்கிறதுபோல.

இரவு இரண்டு மணிக்கு கடமை முடிந்து, வீடுபோய் மீண்டும் பகல் பத்துமணி வேலைக்கு வந்திருந்தேன். வஞ்சி வரும் நேரத்துக்காய் மனம் பதகழித்துக்கொண்டிருந்தது. நான் என் மீசையை இன்று கொஞ்சம் அழகுபடுத்திவிட்டிருந்தேன். அவள்தான் சொன்னாள் தெரியுமா மீசையை எப்படி விட்டால் என் முகம் அழகாய், இளமையாய் இருக்குமென்று. வளைந்து இல்லாமல் நேராகிப், பின் கூராய் கீழ் நோக்கி இறங்க வேண்டுமாம். உதட்டின் கீழே மிக மெலிதாக உரோமங்களை கொஞ்சம் விட்டுவைக்க வேண்டுமாம்.

பன்னிரண்டுமணி பார்வையாளர் நேரத்துக்கு வஞ்சி வந்திருந்தாள். புற்றுநோய் நிபுணர் நோயாளரைப் பார்வையிட்டுப் போனதும் மற்றைய நோயாளர்களைக் கவனித்துவிட்டுக் காத்திருந்தேன். நான் மாணிக்கம் ஐயாவைக் குளிப்பாட்டிக் கொடுத்தேன். இப்போதெல்லாம் இந்த வேலை வேறுவகை உணர்வை எனக்குத் தந்தது. நான் குளிப்பாட்ட அவள் தகப்பனை துடைத்து உடைமாற்றக் கொடுக்க, நான் சிற்றுண்டிச் சாலையில் சுடுதண்ணீர் எடுத்துவர, அவள் தேனீரூற்றித் தகப்பனுக்கும் எனக்கும் தர, என இது ஒரு வாழ்வாகி வந்தது. இருவர் இணைந்து வேலையை பகிர்ந்து கடமையைச் செய்யும் வாழ்வாகி வந்தது. நான் அம்மாவுக்குக் கொடுத்த வாக்கை நிறைவேற்றத்தான் போகிறேன்.

அவள் அருகாமை ஒன்றேபோதும் அதுவே பெருவாழ்வுதான், என்று உள்ளூரச் சத்தியமாய் உணர்ந்தேன். இன்னும் உண்மையைச் சொன்னால், இந்தக் கட்டத்தில் நாங்கள் காதலர்களாகவே இல்லை; அதைக் கடந்து கணவன் மனைவியாகிவிட்டோம்; அப்படியொரு உணர்வு நடு நெஞ்சில் குடியிருந்தது. அவளும் அதை

உணர்ந்திருப்பாள். நானும் அவளைப் பார்த்துக்கொண்டுதானே இருக்கிறேன்.

ஆனால், இந்த நாட்களில் வஞ்சி சோகமாக இருந்தாள். போன வாரந்தான் அவள் அண்ணனை சிறையில் பார்க்கப் போனாள் போலும். வரவேண்டாமென்று சொன்னபோதும் பார்க்கப் போனாள். அவனது உருக்குலைந்த நிலையையும் உடலில் தழும்புகளையும் பார்த்து மனம் குலைந்துபோயிருந்தாள். அது பற்றி சொல்லிக் கொண்டேயிருந்தாள். அவன் மீது அரசு வழக்குத் தொடுத்திருக்கிறதாம். தகப்பனின் நிலை குறித்து அவளுக்கு அச்சம் உருவாகியிருந்தது.

டொக்டர் வஞ்சியை அழைத்தார். அப்போது அவள் தேனீர் தயாரித்துக் கொண்டிருந்தாள். என்னை ஒரு நோயாளியின் கட்டிலை இடம் மாற்றுமாறு விடுதிக்குப் பொறுப்பான அந்த சதுர மூஞ்சி நேர்ஸ் கனகாம்பிகை அம்மா சொன்னாள். அவளை அழைத்து டொக்டர்தான் ஏதோ சொன்னதைக் கண்டேன். அப்போது, வஞ்சியுடன் நெடுநேரமாக டொக்டர் பேசிக்கொண்டிருந்தார். கதையை வேண்டுமென்றே நீட்டிக்கொண்டுமிருந்தார். நோயாளிக்கு உணவு கொடுக்கப்பட்டுவிட்டது என்பதைப் பார்த்ததும் வஞ்சியை அழைத்தவர்தான், பார்வை நேரம் முடியும்வரை பேசிக்கொண்டே இருந்தார். மூக்காப் பயல் இடையில் போய் டொக்டரிடம் ஏதோ கேட்டான். அவர் காத்திருக்கச் சொன்னார். அவன் போனதற்காக கனகாம்பிகையம்மா கண்டித்தாள்.

எனக்கு எரிச்சலாக இருந்தது. அதைப் பொறாமை என்று சொல்லமுடியாது. கடும் எரிச்சலாகத்தான் இருந்தது. மனம் குமைந்து கொண்டேயிருந்தது. அவ்வளவு நேரம் பேசுவதற்கு உண்மையில் எதுவும் இல்லை. நான் பொறுமையிழந்தபடியே இருந்தேன். தூரத்தில் இருந்து பார்க்கும்போது அவர் உடல்மொழியில் பரிவு காட்டுவதான பாவனையே வெளிப்பட்டபடி இருந்தது. மேனகா இல்லாதது அவருக்கு மேலும் வசதியாகிவிட்டது என்று நினைத்தேன்.

தான் உனக்காக உன் அப்பாவில் கூடுதல் கவனம்கொண்டு செயல்படுகிறேன் என்பதை அவர் பேச்சிலும், தொனியிலும் உடல்மொழியிலும் வெளிப்படுத்தியபடியே இருக்கிறார் என்பது வெளிப்படை. தவிரவும் வஞ்சிமீது தனக்கு நேசமிருக்கிறது என்பதையும் அது சாதரணமானதல்ல என்பதையும் தட்டுத்தடுமாறி வெளிப்படுத்த முனைந்தபடியிருக்கிறார் என்றும் தெரிகிறது.

போக்கிரி. படு போக்கிரி. கன்னா பின்னாவென்று திட்டவேண்டும் போலொரு மனக்கொந்தழிப்பில் இருந்தேன்.

அவரிருக்கட்டும், ஆனால் வஞ்சி ஏன் இப்படி நடந்துகொள்கிறாள்? அவள் புத்தி எங்கே போகிறது! என்னால் நம்பவே முடியவில்லை. 'ஓர் உறவு தவிர்க்கப்பட முடியாத உறவாக இருக்கும் வரைக்குந்தான் நிலைக்கும்' என்று அந்த மொட்டைக்கிழவன் சொன்னாரே! நான் இப்போது தவிர்க்கப்படக்கூடியவன் ஆகிவிட்டேனோ! அல்லது என்னைவிட டொக்டர் தவிர்க்கப்பட முடியாத இடத்தில் இருக்கிறார்போலும். மெய்தான்! வஞ்சிக்காகக்கூட அவர் எனக்குக் கட்டளையிடலாம். ஆனால் அவரிடம் நான் யாருக்காகவேனும் வேண்டுகோள்கூட வைக்க முடியாது.

இப்போது நான் அவரைப் போக்கிரி என்று எண்ணுவதைத் தெரிந்தால் வஞ்சியுங்கூட என்னைப் போக்கிரி என்று எண்ணுவாளோ தெரியவில்லை. அதில் உண்மையும் இருக்கலாம். ஆனால், அதைவிட ஒரு உண்மை இருக்கிறது. மறுநாள் மேனகா மிஸ் சொல்லித்தான் அது எனக்குத் தெரியவந்தது.

புற்றுநோய் நிபுண வைத்தியர் நோயாளிகளைப் பார்வையிட்டபோது, விடுதியில் அதிக நோயாளிகள் அண்மைக்காலமாய் அனுமதிக்கப்படுவதால், மருந்துடன் மட்டும் இருக்கும் மாணிக்கத்தாரை சத்திரசிகிழ்ச்சை வரை வீட்டில் பராமரிக்க இப்போதைக்கு அனுப்பச் சொல்லிவிட்டார் என மேனகா மிஸ் சொன்னாள். வஞ்சி ஏன் இதை எனக்கு நேற்றுச் சொல்லவில்லை!

மேனகா மிஸ் ஏன் இதை அக்கறையோடு எனக்கு சொன்னாள் என்பது வேறுகதை; சுவாரசியமான கதை. அதை நான் பிறகு சொல்கிறேன். நிபுண மருத்துவர் சொன்னதற்கு டொக்டர் வண்ணன் இவருக்கு ரேடியோதெரபி தொடர வேண்டும் என்று சொல்லியிருக்கிறார். உண்மையில் இவருக்கு ரேடியோதெரபி தேவைதானா என்று என்னால் நம்பமுடியவில்லை. அவரது உடல் தொடர் தெரபியை தாங்குமா என்பதே என் சந்தேகம். சந்தேகத்திற்கு இந்த விடயம் பற்றி மேனகா சொன்ன தொனியும் ஒரு காரணம். வஞ்சி மீது அவர் கொள்ளும் ஆர்வத்தினால் அவர் மாணிக்கத்தாரை எப்படியேனும் இங்கே வைத்திருக்கவே விரும்பினார். அந்த ரேடியோதெரபி பின்னர் அவருக்குக் கொடுக்கப் படவுமில்லை.

இந்தக் காலத்தில் தான் புற்றுநோய் தொடர்பான சர்ச்சை கமுக்கமாக ஓடிகொண்டிருந்தது. வண்ணன் டொக்டருக்கு எழுந்த சிக்கலும் இதுதான். அதிகரித்து வரும் புற்றுநோயாளர்களால் வைத்தியசாலை திணறும்போது, அதற்கான காரணத்தை கண்டுபிடிக்க வேண்டியதும் வைத்தியசாலையின் கடமைதானே. புற்றுநோயை பொறுத்தவரை அதன் உருவாக்கக் காரணியை சரியாய் இன்றளவும் கண்டுபிடிக்க முடியவில்லை தான். ஆனால் யுத்தம் நடந்த வன்னிப் பகுதியிலிருந்துதான் அதிக நோயாளர்கள் வந்தனர். வடமராட்சி, தென்மராட்சின் பகுதியில் இருந்தும் வந்தனர். யுத்தத்தில் வெடிமருந்துத் தாக்கம் காற்றில் பரவி இந்தப் பகுதிகளுக்கும் வந்திருக்க வாய்ப்புண்டு. வைத்தியசாலை வட்டார வைத்தியர்கள் இது குறித்த ஆய்வைச் செய்யவிரும்பினர்.

'நடந்த யுத்தத்தில், உலகச் சட்டங்களால் தடைசெய்யப்பட்ட 'வையிற் பொஸ்பரஸ்' குண்டுகள் பாவிக்கப்பட்டன என்பதும் வைத்தியசாலையிற் கிசுகிசுக்கப்படுகிறது. ஏனெனில் எரிகாயங்களுடன் நோயாளர்கள் இன்னும் 'கிளினிக்' வருகின்றனர். இது அந்தக் குண்டினால் விளைந்த காயமென்ற கதை கமுக்கமாக ஓடுகிறது.

பொதுவில் மிகச் செறிவான கந்தகங்கூட சுவாசத்தை மோசமாகப் பாதிக்கக்கூடியதே. இறுதி யுத்தத்தில் வெடிகுண்டின் கந்தக மருந்து உணவிற்கூட கலக்காமல் விட்டிருக்க முடியாதளவு குண்டுகள் மில்லியன் 'டன்' கணக்கில் பாவிக்கப்பட்டன' என்பது வெளிப்படையாக வந்த செய்திதானே. இது குறித்து ஆய்வைச் செய்ய விரும்பிய தரப்பு, இறுதி யுத்தத்தில் வன்னியிலிருந்த சில வைத்தியர்களின் சாட்சியத்தை ஆதாரங் காட்டி வாதித்தனர். பாதுகாப்பு அமைச்சின் வெடிபொருட் கொள்வனவே இதை நிறுவப் போதுமான அரச ஆவணமாக உள்ளது என்றும் சொன்னார்களாம். அதிகரிக்கும் புற்றுநோய்க்கும் யுத்தத்திற்கும் தொடர்புண்டா என்ற விவாதத்தையாவது எழுப்பிவிடுமாறு புற்றுநோய் வைத்தியரை இந்த வைத்தியர்கள் கோரினராம். இதனால், ஓர் ஆய்வுப் பொருளாக இதனைத் தூண்டிவிடமுடியும் என்று அவர்கள் சொல்லியிருக்கிறார்கள். இதை நான் வைத்தியசாலை வட்டாரங்கள் மூலமாக அறிந்தேன்.

'ஆஸ்பத்திரிக்குள் அரசியலைக் கொண்டுவர வேண்டாம்' என்று வண்ணன் டொக்டர் ஒரே போடாகப் போட்டுவிட்டார். அரசாங்கத்தின் மேலிடத்திற்கு இதைக் கவனப்படுத்துவதால்

மக்களுக்கு முன் எச்சரிக்கை சோதனைகள் செய்து ஆரம்ப நிலையிலேயே சிகிழ்ச்சை வழங்க வேண்டும் என்பது ஆய்வைச் செய்ய வேண்டும் என்ற தரப்பின் வாதமாக இருந்தது.

ஆனால் எங்கள் வண்ணன் டொக்டரும் மற்றும் புற்றுநோய் நிபுணருங் கூட இந்த ஆய்வைச் செய்ய மறுத்துவிட்டனராம். வைத்தியசாலை 'சுப்பிறின்டன்' டொக்டரும் அதை விரும்பாமல் புறமொதுக்கிவிட்டாராம். அப்படி ஒரு ஆய்வு செய்யப்பட்டால் அரசாங்கத்தால் தமக்கு நெருக்கடிதான் வரும் என இவர்கள் அஞ்சினர். இது அரசியல் ஆகிவிடும். தேவையில்லாத அரசியலை வைத்தியசாலைக்குள் கொண்டு வரவேண்டாமென அவரும் எதிர்த்துவிட்டார்.

சுப்பிரின்டன் தன் பதவி பறிபோகும் என அஞ்சியிருக்க வேண்டும். வண்ணன் டொக்டர் 'வீண் வில்லங்கத்தை தேடிக்கொள்ளக்கூடாது, அரசாங்கத்தை, அது விரும்பாத காரியங்களைச் செய்து பகைக்கக்கூடாது, அது தனக்கு நல்லதில்லை' என எண்ணினார். வில்லங்கம் இல்லாத விளையாட்டில் தான், வீரத்தை சுழூவாக காட்சிப்படுத்தவேண்டுமென நினைக்கும் பேர்வழிகள் இவர்கள். ஒருபோதும் இதனை இப்பேர்ப்பட்டவர்கள் செய்யமாட்டார்கள் என்பது தெரிந்ததுதான்.

யாழ் பல்கலைக்கழக மருத்துவபீடம் அந்த ஆய்வைச் செய்யட்டும் என அவர் தட்டிக்கழித்ததாகவும், ஒரு மருத்துவ மாணவன் சொன்னதாக மேனகா மிஸ்சின் நண்பி மூலம் கேள்விப்பட்டேன். புற்றுநோய் நிபுணர் முதுகெலும்பில்லாப் பேர்வழி. இந்த மாதிரி உள் விடயத்தில் வண்ணன் டொக்டர் எடுக்கும் முடிவுகளுக்கு தலையாட்டும் குணம்தான் பொதுவில் அவருடையது. அதனால் இவருக்கு அது வசதியாகிப்போனதுபோல.

வண்ணன் டொக்டர் மற்றவர்களுக்காக பொங்கி எழுவதுபோல தோற்றங் காட்ட விரும்புபவரேயல்லாமல், மெய்யாக அப்படியானவரல்ல என்பது இந்த இடத்தில் அப்பட்டமாக தெரிந்தது. எனக்கு அவர் மீது மரியாதை இருந்தாலும் கொஞ்ச நாளாகவே அவர் மீது சந்தேகந்தான். தனக்கு ஆபத்தில்லாத, அல்லது தனக்கு இலாபமுள்ள இடத்தில் பொங்கி எழுந்து விளையாடும் போர்க்குணம் கொண்டவர். அதுவுங்கூட பெண்களைக் கவரும் அற்ப புத்தியாகக்கூட இருக்கலாம். இதைவிட வேறு என்ன ஆதாரம் வேண்டும். இவற்றையெல்லாம்

தொகுத்துப் பாருங்கள், இவர் ஒரு போக்கிரி என்று நான் சொல்ல வேறு என்ன வேண்டும்.

அன்று பார்வையாளர் நேரம் முடிந்தும் அரைமணி நேரமாக டொக்டர் விடயங்களைக் கண்டுபிடித்துக் கதைத்துக்கொண்டே இருந்தார். எனக்கு வஞ்சி மீதும் அநாவசியமாய் கோபம் வந்தது. வரக்கூடாததுதான்; ஆனால் வந்தது. நான் பொறுமையிழந்து அங்குமிங்கும் அலைந்து கொண்டிருந்தேன். அவர்களின் உடல் மொழி என் அமைதியைக் குலைத்தது. நானன்று புதிதாய் சரிசெய்துவிட்டு வந்த மீசை, என் முகத்தில் உறுத்திக்கொண்டிருப்பதாக உணர்ந்தேன். வழமையான முகத்தை வைத்திருக்க முடியாமலிருந்தது இதனால். வஞ்சிக்காக காத்திருந்தேன். அவள் வரவே இல்லை.

அப்போது கனகாம்பிகை மிஸ், பொறுப்பாக வேலை செய்கிறேன் தான் என்பதுபோல பாவனை செய்தபடி அங்குமிங்கும் நடந்து திரிந்தாள். விடுதியிலுள்ள நோயாளர்கள் டொக்டரைத் தப்பாக எண்ணக் கூடாதாம். ஆனால் டொக்டருக்கு கனகாம்பிகையின் இங்கிதம் தெரியவேண்டுமாம். எப்படியிருக்கிறது நாடகம். டொக்டரும் பொறுப்போடுதான் நோயாளியின் மகளான வஞ்சியை அழைத்து அக்கறையோடு அணுகுகிறார் என்பது போலக் காட்டிக்கொள்வதாய் நடக்கிறாள் கனகாம்பிகை. என்ன உலகமடா இது!

நான் நிலையிழந்த எரிச்சலோடு என் வேலைகளைக் கவனித்து அவற்றை முடித்தேன். முடித்துவிட்டு வெளியே வரவும் வஞ்சி பூனைகளுக்கு சாப்பாடு வைத்துக்கொண்டிருந்தாள். வைத்தியசாலையின் அந்த அனாதைப் பூனைகள் அவள் காலைச் சுற்றி வந்தன. அவை இப்படித்தான், இப்போதெல்லாம் அவளைக் கண்டாலே எங்கிருந்தோவெல்லாம் பாய்ந்து வந்துவிடும். அவளின் காலை நக்கியபடியிருக்கும். அவற்றின் வாஞ்சையிலும் நன்றிப் பெருக்கிலும் அவள் திளைப்பாள். வஞ்சி வீட்டுக்குப் போகும்போதுகூட பாதி வழிவரை அந்த அனாதைப் பூனைகள் வழியனுப்பித் திரும்பும். அதிலொரு அலாதியான அழகும் துயரமும் உண்டு.

வஞ்சி என்னைக் கண்டதும் "நில்லுங்க வர்றன்" என்றாள். மிகக் களைப்பாகச் சொன்னாள். அந்த ஒற்றைக் குரல் என் கோபத்தை எங்கே துரத்தியதென்று எனக்கே தெரியவில்லை. மனம் எகிறிக் குதித்தது. அவள் தன் தொனியில் ஓர் உரிமையை

வெளிப்படுத்துவதுபோல இருந்தது. சாப்பாட்டை வைத்துவிட்டு குனிந்த நிலையிலேயே, என்னைப் பார்த்து ஒரு சிரிப்புடன் சொன்னாள்.

நடைபாதையில் வந்தவள் "என்ன முகமெல்லாம் மாறியிருக்குப் போல" என்று கேட்டாள்.

நான் கூச்சத்தை வெளிக்காட்டாமல் முகத்தசையை இறுக்கிப் பிடித்து மீசையை விரல்களால் நீவினேன். இப்போது அவள் பழகுவதைப் பார்த்தால், அவள் என்னோடு உரிமை கொண்டு பழகுவதை யாரொருவரும் அவதானிக்க முடியும். அத்தனை நெருக்கம் இருந்தது. சற்றுமுன் இருந்ததுபோலல்ல; நான் வேறு ஆளாக மாறிவிட்டிருந்தேன்.

வனத்தில் பூக்களை கண்டிருக்கிறீர்களா. சிலர் கண்டிருக்கலாம். வனமே பூவாகக் குலுங்கினால் எப்படி இருக்கும்? அப்படி இருக்கும் இப்படியான தருணங்களில் என் மனம். ஆரண்யமே மலர்க்காடாய் இருக்கும். அவள் ஆதர்சமே அதன் ஜீவனாய் இருக்கும். அதை உணரும்போது உள்ளூறும் தேனின் தித்திப்பும் ஓர் அசட்டு மயக்கமும் வரும்.

உள்ளே போய் தகப்பனிடம் எட்டிச் சொல்லிக்கொண்டு கிளம்பினாள். நான் வழமைபோல வெளியே காத்திருந்தேன். டொக்டர் போய்விட்டார். மூக்காப் பையனைக் காத்திருக்கச் சொன்னவர் என்னென்று கேட்காமலே போய்விட்டார். கனகாம்பிகை மிஸ் நடித்துக் களைத்தவளாக பணியாளர் ஓய்வறைக்குப் போய்விட்டாள்.

வஞ்சி நாகாய்யாவிடமும் விடைபெற்று பிறகு மூகாவிடம் வந்தாள். 'எலும்பா... எழும்பி இந்தப் பழங்களைச் சாப்பிட்டுப் படு' என்று வெட்டிய மாம்பழம், தோடைப் பழங்களைக் கொடுத்தாள். மூக்காப் பையன் தன் குறும்பை விடவில்லை. அதிரடியாகக் கேட்டான்.

'என்னை லவ் பண்றியாக்கா?'

அவள் மூக்காவின் தலையைத் தடவி விட்டு "உன்னில 'லவ்'வில்லாமலா... எழும்பி சாப்பிடு இப்ப" என்று சொல்லிவிட்டு வெளியே நடந்துவந்தாள்.

மூக்கா அவள் போவதையே பார்த்துக் கொண்டிருந்தான்.

கரும்பச்சை வர்ண சட்டையில் இன்று அவள் வேறுவகையாய் இருந்தாள். தேகம் ஒளிப்பாக இருந்தது. வெளியே வந்ததும் சேர்ந்து நடந்தோம். ஒரு பையை எடுத்து நீட்டினாள்.

"என்ன?"

புரியாமல் கேட்டேன்.

அவள் தயங்கி, ஒரு நாணம் ஓடி மறைய வெளிப்பட்டாள். அந்த ஒற்றைக் கணத்தில் என் வஞ்சி, எவ்வளவு அழகாய் இருந்தாள் தெரியுமா!

"அம்மா தந்துவிட்டா. மாம்பழங்களும் தேனும்" என்று ஒரு பையைத் தூக்கி என்னிடம் தந்தாள்.

"பழமும் தெளிதேனுமா" என்றேன்.

அவள் சிரித்துக் கொண்டே "சங்கத் தமிழ் எதுவும் வேண்டாம்" என்றாள்.

அத்தியாயம் 12

'குற்றவுணர்வற்ற ஒரு விலங்காக மனிதன் மாறியதிலிருந்துதான் மனித சமூகம் வேகமாக வளர்ச்சியடைகிறது' என்று பரமசோதி ஐயா அன்று சொன்னதுமட்டும் மனதில் நின்று விட்டது. அவர் சொன்னபோது வாழ்வில் வெறுப்புற்ற ஒரு சீவனின் கடைசிக் கசப்பு வார்த்தைகள் என்றே எண்ணத் தோன்றியது. ஆனால், இதயம் உள்ள எவனையும் ஆட்டங் காண வைக்கக் கூடியன அவர் பேசியவை.

நான் இரவுக் கடமையிலிருந்தேன். மேனகா மிஸ்சும் கடமையில் இருந்தாள். இரவு உணவு வழங்கும் வேலை அன்றும் என்னுடையதாகிவிட்டது. உறவினர்கள் உள்ளவர்களுக்கு சாப்பாடு வந்துவிடும். தூரத்திலோ ஆதரவற்றோ இருப்பவர்கள் ஆஸ்பத்திரி உணவில் தான் தங்கியிருக்கவேண்டும். இரண்டுநேரம் வந்து போக குடும்பதில் ஆளிருக்காத சிலர் இரவில் மட்டும் உணவெடுப்பார்கள்.

மூக்கா பையன் வைத்தியசாலை உணவை அமிர்தம் என்கிறான்.

'அமிர்தம் வருகுது எல்லாரும் எழும்புங்கோ சாப்பிட்டு நல்ல பிள்ளைகளா கிளம்பவேணும்.'

இதற்கு அர்த்தம் வேறு. சொர்க்கத்திற்குப் போவதற்கான உணவாகையால் இது அமிர்தந்தானே என்பான். மிக வயதானவர்களின் கட்டிலுக்குப் போய் 'சாப்பிட்டாச்சு கிளம்புங்கோ கிளம்புங்கோ கிளம்புங்கோ' என்று முருகேசு 'நேரமாச்சு கிளம்புங்கோ கிளம்புங்கோ கிளம்புங்கோ' என்று சொல்வது போலவே சொல்லிக்கொண்டு போவான். இப்படித்தான் நேற்றும் எட்டாம் கட்டில்காரர் ஒருவரை பார்ப்பதற்காக தூரத்து உறவினர் ஒருவர்

‘லாவுள்’ பழங்களையும் கொண்டு வந்தார். சின்ன வயதில் அவருக்குப் பிடிக்குமாம். மூக்கா வந்தவரிடம் ‘அவர் நேற்றுக் காலை வெள்ளாப்போடு கிளம்பிற்றாரே’ என்றான். வந்தவரும் ‘அப்படியா நான் விசாரித்துப் பார்க்கிறேன்’ என்று சொல்லவும், பிறகு அங்குள்ளவர்கள் அவர் மரணமடைந்த உண்மையைச் சொன்னார்கள். மேனகா மிஸ்சிடம் நன்றாக வாங்கிக் கட்டினான் முகிலன்.

“இன்றைக்கு உண்மையாவே அமிர்தம் தான் மூக்கா” என்று சொல்லிக்கொண்டே உணவு வண்டிலைத் தள்ளிக்கொண்டு போனேன். பரமசோதி ஐயா தன் செலவில் எல்லோருக்கும் கொத்துரொட்டி மற்றும் இடியப்பக் கொத்துக் கட்டிவரச் சொல்லியிருந்தார். தந்த பணம் என்னிடமிருந்தது. முருகேசுவிடம் கொடுத்தேன். முருகேசுதான் வாங்கி வந்தார்.

முதலாம் கட்டிலில் இருந்து மூன்றாம் கட்டிலுக்குக் கொண்டு வரப்பட்டுவிட்டான் மூக்காப் பையன். ‘பரமசோதி ஐயாவின் செலவுச் சடங்கு இண்டைக்கு. எழும்புங்கோ உரித்துடையாக்களுக்கு முதல் பார்சல்’ என்கிறான் இப்போது. விடலைக் குணம்.

“நீ சொல்றதும் சரியாத்தான் இருக்கடா முகிலா. இது என்ர பிரியாவிடை என்று நினைச்சன்” என்றார் பரமசோதியர்.

ஒரு விருந்து போல அன்றிரவு இருந்தது. உணவை யாரும் மறுக்கவும் இல்லை. நாகாய்யா துயரோடு இருந்தார். தூர தேசத்தில் உழைக்கும் தந்தை விடுமுறைக்கு வீட்டிற்கு வந்து மீண்டும் கிளம்புவதுபோல விடுதியின் உணர்விருந்தது. எப்போதும் சினக்கும் அவர் முகம் எவர் நினைவிலும் இல்லை. அவ்வளவு அன்பாகவும் உற்சாகமாகவும் இருக்கிறார். சாப்பாட்டைப் பரிமாறுவதிலும் நோயாளர் கைகழுவத் தண்ணீர் கிண்ணத்தில் கொண்டுவருவதிலும் மேனகா மிஸ்சும் உதவினாள். அவள் எங்களுக்கு கட்டளையிடவேண்டியவள். ஆனால் என்னோடு நின்று இவற்றைக் கவனிக்கிறாள். நான், மேனகா, முருகேசு, மற்றது மூக்கா இந்த வேலைகளைக் கவனித்தோம்.

மேனகாவும் மகிழ்ச்சியாக இருந்தாள். நான் எல்லாருக்கும் சாப்பாடு கொடுத்ததும் மேனகா தன் செலவில் சீனி தேயிலை வாங்கி வந்து பணியாளர் ஓய்வறையில் தேநீர் வைத்து எல்லாருக்கும் பரிமாறினாள். எனக்கப்போதுதான் இன்றவளின்

பிறந்தநாள் என்று தெரியவந்தது. அவள் கொண்டுவரவும் மூக்காப் பையன் 'ட்ரிப்' போடும் 'பிளாஸ்டிக் பைப்' களைக் கிழித்து நாராக்கி, நடுவே செண்பகத்தின் கண் வர்ணத்தில் ஒரு கண்ணாடிக் குண்டை வைத்துச் சுற்றி, செஞ்சாயம் ஊட்டிய நார்களால் இதயம் பின்னியிருந்தான். அவள் தேநீர்த் தட்டோடு சப்பாத்துக் குதிகளின் சத்தத்தோடு வரவும் 'ஹாப்பி பர்த்டே டு யூ...' பாடினார்கள். அவள் கூச்சத்தில் தட்டை ஏந்தியவாறே 'உஷ் உஷ்' என்று கண்களை அகல விரித்துச் சத்தம் போடவேண்டாமென காண்பித்தாள்.

பாடி முடியவும் ஒரு சினிமாச் சம்பவம் நடந்தது. மூக்காப் பையன் முழங்காலில் இருந்து அந்த இதயத்தைக் கொடுத்தான். அவள் அதை எதிர் பார்க்கவில்லை. வாங்கிக் கொண்டே அவனைச் செவியில் பிடித்தெழுப்பினாள். வாஞ்சையோடு தலையைத் தடவி நன்றி சொன்னாள். விடுதியே நெகிழ்ந்து வழிந்தது. சுவரில் ஏறி நின்ற பூனை 'மியாவ்' என்று சொல்லி விநோதமாய்ப் பார்த்தது. அப்போதவள் மூக்கா கொடுத்ததை என்னிடம் கொடுத்துவிட்டு தேநீர் வழங்கப் போனாள். நான் அதை அவள் அறையில் கொண்டுபோய் வைத்தேன்.

பெரிசுகள் எல்லாம் சந்தோசமாகக் கதைத்துக்கொண்டிருந்தார்கள். நாகா, பரமசோதி என்ற கடைசிக் கட்டிற்காரர்களின் ஓரமாக பேச்சு மையமுற்றிருந்தது. மிகச் சுவாரசியமான கதை. ஒரே விவாதம் தான். அந்தத் தர்க்கத்தை ஏற்கவும் முடியவில்லல. மறுக்கவும் முடியவில்லை. முக்கியமாக இறப்பைப் பற்றிய பேச்சு. எதிர்காலத்தில் செய்ய வேண்டியவை எவ்வளவோ இருக்கும்போது பாதியிற் போக வேண்டியிருக்கிறது என்பது பற்றிய பேச்சுத்தான். இதைத் தொடக்கியது மாணிக்கம் ஐயாதான். ஆனால் பரமசோதியர் வேறு விதமாகக் கொண்டுபோனார். பரமசோதி போலவே இல்லை. அவருள் வேறு ஆவி உள்ளே புகுந்துவிட்டது போல இருந்தது.

'மனிதனுக்கு எதிர் காலம் என்ற ஒன்றே இல்லை. அது மனிதன் தன் வசதிக்கு கட்டியமைத்த மாயை. காலம் ஒன்று தான். இறந்தகாலம் மட்டும் தான் இந்த உலகின் உண்மையான காலம்' என்றார் பரமசோதியர்.

மனுசன் விரக்தியில் பேசுவதாகப்பட்டது. இது பைத்தியக்காரத்தனமாக இல்லையா. அவர் தன் துவாய்த் துண்டை தண்ணீரில் நனைத்துப் பிழிந்து வைத்திருந்தார். உடல்

எரிவென்பதால் இவர் அப்படிச் செய்வது வழக்கம். 'கீமோத்தெரபி' பக்க விளைவுகளில் உடல் எரிவும் உடல் அரிப்பும் அடங்கும். ஈரத் துவாயை வைத்து அதனால் துடைத்துக்கொண்டிருப்பார்.

புதிதாக வந்த மிகப் பருத்த மனிதர்- அவர் மூச்சு விடுவதே மூசுவது போல இருக்கும்-அவர் கேட்டார். "அப்போ நிகழ் காலமும் இல்லையோ" பரமசோதியர் இல்லையென்று தலையாட்டினார்.

மூக்காப் பையன் "பரமசோதி வாத்தியார் இப்பிடித்தான் படிப்பிச்சிருக்கிறார் போல இருக்கு" என்று சிரித்தான். எல்லாரும் சிரித்தார்கள். ஆனால் மனுசன் அதைப் பொருட்படுத்தவில்லை.

"மனுச புத்திதான் காலத்தைப் பிரிச்சுது. மனுச ஆசையது. தன்ர ஆசைகளை அடையவேணும். அது தான் எதிர்காலம். தன் காலத் தோல்விகளை ஏற்காத மனம் வேறு ஒரு காலத்தை உருவாக்கத்தானே வேணும். உருவாக்கிட்டான்."

"ஐயா உங்களிட்ட படிச்சிருந்தால் தமிழ் எவ்வளவு சுலபம். அங்ஙன ஒரு காலத்தோட அலுவல் முடியுது" மூக்கா தன் குசும்பைத் தொடங்கினான்.

"டேய் மூக்கா படடா. அங்ஙன படுத்து நித்திரையைக்கொள்ளு பெரிய மனுசர் கதைக்கேக்க ஏதும் பறையாத."

அவர் ஈரத்துவாயால் துடைத்துக்கொண்டு செல்லமாக அதட்டினார்.

"நாகாய்யா என்ன சொல்றியள்" பரமசோதியர் கதைக்க இழுத்தார்.

"சரிதான் காலமேது... மனுசனின் கணக்குக் கருவிதானே காலம்."

மூக்கா சொன்னான் "கடைசிக் கட்டிலுக்குப் போனா இப்பிடித்தான் கன்னா பின்னாவென்று கதைக்க வரும்" அவன் புரண்டு படுத்தான்.

பரமசோதியர் கரகரத்த குரலில் சொன்னது என்னவென்றால்: மனிதருக்குத் தான் எதிர் காலம் பற்றிய ஆசையிருக்கு. அந்த ஆசையை அடைய எதுவும் செய்வான். எந்தக் குற்றவுணர்வும் அங்கில்லை. ஆனால் அந்த ஆசை தான் வளர்ச்சியாகவும் ஆகிவிடுகிறது. அந்த அறமழிந்த ஆசையின் வளர்ச்சி வெளித்தெரியுமளவு அதனால் விளையும் சமூகச் சிதைவுகள் தெரிவதில்லை.

நாகாய்யா அதற்கு நியாயம் சேர்ப்பதுபோல ஒரு விடயம் சொன்னார்: ஆசையைச் சொல்ல அவனுக்கு எதிர்காலம் என்ற ஒன்று மொழியிற் தேவைப்பட்டது. ஆக, அங்கிருப்பது காலமல்ல ஆசை தான். ஆசை என்பது கற்பனை தானே. மெய் இல்லையே. எனவே பொய். அதனால் எங்கே இருக்கு காலம். மொழியில் தான் இருக்கு. அல்லது ஆசையில்.

இந்தவாறு விவாதம் தொடங்க மாணிக்கமையா எழுந்து பின்னுக்குப் போனார். மூக்காப் பையன் மெல்ல அவர் பின்னால் போய் 'கக்கா கொஞ்சம் தள்ளியிரு' என்று சொல்லிவிட்டு நாகமணி ஐயாவின் கட்டிலில் ஏறி இருந்தான்.

'அப்ப நிகழ் காலம் பற்றி என்ன சொல்றியள்' மாணிக்கமையா கேட்டார்.

'அதுவும் இருப்பது போல இருக்கும். ஆனால் சொல்லும்போது அது கடந்து விடுகிறது. எனவே கடந்த காலம் மட்டும் தானே இருக்கும்' என்றவாறு விளக்கம் சொன்னார் பரமசோதியர்.

'அது கூட மனுசனுக்குத் தான்.'

இந்த நேரத்தில் மேனகாவும் தன் வேலைகளை முடித்துக்கொண்டு மெல்ல நடந்து வந்தாள்.

"இப்ப நான் ஒன்றைச் சொல்றன் அத மறுத்தோ ஏற்றோ நீ ஒண்டச் சொல்லப் போறாய். என்ன சொல்லப் போறாய் எண்டு எனக்குத் தெரியாது. தெரியும்போது கடந்துவிடுகிறது. நீ சொல்வதைப் பற்றி நான் கற்பனை பண்ணினால் அது உண்மையில்லை. அதை எதிர்காலம் என்று சொல்றம். இப்பிடித்தானே எல்லாம்."

"என்ன சொல்ல வாறியள்" நான் குறுக்கிட்டு இந்தக் கதையில் கலக்க வேண்டுமென்பதற்காகக் கேட்டேன்.

"மனுசன் தான் என்ற மையத்தில இருந்து எல்லாத்தையும் அளக்கக் கருவி கண்டு பிடிக்கிறான். எல்லா உண்மையும் கருவி சொன்ன உண்மைதான். உண்மையில் உண்மையில்ல' என்றார் பரமசோதியர்.

மூக்கா மண்டையை சொறிந்து விட்டு குறுக்கிட்டான். "நான் ஒன்று கேக்கிறன் 'வாத்தியார் ஐயா! கிளம்புங்கோ... கிளம்புங்கோ. உங்கட பேச்சில சுடலை மணக்குது' இது எதிர் காலமோ, நிகழ்

காலமோ, இறந்தகாலமோ” மூக்கா பையனின் இந்த அதிரடியான கேள்வியில் எல்லாருமே கிலுகிலுத்துச் சிரித்தார்கள்.

அவன் சொன்னான் “இதில சுடலை மணக்குது நிகழ்காலம். கிளம்புங்கோ எதிர்காலம். இறந்த காலமே இல்லையே...”

“அது உன்ர ஆசையடா மூக்கா. பின்ன, எதிர்காலந் தானே. ‘செலைன் பைப்’ கிழிச்சு ஒரு இதயத்த செஞ்சு குடுத்தாய் நீ.... பாரு... மிஸ் அத மார்க்ஸ்சிட்ட குடுத்திட்டாள். கண்டியோ நீ...”

மூக்கா என்னைத் திரும்பி நடிப்பாக முறைத்துப் பார்த்தான். எனக்கு சிரிப்பை அடக்க முடியவில்லை. மேனகாவுக்கு கூச்சமாக இருந்தது. அவள் வெட்கத்தைப் பார்கிறேன். மூக்காவைப் பார்த்து எல்லாரும் சிரித்தார்கள். அவன் திரும்பித் திரும்பி எல்லாரையும் முறாய்த்துப் பார்த்தான்.

பரமசோதியரை ஆமோதித்து மேனகா மிஸ் விவாதத்தில் குதித்தது ஆச்சரியந்தான். ஆனால் முக்கியமானதும் அதுதான். ஒரு வகையில் பரமசோதியர் சொன்னதை நாகாய்யா விளக்கம் கொடுக்க, மேனகா மிஸ் அதற்கு விஞ்ஞான விளக்கம் கொடுத்தாள் என்று சொல்லலாம். காலமென்பது மனுச மூளை தான் என்று அவள் சொன்னாள்.

‘ஒரு நாள் உயிர் வாழும் பூச்சியும் உலகில் உண்டு. ஆயிரம் வருடம் வாழும் உயிரியும் இங்கிருக்கலாம். இரண்டும் தன் வாழ்வில் முழுமையாகத்தான் இருக்கின்றன. மனுச மூளை தான் ஒரு நாள் பூச்சியைப் பார்த்து பரிதாபம் கொள்ளும். ஆனால் அந்தப் பூச்சிக்கு அது மனிதனின் ஒரு நாளல்ல ஒரு முழு வாழ்க்கைக் காலம். அப்படித்தான் ஆயிரம் வருட உயிரியைப் பார்த்து மனிதன் பொறாமை கொள்ளலாம். ஆனால் ஆயிரம் வருடம் என்பது மனித அளவு தான். அதனுடைய மூளையில் அது ஒரு வாழ்க்கைக் காலம் மட்டுந்தான். எனவே அதனதன் மூளையைப் பொறுத்துத் தான் காலம் என்பது இருக்கிறது. நாம் நினைப்பது போன்று காலம் காலமாக இல்லை’ இது மேனகா விளங்க வைத்ததன் சாரம்.

அவளதைச் சொல்லும் போது மூக்கா கையைக் காட்டிச் சொன்னான்:

“இப்ப டொக்டர் வந்தாரெண்டால் மேனகா உனக்குத் தெரியும் காலமிருக்கெண்டு. அது கெட்ட காலம் உனக்கு” அவள் பின்னே

திரும்பிப் பார்க்கவும் மறுபடி எல்லாரும் சிரித்தார்கள். தூரத்தில் நின்ற மற்ற நேர்சும் பலத்துச் சிரித்தாள்.

மறுபடி பரமசோதியர் அடுத்த சர்ச்சையைத் தொடக்கினார்.

"நான் என்றது மனம் தான் உடல் இல்லை."

"ஸ்ப்பாஆ ஆ... பழைய கோயில் பிரசங்கம்... புதுசா சொல்லுங்கோ."

"புதுசா கேளு நீ... என்ர உருவத்தை வைச்சு நான் என்று நம்புறன். அது ஒரு பார்வைப் பிழை. ஞாபகங்களாலான மனம் தான் நான். மனுசனுக்கு உடல் என்றது தானில்லை என்ற உண்மை தெரியும். ஆனால் ஏற்கிறதில்லை. ஓமோ இல்லையோ" இப்படிச் சொன்னவர் அதற்கு ஒரு உதாரணம் சொன்னார். சொன்ன விளக்கம் ஏற்கக் கூடியது தான்.

'காலில் வலி என்கிறோம் கையில் வெட்டிவிட்டதென்கிறோம். முதுகில் சொறிகிறதென்கிறோம் உடல் நோகிறதென்கிறோம். உடலை நானென்று எடுத்துக் கொள்வதில்லை. அதனால் தான் கை என்றும் காலென்றும் தலையென்றும் உடலை தனியாகப் பார்க்கிறோம். ஆனால் மனம் சார்ந்ததை அப்படிச் சொல்வதில்லை. எனக்கு அவள் மேல் காதல் என்கிறோம். எனக்கு அவர் மீது வெறுப்பென்கிறோம், எனக்கு அது ஆசை என்கிறோம். நான் கோபமாக இருக்கிறேன் கவலையாக இருக்கிறேன் என்கிறோம். நான் என்று நாங்கள் விளித்துச் சொல்வதெல்லாம் உடல் சார்ந்தவை அல்ல. மனம் சார்ந்தவை. மனிதனின் எந்த மொழியிலும் இப்படித் தான் இருக்கும். ஏனென்றால் அது தான் மெய்.

அவர் சொன்னதின் சாரம் பற்றி நான் எண்ணிக்கொண்டிருந்தேன். அன்று மேனகா உட்பட அவர்கள் பேசிய விடயங்கள் எனக்கு பின்னாளில் முக்கியமாகின. என் மனக் கலசம் நிறைந்த இந்தக் கதைகள்தான் என்னை இடிதாங்க வைத்தன.

மேனகாவின் விளக்கத்தின் படி பரமசோதியோ நாகாவோ சொல்வது விஞ்ஞானம் என்றாகிவிட்டது. மேனகா மிஸ் என்ன சொல்கிறாள் என்றால்: 'நான் என்பது மனம் தான். ஆனால் மனம் என்று ஒன்றில்லை. அது மூளை தான். மூளை என்பது நினைவுகள் தான். சிலது மீட்கக் கூடிய நினைவுகள் பலது மீட்க முடியாத நினைவுகள். பார்த்தது, கேட்டது, முகர்ந்தது, சுவைத்தது மற்றும்

உணர்ந்தது இவையெல்லாம் நினைவாக மூளையில் பதிகின்றன. இதன் மொத்தத் தொகுப்புத் தான் நீ.'

பரமசோதியர் இந்தக் கருத்துக்களை ஆவலாகக் கேட்டார். எனக்கு மிஸ் இப்படியும் கதைப்பாளா என்றிருந்தது. இந்த இடத்தில் நான் ஒரு கேள்வியைக் கேட்டேன். என் மெய்யான சந்தேகம் அது. நான் எதிர்த்துக் கேட்டாலும் என் கேள்வியால் அவள் உற்சாகம் ஆகினாள். இதுவரை பொது விடயங்கள் பற்றி நான் சொல்ல அவள் கேட்பதுதானே வழமை.

"நான் என்பது என்னுடைய எண்ணங்கள் தானே. வேறென்ன! அதெப்படி ஞாபகங்களாகும்."

அதற்கவள் மிக இலகுவாக மறுதலித்து புரிய வைத்தாள். இவளுக்கு ஏதும் தெரியாது என்று இதுவரை நினைத்து வைத்திருந்தேனே!

"உங்கட கடந்த காலத்தை முழுசா அழிச்சிட்டு வேற ஒரு கடந்த காலத்த உள்ள வைச்சிட்டா அப்ப உங்கட எண்ணம் ஒன்றா இருக்குமோ?"

எனக்கு உடனே புரிந்து விட்டது. வேறு ஞாபகங்கள் வேறு எண்ணங்களைப் படைக்கின்றனபோலும்.

ஆனாலும் "இருக்காதா பின்ன..." என்றேன்.

எனக்கு அவளைக் கதைக்க வைப்பதில் ஆர்வமிருந்திருக்க வேண்டும்.

"நீங்க பிறந்து வாழ்ந்த இடம் உங்கட அப்பா அம்மா படிச்ச பள்ளிக்கூடம் எல்லாத்தையும் கொண்டுபோய் கொழும்பு நகரத்தில வைப்பம். அங்க தான் வளர்றீங்க நீங்க. உங்கட எண்ணம் வேறயா இருக்குமா இல்லையா."

"வேற தான். அப்ப இந்த மாக்ஸ் அன்ரனி இல்ல அங்க இருக்கக் கூடிய அன்ரனி. இடையில மாற்றம் என்ன... வளரும்போது வரக்கூடிய நினைவுகள் ஞாபகங்கள் வேற வேற."

"அப்படிச் சொல்லு பிள்ள" என்றார் பரமசோதியர்.

"அப்போ... நினைவுகள் தானே நீங்க மார்க்ஸ். கடந்த காலம் தான் நீங்க."

“அடிசக்கை எண்டானாம். அப்ப உயிரெண்டாலே இறந்த காலம் தான்” என்றான் மூக்கா கட்டிலின் மெத்தையில் ஓங்கியறைந்து.

மாணிக்கமையா “ஓமடா பின்ன... நீ தான் உயிர், உயிர் தான் மனம், மனம் தான் மூளை, மூளை தான் எண்ணம், எண்ணம் தான் நினைவு, நினைவு செத்தால் நீ இல்லை; நீயும் செத்தாய். வலு சுப்பர்... ஏகன் அநேகன் இறைவனடி வாழ்க. வேகம் கெடுத்தாண்ட வேந்தன் அடி வெல்க. பிறப்பறுக்கும் பிஞ்ஞகந்தன் பெய்கழல்கள் வெல்க” என்று திருவாசகத்தோடு சொல்லி முடித்தார்.

அந்த இராணுவச் சிப்பாய் சுனில்பிரசேரா திருதிருவென பார்த்துக் கொண்டிருந்தான். அவனுக்கு எதுவும் புரிவதாய் இல்லை. கொஞ்சம் தமிழ் தெரிந்தும் இவை எதுவும் அவனுக்குப் புரிவதாய் இல்லை. அந்த முக்கால் சுவரில் படுத்திருந்து பார்க்கும் பூனைபோலத்தான் அவனும். அல்லது வளர்ப்புச் செல்ல நாய்போல, ஒவ்வொருவர் பேசும்போதும் முகங்களையே பார்த்துக் கொண்டிருந்தான்.

கடைசிக் கட்டில்களின் ஞான உரையை மேனகா மிஸ் விஞ்ஞான உரையாக மாற்றியபோது அந்த விடுதியின் மனமே கடைசி மூலையில் குவிந்து விட்டது. மரணம் குறித்த அச்சம் தூர்ந்து போவதாக உணர்கிறேன். அது ஒரு வாசனை போலவும் உணரக்கூடியதாக இருந்தது. கிறீஸ்த்தவ கன்னியாஸ்திரி சகோதரிபோல மேனகா மிஸ் இவர்களை ஆற்றுப்படுத்தி விட்டாள் போலும். மெஞ்ஞானத்தை விளங்கவும் விஞ்ஞான முறைமை தேவையாகிவிட்டதோ. மனுசனுக்கு எதற்கும் தர்க்க விளக்கம் தேவையாக இருக்கிறது என்று பட்டது.

நான் எப்போதும் பொருளால் ஆகும் மனங்குறித்துத்தான் கதைப்பேன். அது பணியாளர் ஓய்வறையில் சாப்பிடும்போது. அப்போதெல்லாம் மேனகா ஆவலோடு கேட்டிருக்கிறாள். ஆனால் இப்போது மேனகா மிஸ் மனத்தாலாகும் உலகு குறித்துப் பேசும்போது ஆச்சரியமாக ஈர்க்கப் படுகிறேன். வஞ்சியின் வருகையோடு உண்மையில் நான் மாறித்தான் போய் விட்டேன்.

பரமசோதிக்குப் பக்கத்துக் கட்டில்காரர் தலையைச் சொறிந்துவிட்டுக் கேட்டார்;

“பிள்ளை, பின்ன எனக்கொரு மயக்க ஊசி போட்டுவிடு. நினைவில்லாட்டில் நானில்லை என்றாய்... ஒருக்கால் சாவப் பாப்பம். ஒரு ஒத்திகை தானே” அவர் நக்கலாக கேட்டாரா என்று

தெரியவில்லை. எனக்கு கேள்வி சரியென்று பட்டது. ஆனால் அவள் எதிர்பாரா விளக்கம் சொன்னாள்.

"அது சாவில்லை. ஏனென்றால் உங்களுடைய நினைவுகள் அங்க இருக்கும். பதிவில இருக்கும். ஆனால் உங்களால அப்போ மீட்க முடிகிறதில்ல. அது தான் மயக்கம். ஆனால் சாவு மாதிரி..."

"சரி ஒரு மொடல் சாவு... பரவாயில்ல, போட்டு விடு பிள்ள ஒரு மயக்க ஊசி."

முன்பக்கமிருந்து அந்த பெருத்த மனிதர் குரல் கொடுத்தார் "அது தான் சொல்றது அங்ஙன கடைசிக் கட்டில் பக்கம் போகாத எண்டு. வாழ வேண்டிய பிள்ளை நீ இங்ஙன வா."

மேனகா சிரித்துவிட்டு அங்கிருந்து நடந்தாள். இப்படி நோயாளருடன் அரட்டையடிப்பது தவறோ என்ற குற்ற எண்ணம் வந்தவளாக அவள் முகம் இருந்ததைக் கண்டேன். அவள் போகவும் மூக்காப் பையன் ஒரு கேள்வி கேட்டான்.

"எனக்கு ஒரு உண்மை தெரிஞ்சாகோணும். மேனகா என்னக் கடைசிக் கட்டிலுக்குக் கொண்டு போவாளோ, இல்லை முதல் கட்டிலுக்கு கூட்டிக்கொண்டு போவாளோ?"

நாகாய்யா தன் ஒற்றைக் கையால் அவன் முதுகில் அடித்துச் சிரிக்க மற்றவர்களும் சிரிக்க மேனகா மிஸ் 'டொக் டொக்' என்ற சப்பாத்து சத்தத்தோடு நடந்து வந்தாள். அவனின் காதைப் பிடித்து இழுத்துக் கொண்டு போனாள்.

"மிஸ் வலிக்கிது... வலிக்கிது..."

"வலிக்கட்டும் உன்ர கதைக்கு..."

"நான் என்ன கேட்டனான். என்ன சுகப்படுத்துவீங்களோ இல்ல சுடலைக்கு அனுப்புவீங்களோ எண்டு தானே அப்பிடிக் கேட்டனான்"

"உனக்கு ஒண்டும் இல்ல. உன்ர சுகத்துக்கு என்ன தேவை எண்டு தெரியுது" அவள் இழுத்துக்கொண்டுபோய்க் கட்டிலில் ஏறு என்று கை காட்டினாள்.

விடுதியே அந்தக் காட்சியைப் பார்த்துச் சிரித்துக் கொண்டிருந்தது. அந்த இராணுவச் சிப்பாய் எழுந்து நின்று கைதட்டிச் சிரித்தான்.

“உங்களுக்குத்தான் எப்பவும் கட்டில் நினைவு மிஸ். நான் அப்படிச் சொல்லேல்ல. மூண்டாம் கட்டில்ல போட்டிட்டீங்களே?”

நாகாய்யா எழுந்து தலையணையைத் தட்டி சரிப்படுத்திவிட்டு கையில்லாத தோளைக் குலுக்கிச் சொன்னார்:

“அப்போ மரணம் என்றது கடந்த காலத்தை துறந்து விடுவது மக்களே... நல்லாருக்கே.”

முன்னுக்கிருந்த அந்த சந்தேகவான் கல்வியதிகாரி இராமதாசன் சொன்னார் “கொஞ்சம் முன்ன போய் என்ர கலியாணத்த மட்டும் அழிச்சிட்டு வரேலாதா.”

அவருக்கும் ஒரு நியாயம் இருக்குமோ!

மேனகா என்னை கூப்பிட்டாள். போனபோது சேர்ந்து சாப்பிடலாம் என்று அழைத்தாள். அவர்கள் அங்கே இப்போதும் கதைத்துக் கொண்டிருந்தார்கள். நாங்கள் ஓய்வறையில் சாப்பிட அமர்ந்தோம். நான் என் பார்சலை எடுத்தேன். அதைப் பறித்து வைத்துவிட்டுக் குறும்பாகப் பார்த்தாள். பிறகு “இன்றைக்கு நானே சமைச்ச என்ர சாப்பாடு” என்று சொல்லிவிட்டு சாப்பாடை எடுத்துப் பரிமாறினாள்.

நான் பிறந்த நாள் வாழ்த்து சொன்னேன். நன்றி சொல்லிக்கொண்டே அருகிலிருந்தாள். எப்போதும் முன்னால் இருப்பதுதான் வழமை. உணவைப் பரிமாற வேண்டியிருப்பதால் வசதியாக அருகிலிருக்கிறாள் என்று புரிந்துகொண்டேன். புட்டு சுறாக் கறி,சம்பல், சுறா வறுவல்... என்ன ஒரு உருசி! அசத்தல்! போதாதற்கு முடிவில் பனங்கட்டி போட்டு செய்த வட்டிலப்பம்! ஒருபோதும் சாப்பிட்டதில்லை. அதன் வாசனையும் சுவையும் மறக்க முடியாதது.

மறுநாள் கடமையையும் சேர்த்து செய்துவிட்டுப் போவதாகத் தீர்மானித்து இருந்தேன். காரணம் ஞாயிறு இன்று. இன்று வஞ்சி வீடு போனாள் அடுத்த வெள்ளிதான் மீண்டும் வருவாள். அதனால் இந்த முடிவு.

காலையில் பரமசோதியர் “ப்ரம்மஜோதி... ப்ரம்மஜோதி...” என்று புசத்தத் தொடங்கினார். நேற்று அவ்வளவு உற்சாகமாக இருந்த மனுசன் இன்று நோயில் அனத்திக் கொண்டிருந்தார். இப்போதும் பிள்ளைகள் யாரும் வெளிநாட்டிலிருந்து பார்க்கவரவில்லை என்பது விடுதியிலிருந்த பல நோயாளிகளுக்கு கோபமாக இருந்தது.

அவர்கள் பரமசோதியரின் பிள்ளைகளைக் கண்டமேனிக்குத் திட்டித் தீர்த்தார்கள்.

அவர் உயிரைப் பிடித்து வைத்திருந்த காரணமே பிள்ளைகளை ஒருமுறை கண்டுவிட்டுப்போகலாம் என்றுதான். அந்த மனுசன் நேற்று ஒரு கேள்விகேட்டான்: “ஒரு தகப்பனுக்கு முடிவுகாலத்தில் பிள்ளைகளுக்குச் சொல்லவென்று ஒரேஒரு விசயமாச்சும் இருக்குமா இல்லையா” பரிதாபமாக இருந்தது. நான் அவரை ஆறுதற் படுத்தினேன்.

காலையில் நான் சாப்பாடு கொண்டுபோனபோது அந்த மனுசன் ஏன் இப்படிக்கேட்டான் என்று தெரியாது “வஞ்சிமரம் கண்டிருக்கியா” என்றார். நான் “இல்லை... எதுக்கு” என்றேன். “நான் கண்டிருக்கிறன் அதோட எந்தப் பாகமும் வாய்ல போடு... கசக்கும். எல்லாமுமே கசக்கும்” என்றார். தன் வாழ்வு குறித்து கசப்போடு இருக்கிறார். மாறாட்டம்வேறு வந்துவிட்டது. அனத்துகிறார். வஞ்சியின் அப்போவோடு கதைபேச்சுமில்லை. நான் அதற்காக அவரிடங் கோபங்கொள்ளாமல் இருந்தேன்.

நேற்றைய இரவின் கலகலப்பு இன்றைய மதியத்தின் சோகமாக முடிந்தது. அதற்குள்ளும் மூக்காவின் ‘முசுப்பாத்தியை’ என்னவென்று சொல்வது!

மாலை என் கடமை நேரம் முடிவதற்கு முன் பரமசோதியர் இறந்துவிட்டார். யாருக்கும் தெரியவில்லை. வந்த சனத்தின் பார்வையாளர் நேரம் என்பதால் அந்த இரைச்சலில் அவரது முனகலெதுவுங் கேட்க்காமல் போயிருக்கலாம். சனங்கள் போனதும் கழிப்பறைக்கு போய்விட்டு வந்த மூக்கா பயல்தான் “பரமசோதி கிளம்பிட்டார்... பரமசோதி கிளம்பிட்டார்... பரமசோதி கிளம்பிட்டார். பராக்... பராக்... பராக்...” என்று சொல்லிக்கொண்டே தண்டோராப் போடுவதுபோல நெளித்துக்கொண்டு வந்தான். முதலில் பொய்யென்று நினைத்தோம். பிறகு உண்மை தெரியவந்தது. மெய்யாகவே போய்விட்டார். அவர் இப்போது கடந்த காலம் மட்டுமே தான்.

வஞ்சி அழுதபடியே இருந்தாள். அப்பனின் கட்டிலில் சாய்ந்தபடி அழுதாள். மூக்காப் பையன் நின்றுகொண்டிருந்தான். இன்னுங் கொஞ்ச நேரத்தில் பரமசோதியின் கட்டிலுக்கு யாரோ அடுத்தவர் வரப்போகிறார்.

வெளிநாட்டிலிருந்த பிள்ளைகள் நான்கு நாட்கள் குளிரூட்டியில் உடலை வைக்குமாறு பணங்கட்டியிருந்தார்கள். காலில் கட்டுப்போட்டுக் கையில் துண்டுகட்டி நான் தான் உடலைக் கொடுத்துவிட்டேன். மூன்றுநாட்கள், பரமசோதி ஐயா பிணவறை ஐஸ் பெட்டியிற் தனியாகக் கிடந்தார்.

பிள்ளைகள் வருவார்களென்றும் அடக்கம் செய்ய வேண்டாமென்று அயல்வீட்டுக்காரர் ஆஸ்பத்திரி நிர்வாகத்தோடு கதைத்திருந்தார். பிள்ளைகளும் தொலைபேசியில் நிர்வாகத்தோடு பேசியிருந்தனர். அது ஒரு சிக்கலான விவகாரம்.

அவரது தலையணையின் கீழ் ஒரு காகிதத்துண்டிருந்தது.

'இறந்த பின் அனாதைப் பிணமாக அரச செலவில் என்னை எரியுங்கள். நீங்கள் பெற்ற பிள்ளைகளை உங்களுக்காகவும் வாழ வையுங்கள். இங்ஙனம்- அனாதைப் பிணம் பரமசோதி, விடுதி பத்து, போதனா வைத்தியசாலை, யாழ்ப்பாணம்.

அந்தச் சிறுதுண்டுக் காகிதத்தைப் பிடிக்க முடியாமல் என் கை நடுங்கியது. நான் அதையும் அவர்களிடமே கொடுத்துவிட்டேன்.

பிள்ளைகளுக்கான அப்பனின் கடைசித் தண்டனை அது. பிள்ளை வளர்க்கும் பண்பாட்டின் மீது வீசப்பட்ட வெடிகுண்டும் அது.

உடல் எரிக்கப்படவில்லை. ஆனால் மனிதாபிமானத்திற்காக பிள்ளைகள் வரும்வரை அதை வைத்திருக்க நிர்வாகம் சம்மதித்தது. அதுவுங்கூட பெரும் இழுபறியின் பின்தான் ஏற்றுக் கொள்ளப்பட்டது.

ஆயினுமென்ன, மூன்றாம் நாள் வந்திறங்கிய பிள்ளைகள், வக்கீலை வைத்து அந்தக் கடிதம் எழுதாததால் சட்டப்படி செல்லாது என்று வாதாடி பிணத்தை மீட்டார்கள். சிங்களப் போலீசை அதற்காக நாடினார்கள். அப்போதும் அவர்களால் அப்பனை மீட்க முடியவில்லை. அனாதைப் பிணத்தைத் தான் மீட்க முடிந்தது.

அன்று அசுபநாள். எனக்கு, வஞ்சிக்கு, டொக்டருக்கு, தில்லைநாதருக்கு,முதலாம் கட்டில் பையனுக்கு, நெர்ஸ் மேனகாவுக்கு, புண்ணியமூர்த்தியின் ஆத்மாவுக்கு, அவரின் பிள்ளைகளுக்கு மற்றும் விடுதியில் இருந்த அனைவருக்கும் அன்று அசுப நாள்தான். புண்ணியமூர்த்தி ஐயா இறந்து மூன்றாம் நாளது.

அவர்கள், தங்களின் பிறந்த ஊரில் செய்யப்போகும் கடைசி நிகழ்வாம் இது. 'இனி எங்கே வரப்போகிறோம். யாரிருக்கிறார்கள் இங்கே. இதுதான் கடைசி. ஊரடக்கி பெரிய நிகழ்ச்சியாக அப்பாவின் சாவீட்டை கொண்டாடிவிட திட்டமிட்டிருக்கிறோம். அவர் வாழ்ந்த ஊரில், பிணம் இராச மரியாதையோடு, இதுவரை எந்தப் பிணமும் போகாத மரியாதையோடு அப்பாவின் பிணம் போகவேண்டும்' என்று ஆசைப்பட்டதாக அழுது புலம்பிச் சொன்னார்கள்.

மூன்று சகோதரர்களும் தங்களுக்குள் உறவை முறித்துக் கொண்டிருந்தாலும் இதுவிடயத்தில் மூன்றாம் நபரொருவர் ஊடாக தூதுவிட்டுப்பேசி பதினையாயிரம் 'ஈரோ'வை செத்தவீட்டுக்கு செலவழிப்பதாக முடிவு செய்திருந்தார்களாம். 'நியுசிலாந்' நாட்டில் இருந்து பூக்கள் கொண்டுவரப் பணம் கட்டிவிட்டுத்தான் மூத்த மகன் வந்திருந்தாராம். இலங்கை-பேராதனை பூங்காவிலும் கிடைக்காத அரிதான பூக்கள் அவையாம். முதலே வரமுடியாததற்கு இப்படி ஒரு செலவும் இருந்ததே கூடுதல் காரணமாம். இதைக் கேள்விப்பட்டு, மற்ற மகன் ஆயிரத்து ஐநூறு ஈரோவுக்கு கொழும்பில் உயர்தரப் படுக்கையாய் சவப்பெட்டி ஓடர் செய்திருக்கிறார். ஆஸ்பத்திரியே அன்று முழுவதும் இந்த நிகழ்ச்சியைத்தான் கதைத்துத் திரிந்தது.

என்றும் இல்லாததுபோல் பரமசோதி ஐயாவின் சாவீட்டிற்கு நானும் மேனகா மிஸ்சும் போயிருந்தோம். 'அவருக்காக யாரும் இல்லை சுடலைவரை நானும் கூடப்போகபோகிறேன்' என்று சொன்னபோது மேனகா மிஸ் தானும் வருகிறேன் என்று வந்தாள்.

பரந்துவிரிந்த வெண் பட்டுப் படுக்கையில் பரமசோதி ஐயா சினந்த முகத்தின் விகாரத்தோடு படுத்திருந்தார். முகத்தில் 'ஈ' கூட மொய்க்காமல் சாமரம் வீசி அழகிய விசிறியோடு, வெண்துகில் உடுத்த பெண்ணொருவரை கூலிக்கு அமர்த்தியிருந்தார்கள். பாண்ட் வாத்தியங்கள் முழங்கின. வெளிநாட்டிலிருந்து வந்த குழந்தைகள் விடுப்பாக அந்நிய மனநிலையில் நடப்பதைப் பார்த்துக் கொண்டிருந்தார்கள்.

தேர் போன்ற ஊர்தியில் பட்டாசும் பாண்ட் இசையும் கலந்து முழங்க மூடாத பெட்டியில் பிணம் போகிறது. பின்னால் பிள்ளைகள் கம்பீரமாக நடக்கிறார்கள். தெருவுக்கு வந்த ஊரே உள்ளூர சிரிப்பதாய்ப் பட்டது எனக்கு.

கடமைக்காக அன்று மாலை விடுதிக்கு வரவும் அந்தத் தேமா பூ மரத்தின் கீழே பரமசோதி ஐயா தனியாக இருப்பதைக் கண்டேன். திடுக்குற்றுப் போனேன்! அவரைக்காணவில்லை! என்னவொரு நிஜம்போன்ற பிரமை!

ஆனால் அந்தக் கடிதத்தால் அமைதியிழந்த எனக்கு, அம்மாவிடம் ஒன்று கேட்க்கத் தோன்றியது. வீட்டிற்கு போனதும் தேனீர் ஊற்றிகொண்டிருந்த அம்மாவிடம் சமையல் கட்டில் வைத்துக் கேட்டேன். இன்று ஞாயிறு என்பதால் அம்மா தேவாலயம் போய்வந்திருந்தாள். நான் கேட்டேன் "ம்மா"

"என்ன...?"

"நீங்க வாழ்க்கையில எதுக்கு ஆசைப்பட்டு நிறைவேறேல்ல?"

"ஒண்டுந்தான் நடக்குதில்லை."

"என்ன அது வாயைத் திறவணனை."

"என்ட புள்ளைக்கொரு கல்யாணம்."

"இவ்வளவுதானா. சரி கட்றான் ஒரு கல்யாணம் இந்த வருசமே உன்ட புள்ளை. இப்ப சிரி."

"ஏசப்பா... உம்மை விசுவாசித்ததில யாரை நீர் கைவிட்டீர். பிதாவே உம் ரட்சிப்புக்கு நன்றியப்பா" அவள் சேலைத்தலப்பால் கண்களை ஒற்றினாள். உடனேயே மெழுகுதிரி ஒன்றை கர்த்தரின் படத்தின் முன்னால் ஏற்றினாள்.

அப்பாவிடமும் கேட்டுவிட வேண்டும்போல இருந்தது பீடியோடு வெளியே இருந்தவரிடம் கேட்டேன். கூச்சமாக இருந்தது. அவரோடு பேசியதே எப்போதென்று நினைவில்லாமல் போய்விட்டது.

மனுசன் ஒரு ஜந்துவைப் பார்க்குமாப் போல பார்த்தான். பிறகு என்ன நினைத்தாரோ சொன்னார்: "என்னையும் அம்மாவையும் மேலால பறக்குதே ஏரோபிளேன் அதில ஒருக்காப் பறக்க வை. பிறகு ஒரு தங்க மோதிரமும் போட்டுகொண்டு தேவாலயம் போகவேணும்."

என்ன நினைத்தேனோ தெரியாது கண்கள் முட்டி அழுகை வந்தது. குற்ற உணர்வாக இருந்தது. எதுவும் சொல்லாமலே எழுந்து வந்துவிட்டேன்.

அத்தியாயம் 13

பரமசோதியின் சாவின் பின், வஞ்சி தன் அப்பன் மீதுள்ள பாசத்தால் அதிகமாய்ப் பாதிக்கபட்டாள். ஆனால், அதன் விளைவால் தன் மனதையும், குடும்பச் சிக்கல்களையுங்கூட பகிர்ந்து கொள்ளும் உறவாக இந்த இடைக்காலத்தில் அவள் என்னை நெருக்கமாக்கிக் கொண்டாள். இந்தக் கட்டத்தில்தான் நாங்கள் மேலும் ஒருவரை ஒருவர் புரிந்துகொள்ளத் தொடங்கினோம் என்று நினைக்கிறேன்.

சிப்பாய் சுனில் பிரசேரா தனிமையும் பதட்டமும் பயமும் சூழ சோர்ந்து கிடந்தான். 'இமியுனோதெரபியால் அவனது உடல் மனசோடு பொருந்த மறுத்திருக்கக்கூடும். மேனகா மிஸ் சுனிலிடம் ஏதோ அனாவசியமான வெறுப்போடு தான் நடந்து கொள்கிறாள். வஞ்சிக்கு அவன் மீது எப்போதும் பயம். அவன் புலனாய்வுக்காரனாக இருப்பானோ என்று எப்போதும் கேட்டாள். விடுதியில் யாரும் அவனைக் கண்டு கொள்வதில்லை. ஒரு ஒதுக்கல் மனம் இருக்கவே செய்கிறது. அவன் முகாமுக்குப் போய்விடப்போவதாகக் கேட்டான். டொக்டர் அனுமதிக்கவில்லை.

அமைதியாகப் படுத்திருந்த மூக்காவின் கட்டிலுக்குப் போனாள் வஞ்சி.

"ம்ம்... இந்தா சூப் கொண்டு வந்தனான். எழும்பிக்கூடி" என்று வஞ்சி மூக்காவை எழுப்பினாள். அவன் எழும்பவே முடியாதவனாக,

"இல்லயக்கா இண்டைக்கு அம்மா வருவா. சாப்பாடு கொண்டு வருவா" கண்களோ சாப்பாட்டை விடவும் அவளிடமிருந்து எதையோ பெற்ற நிறைவில் பொலிந்து ஈரலித்திருந்தன.

மூக்கா இன்று இத்தனை பவ்வியமாக இருக்கிறான். காரணம், காலையில் எடுத்துக் கொண்ட 'தெரப்பி'யினால் அவன் துவண்டுபோய் விட்டான். வாயிலிருந்து இரத்தம் வேறு. அவன் வாயை வாயை ஆட்டிகொண்டிருந்தான். நான் தான் கிண்ணம் எடுத்து வாயைக் கொப்பளிக்கச் செய்தேன். மேனகா மிஸ் வந்து இரத்தத்தைப் பார்த்துவிட்டு அவனுக்கு ஆறுதல் சொன்னாள். 'சில வேளைகளில் முரசுகளிலிருந்தும் இரத்தக் கசிவு வரலாம் தான். வாய் அரிப்பதுபோல இருக்கும். சரியாயிடும் யோசிக்க வேண்டாம்' என்று சொல்லியிருந்தாள். அவன் துவண்டு போயிருப்பது ட்ரிப் கொடுத்ததால் என்று மேனகாவுக்குத் தெரியும். அதிக நோயாளிகள் இப்போது வருவதால் மூக்காவோடு முன்போல் நேரம் செலவழிக்க அவ்வளவு முடியவில்லை.

"பரவாயில்ல இப்ப இதக்குடி" என்று வஞ்சி அவனை எழுப்ப முயன்றாள்.

"குடிக்கிறன், இதில வையக்கா" அவன் முடியாமல் இருக்கிறான் என்பதை வஞ்சியால் புரிந்து கொள்ள முடியவில்லை. அவன் துயரப் படுகிறான் என நினைத்தாள். வண்ணன் டொக்டர் இன்று மூக்காவின் தாய் வருவாளென்று அறிந்துதான் 'ட்ரிப்'பை காலையில் போடச் சொன்னார். அவனுக்கு ஆறுதல் வேண்டியிருக்கும் என்று அவருக்குத் தெரியும்.

மூக்கா மெல்லத் தயங்கி "அக்கா, என்ர நெஞ்சில கையை வச்சுக்கொண்டு பக்கத்தில கொஞ்ச நேரம் நிக்கிறியா அக்கா" என்றான்.

அந்தத் தழுதழுத்த ஏக்கத்தின் குரல் கேட்டு, பதினைந்தாவது இலக்க கட்டில் நோயாளிக்கு படுக்கையை சரி செய்து கொடுத்துக் கொண்டிருந்த நான், திரும்பிப் பார்த்தேன். அவனுடையதிப்போது ஐந்தாம் கட்டில். வஞ்சி தயங்கி அவன் நெஞ்சில் கைவைத்து தலையை தடவி விட்டாள். அவள் மனம் கரைந்திருக்க வேண்டும். கண்கள் பனித்தன. தன் தலையைச் சரித்து, வலது தோள்மூட்டை உயர்த்தி, தன் கண்களின் நீரை தோளாள் துடைத்தாள். இன்று அவள் உருவமே வேறு பொலிவில் இருந்தது.

மூக்கா அமைதியாகினால் அது ஒரு கட்டிலின் அமைதியல்ல. மொத்த விடுதியும் உறைந்துவிடும். அந்த அமைதி ஒரு பாரம் போல அழுத்துவதாகத் தோன்றும். இவன்தான் இந்த விடுதியின் மூச்சு. சில சமயங்களில் இந்த விடுதியே மூச்செடுக்க திணறுவது

போலவிருக்கும். அப்போதெல்லாம் மொத்த விடுதிக்கும் மூச்சுக் கொடுத்து உயிர்ப்பிப்பது இவந்தான். ஆனால், இவனுக்கோ சுவாசப்புற்று நோயென்பது கெடுவிதியன்றி என்ன!

விடுதிக்கே மூச்சுக் கொடுக்கும் இவன் இன்று சுருண்டு போயிருக்கிறான். நாகாய்யாவும் அவனைச் செல்லமாகச் சீண்டி எழுப்ப முயற்சித்தார். அவன் கண்டுகொள்ளாததுபோல தனக்குள் முடங்கியபடி இருக்கிறான். பிள்ளைக்கு மனதாலும் உடலாலும் முடியவில்லை. இங்கே மனிதர்களுக்கு முடியாதபோது மரண பயம் எழுகிறது. நாகா சொல்வதுபோல பயங்களுக்கெல்லாம் மூல பயம் மரணபயம்தான்போல.

தவிட்டு நிறம் கொண்ட அவனுடல், உடலின் நோயால் மாத்திரமன்றி சாவின் துயராலும் நலிந்து ஒடுங்கிப்போய் இருக்கிறது. நிமிர்ந்து படுத்திருக்கும் அவன் கோலத்தைப் பார்த்தால். வயிறு உள்ளொடுங்கி, நெஞ்சை மேலுயர்த்தி, விலா எழும்புகளை துருத்திக் காட்டுகிறது. முகத்தில் கண்கள் மட்டும் துருதுருவென்று தொலைத்த தாயைத் தேடும் குழந்தையின் கண்கள்போல இருக்கின்றன பாருங்கள். ஆனால், சமயங்களில் குழந்தையின் குறும்பைக் கொப்பளிப்பதும் இந்தக் கண்கள்தான். அவன் இவையெல்லாவற்றிற்கும் வெளியே வந்து விட விரும்புகிறான். தப்பிக்க விரும்புகிறான்.

சொந்த இடம் கிளிநொச்சிதான். ஊர் உருத்திரபுரம். வன்னியில் நிகழ்ந்த அழிவுப்போரில் தகப்பனை இழந்து விட்டானாம். முள்ளிவைக்கால்வரை ஓடி, இறுதியழிவையும் கண்ட போரின் பின், அரசு சனங்களுக்கு அமைத்த செட்டிக்குளம் தடுப்புமுகாமில் வைக்கப்பட்டார்கள். கிளிநொச்சியில் முதல் தொகுதி மக்களை குடியேற்ற இராணுவம் சம்மதித்ததில் ஒரு அதிஸ்டம். மீள்குடியேற்றமென பாதி வருடம் கழித்து ஊர் வந்தபோது வீட்டின் கதவுகள் காணாமல் போனாலும், தன் வீடு மட்டும் இன்னமும் இருந்ததில் தாய்க்கு ஆறுதல். அங்கிது அபூர்வந்தான்.

நெல் வயல் தரைக்கு வேலைக்குப்போய் இரண்டு குழந்தைகளின் வயிறு காக்கவேண்டியிருந்தது. இந்தா... மகன் வளர்ந்து வருகிறான். இனி அவன் உழைப்புக்குப் போவானென்றிருந்த சமயத்தில் தான், நோயில் விழுந்த பிள்ளைக்கு சுவாசப்பை புற்றுநோய் என்று ஆஸ்பத்திரிக்காரர்கள் சொன்னார்கள். உருப்படியாய் இருந்த வீட்டினுள்ளே உருக்குலைந்து கண் முன்னால் நொருங்கியது

வாழ்வு. காலம் தன் நீசக்கரங்களால் வாழ்வின் மூச்சுக் குழலை நசித்து இறுக்கியது.

தாயின் தலையில் நோய்ப் பொறுப்பும் ஏறியது. இவன் தங்கைக்கு பத்து வயது. இதனால் இவனைப்பார்க்க ஒவ்வொரு நாளும் வரமுடியாத தாய், வாரத்தில் இரண்டுநாள் வருவதற்கு முயன்று கொண்டிருந்தாள். மற்றைய நாளை வயிறு காக்க வயல்தரை வேலைக்கென ஒதுக்கிக் கொண்டிருக்கிறாள்.

இந்தப் பையனைப் பார்த்தீர்களா! வாலிபன் ஆகிவிட்ட வயது இவனுக்கு இருந்தாலும், தன்னிடம் இல்லாதுபோகும் குழந்தைத் தனத்தையும் சிறுவனுக்குண்டான குறும்பையும் வலிந்து மீட்டுக் கொண்டிருக்கிறான். அல்லது வாலிபத்தைக் கைவிட்டு பின்னோக்கி திரும்பிக் கொண்டிருக்கிறான் என்று படுகிறதில்லையா! இந்த விடுதி சுவாரசியத்தில் இவன் மற்றது மேனகா உரையாடல்கள் இருக்கும். கிண்டல் பண்ண யாரும் வாய்க்காதபோது இவன் தன்னைத் தானே சுய கிண்டல் பண்ணியேனும் மற்றவர்களைச் சிரிக்க வைத்துவிடுவான். அவனது விகடத்துக்கு அகப்படாத பொருளே கிடையாது. மேனகாவுக்கு இவன் மீது தனிப் பிரியம் உண்டு. திருநீறு கொண்டு வந்து பூசும் அளவுக்குப் பிரியம்.

ஆனால், சிரித்து ஓய்ந்த மறுகணமே ஓர் ஊமை இருள் சூழ அதற்குள் புதைந்து போவான். சனங்களின் பார்வைநேரம் தவிர்ந்த நேரங்களில் இவனே எல்லா நோயாளிகளுக்குமான சனம். வெறும் ஒற்றையனாய் ஏதாவது பேசி, விடுதியைக் கூட்டத்தின் கலகலப்போடு வைத்திருப்பான். இவன் தனக்குள் ஊமையனாய் முடங்கும்போது விடுதியே புதையுண்டு போகும் உணர்வைப் பெறும். வஞ்சி இந்த விடுதியில் வாய் திறந்து பேசுவதென்றால், இவனோடு மட்டும் தான்.

வஞ்சியின் அப்பாவைக்கூட இவனும் அப்பா என்றே கூப்பிடுகிறான். நாகாய்யாவோடு எப்போதும் ஒரு செல்லச் சண்டையை வைத்துக் கொள்ளுவது அவனுக்கு வேண்டியிருக்கிறது. விடுதிக்கு சிரிப்பூட்டுவதற்காக மட்டும் இதைச் செய்வதில்லை. அவனுக்கு அவரது கவனத்தை தன் பக்கம் வைத்திருக்கவேண்டும். தாய் வராத நாட்களில் இவன் நாகாய்யாவின் கட்டிலைப் பார்த்தபடியே இருப்பது எவருக்கும் தெரியும். மற்றது 'வஞ்சியக்கா வரமாட்டாளா' என்ற ஏக்கம் அவன் கண்களில் பெருகுவதை நானும் கண்டிருக்கிறேன்.

வஞ்சி அவனருகில் நின்றபடி அவனின் வெற்று நெஞ்சில் இடது கையை வைத்துக்கொண்டே வலது கையால் தலையைத் தடவும் காட்சியில் நான் சிக்கிப்போய்க் கிடந்தேன். என்னால் என் வேலையை கவனிக்கவே முடியவில்லை. துளியளவும் முடியவில்லை. உயர்ந்திருந்த சுவரின் ஜன்னல்களின் வழியே பாயுமொளி, அவள் பின்தலைமீது பட்டு, நின்றிருந்த இடத்தில் வீழ்ந்து கொண்டிருந்தது. அந்தக் கட்டில் காட்சியிலிருந்து கண் விலகமுடியாத அபூர்வ சித்திரமாக நானதைக் கண்டு கொண்டிருந்தேன்.

வஞ்சி அன்று அழகாய் இருந்ததற்குக் காரணம் உண்டு. வழமைக்கு மாறாக அவளன்று சேலை உடுத்தி வந்திருந்தாள். அந்தச் சேலையின் வர்ணமோ, அல்லது அதன் அடுக்கோ ஓர் அழகோவியம்போல அவளுக்கு இருந்தது. முகத்தில் சுடரும் அன்பொளியும், கழுத்து வாளிப்பின் பின்னால், அவளது கருங்கூந்தல் பின்னியும் இல்லாமல், அவிழ்த்தும் இல்லாமலிருந்த கோலம், தாய்மையின் அபூர்வச் சுடராய் அந்தக் கட்டிலினருகே ஒளிவீசிக் கொண்டிருப்பதாய்ப் பட்டது. அவள் முடிகள் ஈரத்தின் பளபளப்பை இன்னும் கொண்டிருந்தன. மேலே தளர்ந்திருந்த முடிப்பின்னல் கீழ்நோக்கி மெல்லென இறுகி, நுனியில் குஞ்சமென உலர்ந்து விரிந்திருந்தது. எப்போதும்போல, அவளின் கன்னத்துமுடிக் கருங்கீற்றொன்று பின்னலில் அகப்படாமல் காதினை வளைத்து நின்றது. வழுக்கும் கழுத்தின் வியர்வையில் அது நளினமாக ஒட்டியிருந்தது. அது அவள் பருவத்தின் அழகைக் காட்டியது.

நான் வேலையில் சிரத்தையாக இருப்பது போல் பாவனை பண்ணினாலும் என் மனம் அந்தக் காட்சியில் தான் பதிந்திருந்தது. ஒவ்வொருமுறை திரும்பும்போதும் கள்ளத்தனமாய் அவளை ஒரு சித்திரமென மனதில் பிடித்துத் திரும்பினேன். மேனகா மூக்காவுக்குச் சொல்லிக் கொண்டே போனாள்.

"நீ லவ் பண்ணக் கேட்டாய் அவள் சாறியைக் கட்டிக்கொண்டு வரவேண்டியதாப்போச்சு பாத்தியா... ஆம்பிளையில்ல நீ சின்னப் பையன்."

மூக்கா மெலிதாகச் சிரித்தான். பிள்ளைக்கு முடியவில்லை. இல்லாவிட்டால் இப்போ மறுத்தான் கொடுத்துப் பேச எழும்பியிருப்பான். மேனகா மிஸ் சொல்லிக்கொண்டு போகும்போது என்னைப் பார்த்தாள் என்று நினைக்கிறேன்.

வஞ்சியின் சேலையினது அடிப்பாகம் செம்மஞ்சளில் தொடங்கி மஞ்சளென ஆகி மேல்நோக்கி நீலத்தில் கரைந்தது. நீல வர்ணமோ மேல்நோக்கி வெண்மையில் மயங்கியது. வானத்தின் தெளிந்த நீலத்தில் 'ஃபிளவுஸ்' போட்டிருந்தாள். மெதுவென சுடரும் அவள் முகத்துடன் சொன்னால், ஓர் உதய வானத்தின் அசல் வர்ணத்தை, ஓர் அழகுச் சிலையில் வரைந்த அபூர்வ அழகோவியமாய் அங்கே நின்று கொண்டிருந்தாள் வஞ்சி.

ஒற்றைக்காலில் தன் பாரத்தை அழுத்தி, மறுகாலை இலகு என நிறுத்தி, நின்ற அவள் நிலையில் சேலை கட்டியதனாலோ என்னவோ இடையின் நளினம் அத்தனை அழகாய் இருந்தது. பறவைக் குஞ்சொன்றின் அ்டிவயிற்றின் மெதுமைபோல சேலையின் இடுக்கில் தெரிந்த பகுதி மெதுமையாய் இருக்குமென்று ஒரு அசட்டு எண்ணம் என்னுள் படிந்தது.

'நெர்ஸ்' மேனகாவும் பலமுறை இன்று வஞ்சியைப் பார்த்தபடியே குறுக்கறுத்து நடந்து திரிந்துகொண்டிருந்தாள். அவள் முகத்தில் அசூயையை மறைக்கும் ஒருவிதப் பிரயத்தனம் தெரிகிறது. அவள் இயல்பாக இருப்பதுபோலக் காட்ட முயல்கிறாள். ஆனால், இன்றவள் அப்படியே அல்ல. எனக்கு அதன் காரணம் தெரிந்ததுதான். தன்னழகை தானே ரசிக்கக்கூடிய ஒரு சிருங்காரப் பெண்ணிவள். அழகிதான். நல்லவள் தான். இல்லையென்று யாரும் சொல்ல முடியாது. இந்த உடையே அவளுக்குப் பேரழகாய் இருக்கும். சேலை எதற்கு! வஞ்சி ரசிக்கும் அழகிருந்தும் வஞ்சி மீது பொறாமை எதற்கு?

டொக்டர் மாணிக்கத்தார் மீது காட்டும் அக்கறை மேனகா மிஸ்ஸிற்கு அசாதாரணமானதெனப் பட்டுவிட்டது. அதற்கான காரணமென்று அவள் ஊகிக்கும் விடயம் எரிச்சலைத் தரக்கூடியது. அதைச் சகிக்கும் நிலையில் இவள் இல்லை.

"என்ன மார்க்ஸ்... இன்டைக்கு வலு சந்தோசமா இருக்கிறிங்கபோல" என்று சீண்டும் நக்கல் தொனியில் என்னைக் கேட்டாள்.

"உங்களுக்கு இண்டைக்கது இல்லப்போல" நானும் பதில் நக்கலொன்றை எடுத்து விட்டேன்.

அவள் தடுமாறியவளாக இமைகளை உயர்த்தி, தோளைக் குலுக்கி, புரியாதது போல பாவனை செய்து எட்டி நடந்து போனாள். அவளுக்கு என் வார்த்தையின் பொருள் புரிந்துவிட்டதென்று அது காட்டியது.

இங்கு பூடகம் எதுக்கு, வெளிப்படையாகவே சொன்னால்: வஞ்சி மீது டொக்டர் கொள்ளும் ஆர்வம் மேனகாவை நிம்மதியிழக்கச் செய்துவிட்டது என்று நினைக்கிறேன். மேனகா பொதுவில், தன்னழகின் மீது அசாத்திய நம்பிக்கை கொள்ளும் பேர்வழி. ஆண்களை தன் பின்னால் அலையவிடும் ஒருவித சிடுக்கு மனோபாவமுள்ளவள். தான் என்ன செய்ய, இந்த ஆண்கள்தான் தன் பின்னால் அலைகிறார்கள் எனப் பாவனை பண்ணும் குறும்புப் பெண்ணவள். ஆனாலும் தேவையான இடைவெளியைப் பேணவும் அவள் தவறுவதில்லை.

டொக்டரை அப்படி அலைய விட்டதில் அவளுக்கு ஒரு தற்பெருமையும் ஒரு சுகிப்பும் இருந்தது. அந்தச் சுவை அவள் வாழ்வுக்குத் தேவையான சக்தி ஊற்றாக இருக்கிறதுபோலும். பொதுவெளியில் டொக்டர் அப்படி நடந்து கொள்வதில்லை தான். அவரது கௌரவம் கெடும்படி தன் தோற்ற ஆளுமையை சேதாரப்படுத்தும் ஆளில்லையவர். ஆனாலும், டொக்டரால் அவள் அருகில் இருக்கும் தற்செயலான பொழுதுகளில், அவளைத் தவிர்க்க அவர் எண்ணத்தால் முடிவதில்லை.

இப்படி இரண்டுவித நூதனமான ஆளுமைகளின் சுகிப்பில் வென்றுகொண்டிருப்பது மேனகாவா, இல்லை டொக்டரா என்று சரியாகத் தெரியாத உறவுச் சுழியது. அவள் வளைய வரும் போதெல்லாம் டொக்டர் தானறியாத ஒரு மிதப்பில் இருப்பார். அப்படித்தான் அவளும், அவர் சீண்டும்போதெல்லாம் கண்டுகொள்ளததுபோலப் பாவனை பண்ணுவாள். நிச்சயமாக அது பாவனை தான். அழூத்தமான பெண்தான் அதை மறுக்க முடியாது.

வஞ்சிக்கும் எனக்குமிடையில் சுயம்புவாய் தோன்றிய வசீகரம் வாஞ்சையின் பரஸ்பரத்தினால் வந்தது. வாஞ்சைதான் அதன் உயிரான ஒளியென்று எண்ணுகிறேன். உறவு வாழ்வாகி எமக்குள் வரும் நேரத்தில்தான் இந்த டொக்டர் குறுக்கறுத்தார். அவர் தன் ஆளுமை குறித்து மலரும் எங்கள் உறவினால் அவமானம் கொண்டாரோ என்னவோ. அவரின் இந்த குறுக்கறுபிற்கு-ஆர்வத்திற்கு சரியான காரணம் என்னவென்று என்னால் சொல்லமுடியவில்லை. அதுவொரு மர்மமாய் சிலபொழுதும், இன்னொரு பொழுது தூலமாயும் என்னுள் இருந்தன.

பின்னேரம் ஆறுமணிக்கு நான் வேலை முடித்து; வஞ்சி வருவாளென்று விடுதியின் வெளியே காத்திருந்தேன். அவளை

பேருந்து நிலையம் வரை கூட்டிப்போய் விடுவது வசதியான நேரங்களில் வழக்கமாகி விட்டது. அவளுக்குந் தெரியும், நான் வெளியே காத்திருப்பேனென்பது. அல்லது, அவளப்படி எதிர்பார்ப்பாள் என்றும் சொல்லலாம். முன்பொருநாள் இப்படியொரு தருணம் வாய்த்தும், நான் நிற்காமல் போய்விட்டபோது மறுநாள் அவள் அதைக் கேட்டிருந்தாள்.

"எதுக்கு நேற்று நிற்காமப் போனீங்கள்... வேலையா? நான் இங்க சுத்திமுத்தியெல்லாம் தேடிக் கொண்டிருந்தேன். சொல்லிற்றுப் போயிருக்கலாமே" என்று.

இந்த சொல்லின் அர்த்தம் என்ன, 'எனக்காக காத்திருங்கள்' என்பதுதானே. ஒரு பெண்ணால் அதை வேறு எப்படி நாகரிகமாய் சொல்ல முடியும். இப்படி அவள் சொன்ன பிறகு அவளுக்காக காத்திருப்பதில் எனக்கு எந்தக் கூச்சமும் இல்லை. ஒருவேளை என் தயக்கம் உணர்ந்துதான் அவளப்படி சொல்லியிருக்கவுங்கூடும்.

வஞ்சி, தகப்பனுக்கும் நாகாய்யாவுக்கும் சொல்லிக் கொண்டு வெளியே வந்தாள்.

அவள் வாசலைக் கடக்கவும் மூக்கா "அக்கா" என்று கத்திக் கூப்பிட்டான். இவளோ 'அவனுக்குச் சொல்லாமல் வந்திட்டனே' என்ற குற்றவுணர்வு எழ, திரும்பி ஓடிப்போய் அவன் தலையைத் தடவிவிட்டு "போயிற்று வாறன்டா, நாளைக்கு வருவன் இரு" என்றாள். அவன் கத்திக் கூப்பிட்டதில் திரும்பிப்பார்த்த விடுதிச் சனங்கள் இப்போதும் பார்த்துக் கொண்டுதான் இருந்தன. இந்தக் காட்சியை அந்தச் சிப்பாய் சுனில்பிரசேரா மிக வியப்பாகப் பார்த்தான்.

"அக்கா நான் செத்தால் உன்ர பிள்ளைக்கு என்ர பேரை வைக்கிறியா" திடுக்குற்ற வஞ்சி, அதனை மறைத்து:

"நீயேன் சாகிற... நீ கலியாணம் கட்டி உன்ர பிள்ளைக்கு இளவஞ்சியெண்டு என்ர பெயரை வை என்ன... இப்ப படு. முருகேசு வாரார் துரத்தப் போறார்."

சொல்லிவிட்டு மேலும் அங்கு நிற்க முடியாமல் அதனை சாதாரணமாக எடுத்துக் கொண்டதைப்போல் நடந்து வந்தாள்.

அந்தச் சிப்பாய் நாகாய்யாவிடம் கேட்டிருக்கிறான்: 'அவளது அப்பாவுக்கும் தம்பிக்கும் புற்றுநோயா' என்று. நாகாய்யா 'அவன் தம்பி இல்லை. இங்க கண்ட நோயாளிதான். அவளது

அண்ணனைத்தான் பிடித்து நாலாம் மாடியில் சிறை வைத்திருக்கிறார்கள்' என்று வேண்டுமென்றே சொல்லியிருக்கிறார். அவன் எதுவும் பேசவில்லையாம்.

அவள் நடையில் இப்போது நளினம் தவறிவிட்டிருந்தது. அதன் வேகம், தடுமாறும் மனதின் முகத்தைக் காட்டியது. அவன் கேட்டதும் இவள் சொன்னதும் அந்த விடுதியில் அநேகர் காதில் விழுந்தன. அந்தக் கணத்தில் காலத்தை அசைவின்றி கட்டிவைத்ததுபோல அந்தச் சூழல் ஊமையாகிற்று. அந்தப் பிஞ்சிளம் பையனும் வஞ்சியும் சாவைக் காத்திருக்கும் அந்த விடுதி மனங்களில் குழம்பிய வர்ணங்களின் இன்னொரு இசைவாக, ஆனால் இம்சையின் வர்ணமாக படிந்திருக்ககூடும்.

இந்த நிசப்தத்தின் பின்னணியில்தான், தடுமாறிய வேகநடையில் அவள் என்னிடம் வரவும் எதிர்ப்பட்ட டொக்டர் "நாளைக்கும் நீங்கள் தானே வருவிங்கள்" என்று கேட்க,

"ஓமோம்" என்று சொல்லி, ஏன் என்பது போல அவரைப் பார்த்தாள்.

"மகள் வாற நாளயில அப்பா நிமிர்ந்திருக்கிறார். நோயாளிக்குத் தேவையானது அதுதானே. அதுக்குத் தான் சும்மா கேட்டன்" அவர் சொல்ல அவள் ஒரு நாணச்சிரிப்பை உதிர்க்க முயன்று நடந்தாள். அவர் எதேச்சையாக கேட்டது போன்ற பாவனையுடன் அப்பால் நடந்து போனார்.

முன் மேசையருகில் நின்று இங்கே எங்களைப் பார்த்திருந்த மேனகா, நான் பார்த்ததும் மறுபக்கம் திரும்பினாள். அவமானப்பட்டவள்போல அவள் முகம் மாறிப்போய் இருப்பதாய்ப்பட்டது. அதை மறைக்க, அவள் மறுபக்கமாய் முதலாம் கட்டிலை நோக்கி நடந்தாள். நான் வஞ்சியுடன் நடந்தேன். மேனகாவின் பார்வை ஏதோ நான் அவமானப் பட்டுவிட்டதாய் எனக்கு அவமானம் நேர்ந்து விட்டதாய்த்தான் முதலில் பட்டது. ஆனால் நான் சரியாகப் புரிந்து கொள்ள முயன்றபோது அவள் அவமானப்பட்டதான முகம் தான் அவளிடம் இருந்தது.

நாங்கள் பேசியபடியே விடுதிகளின் நடைபாதையில் நடந்து கொண்டிருந்தோம். சனங்கள் பார்வைநேரம் முடித்து, அவரவர் பேரூந்தைப் பிடிக்க, ஓட்டத்திற்கு ஒப்பான நடையில் போய்க் கொண்டிருந்தன. எங்கிருந்தோ கிளம்பி, வஞ்சியின் பூனைகள்

ஓடும் சனங்களின் கால்களிலிருந்து தம்மை தற்காத்துக்கொண்டு, எனக்கும் பின்னே, கூட வருவதை அப்போதுதான் கண்டேன். சனங்களின் இரைச்சலில் அவற்றின் 'மியாவ்' அழைப்புக் குரல் கேட்டிருக்கவில்லை. பூனைகளின் குரல்களில் வாஞ்சையிருந்தது. 'மியாவ் மியாவ்' என்று அவை வஞ்சியைக் கூப்பிட்டன.

வஞ்சி பின்னே பார்த்து "திரும்பிப் போ அங்க..." என்று சைகை காட்டினாள். அவை சொற்கேளாமல் பின்னே வந்தன. அவள் மறுபடியும் 'உங்கட இடத்துக்குப் போங்கோ... பின்னால வரக்கூடாது' என்று சைகை காட்டியபடியே வந்தாள். அந்தச் சைகையில் ஒரு செல்லத்தனந்தான் இருக்கின்றது என்பது அவற்றிற்கும் தெரிந்திருக்கும். அது தான் சொற்கேளாமல் வருகின்றன.

உதய வானின் வர்ணச் சேலையில் கூடவரும் அவளையும், அவள் அருகாமையையும் உணர்ந்தபடியே நடந்து கொண்டிருந்தேன். குருபத்தினிக்குண்டான ஒரு இதிகாச கனவு விம்பமாக அவள் எனக்குள் தெரிந்தாள்.

நான் சனங்களை முன்னே நடக்கவிட்டு அமைதியாக நடந்தேன். அவள் அருகாமையில் நேரத்தைக் கூட்டுவதற்கான கள்ள மனதின் நடையாக இது இருக்கலாம். ஆனாலும், என்னைப்போலவே அவளும் அந்த நேரத்தை எடுத்துக் கொள்ள விரும்பியவளாக அவசரம் காட்டாது மெல்ல நடந்தாள். அவள் மனதை இப்படி உணரும்போது, அது மேலும் என்னைக் கிளர்த்தியது.

"நீங்கள் உடன போகோணுமா வீட்டுக்கு" சடுதியாய் அவள்தான் கேட்டாள். பார்வையில் தயக்கம் தெரிந்தது.

"இல்ல... எனக்கென்ன அவசரம். எதுக்கு...."

"இல்ல மத்தியானம் சாப்பிடயில்ல. கடையில ஏதாவது சாபிட்டு தேத்தண்ணி குடிச்சிட்டு போவம் வாறிங்களா... தனியப்போகப் பயமெனக்கு."

"'டி' குடிக்கப் பயமா... சரி வாறன்."

அவள் நாணத்தோடுச் சிரித்தாள். அந்தச் சேலையில் அவள் மிடுக்கும், சடுதியாய் வெளிப்பட்ட நாணமும், அந்தச் சிரிப்பும் அரிதானவோர் அழகிய முகக்கோலமாய் வெளிப்பட்டது. அவள் மோதிரவிரலால் தன் கன்னத்தில் வழிந்த முடிகளை ஒரு நளின அசைவோடு காதின் பின்னால் கொண்டுவந்தாள். ஈரத்தலை

காய்ந்து, தளரப்பின்னிய பின்னலில் விடுபட்டுக் கிடந்த சில முடிகள் மாலை வெய்யிலில் பொன்னிறமென மினுங்கி கூடவே மேலும் பெண்மைத் தனத்தை அவளுக்குத் தந்தன. நாங்கள் வாசலின் வெளியே நோக்கி நடந்தோம்.

வாசலில் இரண்டு இராணுவச் சிப்பாய்கள் துப்பாக்கியோடு நின்றார்கள். அப்பால் பொலீஸ்காரன். எங்களுருக்கு இது வழமையானது தான். ஆனால், வஞ்சி அதைக்கண்டு மேலும் என் அருகாமையாக நெருங்கி நடந்தாள். அந்தச் சிப்பாய்கள் ஏதோ ஒரு குறிச்சொல்லை அருகில் இருந்த பொலிஸ்காரனுக்குச் சொன்னதை தற்செயலாய் நான் கண்டேன். அவர்களை நெருங்கவும் பொலிஸ்காரன் வஞ்சியை மறித்தான்.

இரண்டு சிப்பாய்களும் வஞ்சியையே பார்த்தார்கள். பார்வையில் சந்தேகம் எதுவும் இல்லை. மாறாக இச்சையின் ஊற்றுநீர் முகத்தில் ஒழுகியபடி இருந்தது. அவர்கள்தான் பொலீஸ்காரனிடம் மறிக்கச் சொல்லியிருக்க வேண்டும்.

அவன் மறித்த கணத்தில், பொலிஸ்காரன் எதுவும் கேட்காமலே, வஞ்சி தன் கைப்பையில் இருந்து அடையாள அட்டையைத் தூக்கி நீட்டினாள். அச்சத்தின் மனம் அவள் கைகளிலும் செய்கையிலும் தெரிந்தது. அவள் முகத்தை என்னால் பார்க்க முடியவில்லை. காரணம் அவள் இடப்பக்கமாய் என்னருகில் நின்று கொண்டிருந்தாள்.

“ஒயா முல்லைத்தீவுத.”

பொலிஸ்காரன் எதையோ கண்டுபிடித்து விட்டதுபோல அடையாள அட்டையை வாசித்து இப்படிச் சிங்களத்தில் கேட்டான்.

“மெகே கொயித ஆவே... எங்க வந்தது” அந்த ஆமிக்காரனில் ஒருவன் சிங்களத்திலும் கொச்சைச் தமிழிலும் கேட்டான்.

“ஆஸ்பத்திரிக்கு.”

“இவரு யாரு?”

“என்ர மிஸ்ரர்...” அவள் தடுமாறிச் சொன்னாள்.

சொன்னவள் கண்கொண்டு அவர்களைப் பார்க்கவில்லை. என்னையும் பார்க்கவில்லை. ஆனால் என்னை மேலும் நெருங்கி வந்தாள். நான் என்ன பிரச்சனை என்பதுபோலப் பார்த்தேன்.

எனது அடையாள அட்டையை நீட்டினேன். நான் இங்கே தான் வேலைசெய்கிறேன் என்பது அவனுக்குத் தெரியும்.

“சரி, ப்போங்க... ப்போங்க.”

நாங்கள் நடந்துபோவதை அவர்கள் பார்த்துக்கொண்டே இருந்தார்கள். அசௌகரியமாய் உணர்ந்த வஞ்சி தன் முந்தானையை பின்புறமாக சுற்றிக் கையில் பிடித்துக்கொண்டாள்.

நகரம் வெயிலிலும் பரபரப்பாக இருந்தது. கூடி நடந்தபடியே உணவு விடுதி ஒன்றுக்குள் நுழைந்தோம். அசாதரணக் குளுமை. இருளடக்கும் மித ஒளி.

நானும் வஞ்சியுமென்றான தனிமைத் தருணம் இத்தனை நாளில் இன்று போல் என்றுமே வாய்த்ததில்லை. நான் உள்ளூர ஒரு பரசவ மிதப்பில் இதனாலிருந்தேனென்று சொல்லமுடியாது. உண்மையில் ஒரு பதட்டம்தான் உள்ளோடிக் கொண்டிருந்தது. சிலவேளைகளில் இன்பத்தின் போதையை மனிதர்களால் தாங்க முடியவில்லையோ!. அதுதான் மூச்சு முட்டுவதுபோல திணறலும் பதட்டத்தையும் இது தருகிறதோ என்று எண்ணியபடியே அவள் எதிரிலிருந்தேன்.

வறண்ட மலைப்பாறைகளுக்கோர் கனவிருந்தால் என்னவாக இருக்கும்? தன் மீதும் ஒரு நதி பெருக்கெடுத்துப் பாயவேண்டும் என்பதாகத்தானே இருக்கும். நதியின்றி பசுமையேது! பசுமையின்றி ஜீவன்களேது! ஜீவன்களின்றி உறவேது! உறவின்றி வாழ்வென ஒன்று உண்டா என்ன!

வறள் பாறையில், நீரின் முதல் ஊற்றுக் காணும் பாறையின் பதட்டம் அலட்சியம் செய்யக்கூடியதில்லையே! நான் பரவசமாக இல்லை. அந்த நற்பொழுது எனக்குப் பதட்டமாகத்தான் இருந்தது.

யாழ் நகரத்தின் மையத்திலிருக்கும் பிரபலமான ஒரு ஆடம்பர ஐஸ்கிறீம் -சிற்றுண்டியுடனான உணவகம் அது. இங்கே ஒவ்வொரு மேசைக்கும் தலையளவு மறைக்கும் தடுப்புண்டு. வாசல் திறந்த ஒரு பிரத்தியேக சிற்றறைபோல இவை இருக்கும். உள்ளே மித ஒளியின் ஒரு மெல்லிருள் எப்போதும் குடியிருக்கும். இந்தக் கடையின் சிறப்பே இத்தகைய தனித்துவம் தான்.

வஞ்சி தனக்கு ஐஸ்கிறீம் வேண்டாமென்று சொல்லிவிட்டாள். அதனால் இரண்டு தேனீருக்குச் சொன்னேன். வஞ்சி வடைப் பிரியை என்பது எனக்கு ஏற்கனவே மாணிக்கவாசகமையா

சொல்லித் தெரிந்திருந்தது. அதனால் வடைக்கும் சம்பலுக்கும் சொன்னேன். வஞ்சி எதுவும் பேசாமல் சிரித்துவிட்டு இருந்தாள் "சரிதானே..." என்றேன். அவள் சிரித்தாள். நான் அதைத் தெரிந்து வைத்திருந்தது குறித்த அவளின் நாணமாக இந்த சிரிப்பை நான் எடுத்துக்கொண்டேன். வேறு கதைக்கவில்லை; நான் இன்னொரு மனநிலையில் இருந்தேன்.

"அப்பா எனக்காக வடையும் சம்பலும் வாங்கி வைச்சிருக்கும் போதே நெனைச்சன்... உங்களிட்ட காசு குடுத்துத்தான் வாங்கியிருப்பாரெண்டு" சொல்லிவிட்டு மீண்டும் என்னைப் பார்த்துவிட்டுப் பேசாதிருந்துவிட்டாள். இருவருக்குள்ளும் பேச்சு எழவில்லை. மனதில் அபூர்வமாக நிலைக்கக் கூடிய அமைதியில் இது ஒன்று.

இந்தச் சூழலில் அவளும் பதட்டமாக இருக்கிறாளா! என்னாலும் எதுவும் பேசமுடியவில்லை. வீதியில் நடந்து வரும்போதே அவள் மௌனமாகத் தான் வந்தாள். நிமிர்ந்து என்னைப் பார்க்கக்கூட இல்லை. ஒரு கூச்ச உணர்வில் அவள் உள்ளொடுங்கியிருக்க கூடும். நடந்த சம்பவம் அப்படியானதாயிற்றே. இருக்காதா பின்ன? நானே அவள் அந்தப் பொலிஸ்காரனுக்கு சொல்லிய சொல்லில் இழுவுண்டு போய்க்கொண்டிருந்தேன்.

அவளருகில் வரும்போதுகூட பிரக்ஞை நழுவி விடுவதாய், நான் அவள் சொல்லிய சொற்களில் சிக்குண்டு விட்டேன். அவள் அன்றே தன் காதலை அழகாய் சொல்லிவிட்டாள்தான். ஆனாலும், இத்தனை வெளிப்படையாய், எதிர்பாராத தருணத்தில் திடீரென உரிமை எடுத்துக்கொண்டு, நான் தன் கணவர் என்று சொல்லிய சொல் என்னை அதிர்ச்சி இன்பத்தில் திக்குமுக்காட வைத்துவிட்டது. அந்தச் சிங்களப் பொலிஸ்காரன் என் அடையாள அட்டையையும் வாங்கிப் பார்த்துவிட்டு, அவள் சேலையில் இருப்பதையும் கவனித்து நம்பியிருப்பான். நான் என் தொழில் அடையாள அட்டையைத்தான் முதலில் காட்டினேன். இவையெல்லாங்கூடத் தேவையில்லை. எங்கள் பெண்கள் யாராவது அடுத்தவனைப் பார்த்து தன் கணவர் என்று அநாவசியமாய்ச் சொல்லுவாளா!

கடைப் பையன் தேநீரும் வடையும் கொண்டுவந்து வைத்தான். "வேற என்ன" என்று அதிகாரத் தொனியில் கேட்டான். முஸ்லிம் கடைகள் என்றால் ஒரு உபசரிப்புத் தொனி இருக்கும்.

இங்கிதமிருக்கும். இவர்களிடம் அதில்லை. எங்களை மேலும்கீழும் அந்தப் பயல் பார்த்துவிட்டுப்போனான்.

நாங்கள் அந்த மெல்லிருளில் மௌனமாகவே இருந்தோம். அவள் நிமிராமல் மேசையைப் பார்த்துக் கொண்டேயிருப்பதை சுவரிலிருந்து கசியும் மின்விளக்கின் மித ஒளியிற் பார்த்தேன். அவள் நிமிரமாட்டாள் என்றொரு உணர்வு தோன்ற, வஞ்சியை உற்றுப்பார்க்க ஆசைப்பட்டேன். இத்தனை துல்லியமாய் அவளை இத்தனை நாளில் நான் உறுத்துக் கவனித்ததே இல்லை. தேனீர்க் கோப்பையில் பதிந்திருந்த அவள் முகமோ அந்த ஒளியில் மறுஒளியாய் எனக்குத் தெரிந்தது. அவள் உள்ளூர என்னைத் தான் பார்த்துக் கொண்டிருக்கக்கூடும். அவள் முகம் பார்க்கப் பார்க்க பாறை பனித்து ஒரு சுனை ஊற்றெடுக்கத் தொடங்குகிறது.

இவள்தான் என் துணைவி. இவளிடந்தான் இனி என் வாழ்வு. நானென்று, இனி நான் என்னைப் பிரிக்க முடியாத, இன்னொரு நானே இவள். இந்த நினைப்பு எழுந்து களிவெறியூட்டி என்னை ஏதோ செய்தது. நடு நெஞ்சில் இன்பத்தின் மெய்யான போதைச் சுரப்பு மெல்லென ஊறி, கசிந்து, பெருகி பின் பொங்கி வந்தது. பாய்ந்தோடப்போகும் பெருநதியது.

அந்த மெல்லிருளில் அவள் முகம் மட்டுந்தான் எனக்கு ஒளியாய் இருந்தது. மின் விளக்கின் பிரதிபலிப்பில், அது செம்மஞ்சள் வர்ணத்தின் ஒரு புத்தம் புதிய காலைச் சூரியன்போல இருந்தது. கன்னத்தில் வளிந்து கழுத்தில் ஒட்டிய முடிக்கீற்று அபூர்வமாய் நிலவை குறுக்கறுக்கும் ஒரு முகில் கீற்றுப் போலவிருந்தது. இன்னமும்சொன்னால், தற்செயலாய் அவளன்று உடுத்திருந்த சேலை ஒரு றம்மியமான காலை வானத்தின் பின்னணி வர்ணத்தில் இருந்ததனால், சத்தியமாய் அவள் முகம் ஒரு சூரியோதமே.

நாகாய்யா அன்று அந்தத் தேமா மரத்தின் கீழிருந்து சொன்ன வாழ்வின் சாரமான அன்பு, அது தரும் சக்தி, அதுவே உயிரை இயக்கும் மெய்யான சக்தி என்ற அவர் வாதங்களும் அவர் உருவமும் அசட்டுத் தனமாய் இந்த நேரத்தில் என் மனதில் வந்து போனது.

அவள் கழுத்தின் கீழிருக்கும் தோள் என்புகளின் பள்ளமும் கழுத்தில் சிறு கீற்றுகளாய் தெரியும் நரம்புகளும் என்னை அதிகமாய் ஈர்த்துக் கொண்டிருந்தன. அப்போது அவள் தன் நெஞ்சு விம்மியுயர ஒரு பெருமூச்சு விட்டாள்.

"நான் பயத்தில அப்பிடிச் சொல்லிற்றன் பிழையா நினைக்காதைங்கோ..."

அவள் நிமிர்ந்து என்னைப் பார்த்துவிட்டு குனிந்தபடியே இப்படிச் சொன்னாள். இதையவள் சொல்லவே வேண்டாமே! எதுக்கு....! ஒருவேளை நான் என்ன சொல்வேன் என்பது அவளறிய விரும்பும் பொருளாக இப்போதிருக்கக் கூடும்.

சுவரின் மின்விளக்கு அவள் முகத்தில் பட்டு, பின்னிருந்த ஊதா வர்ணத் தடுப்புச் சுவரில் அவளை ஒரு நிழலோவியமாக வரைந்துவிட்டிருந்தது. நான் தடுமாறிப் பதில் சொன்னேன்:

"ச்சி... சொன்னால் இதிலென்ன... ஏன் ஆமியென்டால் பயமா..."

"ம்ம்..." அவள் நிமிராமலேயே தலையாட்டினாள்.

"யாருக்குத் தான் பயமில்ல. தொண்ணுற்றியாறில போராளிகள் யாழ்ப்பாணத்தில இருந்து வன்னிக்குப் பின்வாங்கின பிறகு, இவங்களத் தெருவுக்குத் தெரு பாத்துப் பழகீற்றுது. முன்னமெல்லாம், பின்னேரமாக ஊரே அடங்கி ஒடுங்கிப் போகும் பயத்தில. இப்பவும் எட்டுமணிக்கு ஊர் அடங்கிடும். முன்னக் காலம்போலயில்ல. ஆனால் இப்ப உள்ளுக்க கொஞ்சம் பயமிருந்தாலும் பதட்டம் வாறதில்ல."

"எனக்கு அவங்களக் கண்டாலே பயம். பொலீசைக் கண்டாலும் பயம். அவங்கட மூஞ்சையே என்னைப் பயப்படுத்தும். அந்த சிங்கள ஆமிக்காரன் சுனிலா... அவன் வோர்ட்க்கு வந்ததிலிருந்து பயந்தான்" அவள் குரலில் பதட்டம் தெரியச் சொன்னாள். நான் கதையை மாற்ற விரும்பினேன். இந்தமாதிரிக் கதை இந்த நேரத்தில் எதற்கு!

"வீட்டில நீங்கள் றொம்ப செல்லமா வளந்திங்களோ?"

"எதுக்குக் கேக்கிறிங்கள்" அவள் கண்களை விரித்து முதல் முறையாய் நிமிர்ந்து என்னை உற்றுப் பார்த்தாள். தீவிரமாகப் பார்த்தாள்.

"சும்மாதான்... பார்த்தாலே தெரியுதே. பால் வடியிற முகத்துப் பச்சைப் புள்ளையெண்டு."

அவள் நாக்கை தன் கடைப்பற்களுக்குள் கடித்துத் தலையாட்டி என் வார்த்தையை நெளித்தாள். என்ன அழகு! ஒரு குழந்தையின் செல்ல அசைவுபோல அழகாய் இருந்தது. இவள் அப்படிச்

செல்லமாக முகம் காட்டியதை இதுவரை கண்டதில்லை. மேனகா மிஸ் தான் இம்மாதிரிப் பண்ணுவதைக் கண்டிருக்கிறேன். அதுவும் என்னோடு மட்டும்தான் அப்படி நெளிப்பாள். ஆனால் இவள் பண்ணும்போது அப்படியே இவளை அள்ளிக் கொள்ள வேண்டும்போல கட்டறுந்து ஆசையை கூட்டியது அது. பிறகவள் சொன்னாள்:

"பச்சைப்புள்ள... ஆனால், பழகினால் பயந்திடுவீங்க."

"றொம்ப பயப்படுத்துவீங்களோ" நான்.

"நீங்க றொம்ப பொறுப்பா வளந்த பிள்ளையோ" எனக்கு மறுப்பாய், ஒரு சீண்டல் தனத்துடன் கேட்டாள்.

"ம்ம்..தெரியேல... எதுக்காம் கேட்கிறிங்க" சொல்லும்போதே சபாஷ்டா மார்க்ஸ் உனக்கு கதைக்க வருகிறது. என்று உள்மனம் துள்ளியது.

"இல்ல இப்பிடி எல்லாரிலயும் அன்பு காட்டுற மனசு எல்லாருக்கும் வராது. உங்களுக்கெண்டு இருக்கிற உறவில உண்மையா அன்பு வைக்கத் தெரிஞ்சாத்தான் இப்பிடியெல்லாம் மனசு வரும்... உங்களுக்கெண்டு இருக்கிற ஒரு உறவில எந்தளவு பாசமா இருப்பிங்கள் எண்டு நினைச்சுப் பாத்தன்" அவள் சீண்டல் தவிர்த்து, குரலில் கனதி கூட்டிச் சொன்னாள்.

"அட, யாரை நினைச்சுப் பாத்திங்கள்" நான் சீண்டிக் கதைக்க ஆசைப்பட்டேன். அவள் முகம் அப்படிக் கதைக்கத்தூண்டியது என்னை.

"போங்க..." செல்லக் கோபமாய் சொல்லிவிட்டுக் குனிந்து தேநீர்க் கோப்பையை எடுத்து ஒரு நளினத்தோடு குடித்தாள். அப்போது, பின்புற ஊதா வர்ணத்தடுப்புச் சுவரில் அவள் நிழல் மேலும் அழகாய் இருந்தது.

கையில் கோப்பையை ஏந்தியபடியே "என்னை நானே நினைச்சுப்பாக்கிறன்; விசித்திரமாய் இருக்கு" என்றவள் தனக்குள் தானே பேசுவதுபோல முணுமுணுப்பாய் பேசினாள். வெளியே சொல்வதாகக் கூட அவள் உணரவில்லை. முகத்தில் நூதன ரேகைகள் உருவாகி மறைந்தன. நானோ அவளையே பார்த்துக் கொண்டிருந்தேன்.

இப்படியே, இதோ! இந்தக் கணம்போலவே ஒரு யுகமாய் என்னை பார்த்திருக்க விட்டாலும் துளியளவேனும் சலிப்பில்லாமல் இவள் முகத்தைப் பார்த்துக் கொண்டேயிருக்கலாம். இருப்பேன். நிச்சயமாய் இருப்பேன். அதிகமேன்... இந்தக் கணத்தைப் பிடித்து அசையாமல் நிறுத்திவிட முடியாதா என்று மனதில் தவியாய் தவித்தேன். நம்புவீர்களா! வாழ்வென்று வாய்க்கக்கூடிய எதற்கும் இந்தக் கணம் ஒன்று போதுமாய் இருந்ததெனக்கு. அங்கே காதலின் நுரை பொங்கி வழிந்தது. அவள் சொன்ன ஒரு சொல்லிற்கு உண்டான அவள் முகம் இதயத்தில் ஊறித் தித்தித்தது.

அன்று நீண்ட நேரமாய் அவசியமேதுமற்று ஒரு தேநீர்க் கோப்பையோடு அங்கு உட்காந்திருந்தோம். வாழ்வில் முன்னெப்போதுமின்றி வாய்த்த ஒருநாள்! முதல்நாள்!

பசி என்று சொன்னவள் ஒரு வடைக்குமேல் எதுவும் சாப்பிடவில்லை. அது கூட பசியில் சாப்பிட்டதாகத் தெரியவில்லை. எனக்கு எழுந்திருக்க மனமிருக்கவில்லை என்பது உண்மைதான். ஆனால், அவளும் எழுந்திருக்க நெஞ்சார விருப்பற்று இருப்பது என்னை இன்ப மிதப்பில் வைத்தது. அப்படித்தான் நினைத்தேன். நெடுநேரமாய் அந்தத் தேநீர் குடிக்கப்படாமலே இருந்தது.

அவளேதோ பேச விரும்புகிறாளென்றுபட்டது. ஆனால், அவளால் எதையும் கதைக்க முடியாமல் ஏதோ ஒன்று தடுக்கிறதென்பது என் ஊகமாயும் இருந்தது. இருந்தாலும், அவள் என்னுடன் அந்தரங்கத்தில் பேசிக் கொண்டிருக்கிறாள் என்பதை நான் உணர்ந்து கொண்டிருந்தேன். உண்மையில், அவள் ஏதோ பேசிக் கொண்டுதான் இருக்கிறாள். தன் மனதை பரிசுத்த பூர்வமாக என்னிடம் ஒப்படைத்துக் கொண்டிருக்கிறாள். அதுதான் அவளால் அதை இடையில் முறித்து எழுந்திருக்க முடியாததற்குக் காரணம். ஏதும் சொல்ல அவளால் முடியவில்லை. அது தேவையாயும் இல்லை அவளுக்கு.

ஏதொரு சொல்லும் வேண்டா வஞ்சி! சொற்கள் மன்மறியா யாதொன்றையும் சொல்லிவிடப்போவதில்லை. சொல்லாச் சொல்லில் இல்லாத பொருளையா சொல்லிய சொல்லில் கண்டுவிடமுடியும்! வேண்டா...

அவள் அந்தரங்கத்தின் ஒப்படைப்பை உணர்ந்துகொண்டிருந்த நான், என்னையும் ஒப்புவிக்கவே விரும்பினேன். எதை நான் சொல்ல வேண்டும்! என்னைப் பற்றி? ஒதுக்கப்பட்ட என்

பற்றி? அல்லது அநியாயத்திற்கு நான் காங்கேசன்துறையில் சிறை வைக்கப்பட்டது பற்றி? என் படிப்பு அதனால் நின்று போனது பற்றி? அல்லது அந்தப் பாதிரிபற்றி? டீச்சர் அவள் தங்கை பற்றி? சிறை வைப்பே எனக்கு இந்த உலக அறிவை ஆங்கில மொழியறிவை தந்தது பற்றி? சக கைதிகளில் சில அறிவு மிக்க போராளிகளையும் அறிவுத்துறையில் மேன்மையான சில போராட்ட அறிஞர்களையும் அங்கே எனக்கு நட்பாக்கியது பற்றி? அல்லது அவர்கள் எனக்கு நட்பும், மெய்ப் பார்வையும் சரியாசனமும் தந்தது பற்றி? 'நீ போராடுறது முக்கியமில்ல உன் சனங்கள இந்த சமுகத்தில முன்னுக்கு கொண்டுவா' என்று அவர்கள் சொல்லிய சொல் எனக்குள் ஏற்படுத்திய மாற்றம் பற்றி? அங்கீகாரம் வாழ்க்கைக்கு அவசியமான பொருளென்று எனக்குள் இருந்த பார்வை பற்றி? அல்லது அவளுக்காக சொந்த தொழிலாய் கட்டிட ஒப்பந்த நிறுவனமொன்றை மருமகனின் உதவியோடு தொடங்கும் வேலை நடப்பது பற்றி? எதை நான் சொல்ல வேண்டும் தெரியவில்லையே! என்னை நான் எப்படி ஒப்புவிக்க வேண்டும். ஒன்றுமே புரியாதிருந்தேன். மனமே ஒரு விசித்திரச் சிக்கு!

எல்லாமே விசித்திரம். இதோ இந்தத் தருணம் ஒரு விசித்திரம். பொலீஸ்டம் அவள் சொல்லிய சொல்லும் ஒரு விசித்திரம். என் பார்வைகளும் விசித்திரம். நாகாவும் அந்த அம்மாளும் ஒரு விசித்திரம். திருவாசகம் சொல்லும் மாணிக்கமையாவின் பேச்சும் ஒரு விசித்திரம். மேனகாவும் கனகாம்பிகையம்மாவுங்கூட விசித்திரம். டொக்டரும் விசித்திரம். வஞ்சியும் நானும் கூட ஒரு விசித்திரம். ஏன் அவள் அம்மாவும் கூட இன்னொரு விசித்திரம். வாழ்வே ஒரு விசித்திரச் சிக்கு.

அத்தியாயம் 14

“கட்டினா உன்னத்தான்டி கட்டுவன்.”

மேனகா மிஸ் அந்த வழியால் நடந்து போகவும், பக்கத்துக் கட்டில்காரரிடம் வாங்கிய ஒரு தினப் பத்திரிகையை கையில் பிடித்து, முகத்தை மறைத்துக்கொண்டு இந்த மூக்காப் பையன் சொன்னான்.

அவளைப் பார்த்துச் சொன்னதை மற்றவர்கள் சிலரும் கண்டார்கள். படுத்திருந்தாலும் சொல்லும்போது, கையில் பிடித்த தாளைத் தாழ்த்தி, எட்டிப்பார்த்து சொன்னான். அந்தக் குறும்பைக் கண்டவர்கள் சிரிக்கவும், மற்றவர்களுக்கு, இவன் என்ன சொல்லி, ஏன் சிரிக்கிறார்கள் என்று புரியவில்லை. ஆனால். மேனகாவை இவன் எப்போதும் வம்புக்கு வலிந்திழுத்துக் கொண்டேயிருப்பதும் அவளும் எப்போதும் ஒரு செல்லச் சண்டையை இவனோடு வைத்துக்கொள்வதும் எல்லாருக்கும் தெரிநததுதானே!

மேனகா அவனைத் திரும்பிப் பார்த்தாள். “என்னங்கோ, சொன்னிங்கள் பெரிய மனுசர்.”

அப்படி அவள் கேட்கவும் விடுதியே உசாராகி கவனிக்கத் தொடங்கிவிட்டது. காலை நேர அமைதிச்சூழல் மேலும் அமைதியாகிற்று. வம்பு தொடங்கிவிட்டதென்று எங்களுக்குத் தெரிந்தது.

படுத்திருந்த அவன் கையில் பிடித்த பத்திரிகையை தாழ்த்தாமலேயே “அடியேய்... நீ சம்மதிச்சால் உன்னத்தான் கட்டுவன். நீ சம்மதிக்காட்டிக்கு உன்ன நான் காதலிச்சு வேற யாரையும் கட்டுவன்.”

“டேய்! முதலில இடுப்பில உன்ர சாறத்தைக்கட்டு. பிறகு நீ என்னைக் கட்டலாம்” விடுதியே வெடித்துச் சிரித்தது.

அவன் துடித்துப் பதைத்து, பத்திரிகையைக் கீழே போட்டுவிட்டு தலையைத் தூக்கி பார்த்தான். இடுப்பில் அப்படி ஒன்றும் ஆகவில்லை. மேனகா அதைப் பார்த்து சிரித்துக்கொண்டே போனாள். ஆனால், இப்போதான் குளித்துவிட்டு வந்ததால் சாறத்தை முடியாமலேயே இடுப்பில் கொழுவியபடி விட்டிருந்தான். மேலே சுழலும் மின்காற்றாடியின் காற்று உள்ளே போய் மர்மப்பகுதிகளும் ஈரமில்லாமல் உலரவேண்டி சாரத்தை அப்படி விட்டிருந்தான். இருந்தாலும் கூச்சமுற்றவனாய் திகைத்தெழுந்து சாரத்தை இடுப்பில் மடித்து நுனியை இறுகச்செருகினான்.

செருகியபின்தான், ஒரு அவமான உணர்வை - அப்படிச் சொல்ல முடியாது - ஒரு தோல்வி உணர்வடைந்தான். தோற்றுப்போன சிறுவனின் வீம்புடன் "ஐயோ மிஸ்... உங்களுக்கு சொல்லுறன் எண்டு நினைச்சீங்களா... கடவுளே, நீங்க வந்ததே எனக்கு தெரியாது. நான் 'பேப்பரில' கதை படிச்சிட்டிருந்தன்" அவன் சொல்ல மீண்டும் விடுதியெங்கும் சிரிப்பு.

"அடேய், அடேய்... இதுக்கு மேல உன்னை நீ காட்டிக் குடுக்காத. 'வீக்லிப்பேப்பர்'ல தான்ரா கதைவரும். நீ டெய்லிப் பேப்பரை தூக்கிவச்சிட்டு கதை படிக்கிறியா. யார்ட கதை... உன்ர கதையா..."

அவனப்போதுதான் பத்திரிகையைத் தாறுமாறாகப் புரட்டினான். அது படபடத்துக் கசங்கியது. சர்வநாசம்! அது தினக்குரல் நாளிதழ். மீண்டும் விடுதி சிரித்தது. சில பேர் இதைப்பார்க்க எழுந்திருந்தேவிட்டார்கள். அதைக்கண்டு அவன் ஏதோ எண்ணம் வந்தவனாய் முகபாவத்தினை மீண்டும் மாற்றி வாசிக்கிறான். அந்தச் சிப்பாயும் என்ன நடக்கிறது என பக்கத்தில் இருந்தவரிடம் கேட்க, அவர் சிங்களத்தில் சொல்ல, அவனும் சிரித்தான்.

"நீ கட்டாவிட்டால் நான் 'ஹன்சர்' வந்தே சாவன் என்று அவன் சொல்லியிருப்பதாக அந்தக் கொலைவழக்கில் பதிவாகியிருப்பது உறுதிப்படுத்தப்பட்டுள்ளது" அவன், முன்சொன்ன தன் வாக்கியத்தை செய்தியாகப் படித்தான். அவனின் சந்தர்ப்பக் கூர் புத்திகண்டு விடுதி மீண்டும் சிரித்தது.

"மிஸ் நான்தான் பிழையா சொல்லிட்டன் செய்திக் கதை இது."

"பொறடா டொக்டர் வரட்டும். அடுத்தமுறை ஊசி போடேக்க உன்னத் தனியக் கவனிக்கறன். உண்மையாத்தான் சொல்றன். அந்த நேரம் 'மிஸ், மிஸ்' எண்டு கத்தடா- அப்ப இருக்கு. அந்த நேரம் பச்சைப்புள்ள பால்குடிப்புள்ள மாதிரி பாவம் காட்டுவாய்...

பாக்கிறன்" அவள் வாயின் கிழ்த் தாடையை நெளித்து உடலையும் நளினமாய் அசைத்துச் சொன்னாள். அவள் செல்லக் கோபத்தோடு சொல்லும் இந்தக் காட்சியை நாகாய்யா இரசித்தார்.

ஊசிக்கு அவனுக்குள்ள பயம் அந்த விடுதியே அறிந்ததுதான். அவ்வளவு அழிச்சாட்டியம் பண்ணுவான். சுற்றி நின்றவர்கள் எல்லாரும் சிரித்தார்கள். மாணிக்கவாசகமும் சிரித்தார். ஆனால், கணத்தில் அது மாறி, விடுதியின் அந்தச் சிரிப்பில் ஒரு துயரமும் இப்போது கூடிவந்தது. அவன் வாசித்த அந்தச் செய்தி வரிகள் சில நொடிகளில் தான் புத்தியில் உறைத்தது விடுதியின் நோயாளிகளுக்கு.

இளம் பையனவன் "நீ கட்டாட்டிக்கு ஹன்சர் வந்தே சாவன்" என்று அவன் சொல்லிய சொல்லுக்குள் சாவைக் கண்டு உள்ளூர அஞ்சும் அல்லது இயலாமையில் துக்கிக்கும் மனமிருந்தது. அவன் அதை அனாயாசமாக எடுத்துக்கொண்டு விட்டதாகப் பாவனை பண்ணவே இம்மாதிரி ஏதாவது செய்வான் என்பது பெரியவர்களுக்குத் தெரிந்ததுதான்.

விடுதியே சப்தம் அடங்க அது மூச்சுத்திணறுவதுபோல இருந்தது. அவனின் வார்த்தைகளைப் பொருள் கொள்ளாத தன் கவனத் தவறுக்காக மனம் நொந்தது விடுதி. மேனகாவும் அதை உணர்ந்திருக்கக் கூடுமென்று பார்த்திருந்த எனக்குத் தோன்றியது. அவள் மீண்டும் திரும்பி நடந்து வந்தாள். அவனது கட்டிலருகில் போய், அவன் மூக்கை தன் விரலிடுக்கில் இறுக்கிப்பிடித்து செல்லமாய் கிள்ளி உலுப்பினாள்.

"ஐயோ மிஸ் வலிக்குது."

விரலிடுக்கில் அகப்பட்டு மூக்கின் வழி வெளிவராத அவன் கத்தல், வாயின் வழியாக மூக்கறையான்போல ஒலித்தது.

அந்தக் கல்வியதிகாரி இராமதாசன் கேட்டார் "அதென்ன மிஸ் கேழுங்கோ, சம்மதிக்காட்டி காதலிச்சு வேறயாரையும் கட்டுவன்..."

அவள் கேட்க்காமலே "சம்மதிக்காட்டிலும் அப்பிடிச் செஞ்சால் பொம்பிளையளுக்கு நெஞ்செரியுமாம்... பரமசோதி ஐயா சொன்னவார்."

அவள் காதைத் திருகியவாறே "அவர்தான் கிளம்பிட்டாரே.. ச்சி... உன்னைமாதிரியே எனக்கும் வாயிலவருது. அவர்தான் போய்ட்டாரே..." என்றாள் மேனகா.

171

"கிளம்ப முன்னம் சொன்னவர். பொம்பிளையள் யாரைக் கட்டினாலும் சந்தோசமா இருக்கப்போறதில்லை. அந்தநேரம் நினைச்சு நெஞ்செரிவினமாம்; ச்சா... அவனைக் கட்டியிருந்தால் சந்தோசமா இருந்திருப்பன் என்று."

"பொறடா உன்னைத் துண்டுவெட்டி வீட்டுக்கு அனுப்பிவிடுறன் டொக்டர் வரட்டும். இஞ்ச இருந்து முத்திப்போனாய்" அவள் கன்னத்தில் மென் விரல்களால் அடித்துவிட்டு சொல்லிக்கொண்டே நடந்துபோனாள்.

"ஐயோ மிஸ். நீங்க சொல்றதெல்லாம் கேட்ப்பன். என்னை அனுப்பிட வேண்டாம். இங்கேயே இருக்கிறன்" இறைஞ்சும் குரலில் உண்மையாக சொன்னான்.

நான் விடுதியின் டொக்டர் இருக்கும் உள்ளறையில் புதிதாய் வந்த மருந்துப் பெட்டிகளை அடுக்கிக் கொண்டிருந்தேன். மேனகாதான் இந்த உதவியைக் கேட்டிருந்தாள். பின், அவள் வந்து, பெட்டியைப் பிரித்து குடுவைகளில் தேவையான மருந்துகளையிட்டு 'அலுமாரி'யில் அடுக்கினாள்..

பத்துமணியளவில் புற்றுநோய் வைத்திய நிபுணர் பரிவாரங்களுடன் வந்தார். வயசானாலும் மிடுக்கான மனுசன். வண்ணன் டொக்டர் மற்றும் எங்கள் விடுதி டொக்டருடன், மேலும் மருத்துவ மாணவர்கள் புடைசூழ விடுதி நோயாளர்களைப் பார்வையிட்டார். சதுர மூஞ்சி கனகவதி நெர்ஸ் அம்மாவென்றால் பணிவுடன் கட்டளைக்குக் காதை நீட்டியபடி கூடப் போவாள். மேனகா மிஸ் அப்படியல்ல. தன் மிடுக்கை எவரிடமும் இழப்பதில்லை. மேனகாக்கு உத்தரவிடும் வாய்ப்புக் கிடைக்கும்போதெல்லம் டொக்டர் தன் உடலையும் குரலையும் கொஞ்சம் மிடுக்கேற்றிக் கொள்வார். அவளுக்கு மேலால் தான் இல்லையோ என்ற பதட்டம் வந்துவிடுகிறதுபோல...

வைத்திய நிபுணருக்கு எங்கள் டொக்டர் ஒவ்வொரு நோயாளியின் நிலைமையை விளக்கியபடி சென்றார். அந்தச் சிங்கள சிப்பாய்க்கு முழு இரத்தமும் வெளியே எடுத்து புதிய இரத்தம் ஏற்றுவது பற்றிப்பேசினார்கள். இரத்தவங்கியில் விசாரிக்க சொன்னார். கொடையாளர்கள் இருப்பார்களா தெரியவில்லை!

சுனில்பிரசேராவும் பக்கத்துக் கட்டில்காரரும் நாகஐயாவும் அந்த மூலையில் கூட்டாகிவிட்டனர். அந்தச் சுனிலுக்குத் தான் உயிர் தப்புவேன் என்பதுபற்றி நம்பிக்கையில்லை. அவன் தன்

பாட்டனின் சொல்லை மீறி இராணுவத்தில் சேர்ந்தது பற்றி துயரத்தோடு சொல்லியிருக்கிறான். மொழி தெரியாதபோதும் அவனுக்கு நாகாய்யாவைப் பிடித்துப்போய்விட்டது. ஒற்றைகையை முள்ளிவாய்க்காலில் இழந்த நாகாவைப் பார்க்கும்போதெல்லாம் அவனுக்குள் குற்றமனம் உருவாகியிருக்கவேணும்.

தான் இராணுவத்தில் சேரும்போது தன் பாட்டன் அதைத் தடுத்ததும், மீறி மாமன் சொல்லைக்கேட்டு சேர்ந்ததும் அதனால் அவர் பக்கவாதநோயில் விழுந்து கை, கால் வழங்காமல் வாயும் இழுத்து அவஸ்த்தைப் பட்டதும்பற்றி சொல்லியிருக்கிறான். நாகாவை அவன் 'சீயா' என்று கூப்பிட்டான். சிங்களத்தில் சீயா என்பது பாட்டன் என்று பொருள். ஒற்றைக் கையோடு இடுப்பில் சாரத்தை கட்டமுடியாமல் நாகாய்யா தடுமாறுவதைப் பார்க்கும்போதெல்லாம் அவன் 'சீயா மன்னிச்சுக்கொள்ளுங்கோ' என்று சிங்களத்தில் சொன்னான். தானே கட்டியும்விட்டான்.

மதியநேரம்போல் "சாப்பிடப் போவமா மார்க்ஸ் இப்பவே" என்று மேனகா மிஸ் கேட்டாள். இன்னும் நேரமாகவில்லைத்தான். ஆனால் வேலை முடிந்துவிட்டதால் சாப்பாட்டை முடித்துக்கொண்டு வரலாம் என்று நானும் உணர்ந்தேன். கைகளைக் கழுவிவிட்டு சாப்பாட்டை எடுத்துக் கொண்டு ஊழியர் ஓய்வறைக்குப் போனோம். இன்னும் சாப்பாட்டு நேரம் ஆகாததால் யாரும் வந்திருக்கவில்லை.

அறை அமைதியில் இருந்தது. ஆக்கள் வந்தால் ஓரே இரைச்சலாக இருக்கும் இந்த அறை. அங்கிருந்த ஒடுங்கிய நீளச் சாப்பாட்டு மேசையில் என் எதிரிலேயே மேனகா மிஸ் இருந்தாள். முகத்தில் வழமையான குறும்பில்லை. அவள் சோறு கறி கொண்டு வந்திருந்தாள். நான் புட்டும் சம்பலும் சுட்ட சூடைக் கருவாடும் கொண்டுவந்திருந்தேன். அவள் தன் பார்சலைத் திறந்து மீன் பொரியலொன்றை எடுத்து என்னைக் கேட்காமலேயே எனக்கு வைத்தாள்.

"இல்ல நீங்க சாப்பிடுங்க மிஸ்."

"இல்ல இரண்டு இருக்குது" என்று சொன்னவள்... "மார்க்ஸ், மிஸ் எண்டு என்னைக் கூப்பிடுறதை விடுங்க. மேனகா எண்டே கூப்பிடுங்கோ" அப்படிச் சொல்லிக் கொண்டே இன்னொரு குடுவையிலிருந்து மீன் குழம்பை என் தட்டில் ஊற்றினாள்.

"வேண்டாம், வேண்டாம் மிஸ்."

"இப்பதானே சொன்னன், மிஸ் எண்டு கூப்பிடத் தேவையில்ல எண்டு. எதுக்குக் கழுத்த அறுக்கிறிங்கள்."

"எப்பிடி நான்... நீங்க நேர்ஸ் அம்மாவில்லயா" தொடங்கிய வசனத்தை முடிக்கத் தயங்கி, பின் கிண்டல் தனமான மாரியாதையோடு சொன்னேன்.

"சரி 'வார்ட்டில வேணுமெண்டா அப்பிடிக் கூப்பிடுங்கோ. அதுகூட தேவையில்ல. இப்போதைக்கு நீங்கள் அவசி"யமெண்டு நினைச்சா, அங்க அப்பிடிக் கூப்பிடலாம். கூப்பிடாமல் விட்டாலும் எனக்கு சந்தோசந்தான். மற்ற இடங்களில சும்மா மிஸ், திஸ் எண்டு சொல்லி கழுத்தை அறுக்க வேண்டாம்."

அவளிடம் ஒரு வினோத முகம் தோன்ற அப்படிச் சொன்னாள். ஆனால் மனசாரச் சொன்னாள். சொல்லும்போது வழமையாக குறும்பில் மிதக்கும் அவள் கண்கள்போல அப்போது இருக்கவில்லை. அவள் உடல் அசைவும் அப்படியில்லை. முகத்தில் ஒரு வினோதத் தனம் தோன்றினாலும் குரலில் கண்ணியத்தோடு மரியாதையும் இழைந்திருந்தன.

அவளூற்றிய வாளைமீன் குழம்பு என் உணவின் சுவையைக் கூட்டிவிட்டது. வெள்ளைப் பூண்டின் வாசனை தூக்கலாய் இருந்தது. அதன் சுவைக்கு அளவேயில்லை. வழமையாக என்றென்றுமே என் சாப்பாடு புட்டும் சம்பலும் சில சமயத்தில் சுட்ட சூடைக் கருவாடு அல்லது ஒரு வாழைப்பழமும் என்று தான் இருக்கும். இது மாறுவதே இல்லை. அதனால் புட்டுக்கு மீன் குழம்பு, பொரியல் சேர்த்து சாப்பிடும்போது சாப்பாடு வேறு ஒன்றாக மாறிவிட்டது. இதுதான் சுவைக்கு அதீத காரணமாகவும் இருக்கலாம்.

"புட்டுச் சாப்பிடுறிங்களா" என்று அவளைக் கேட்கத்தோன்றியது. ஆனாலும் ஏதோ தயக்கத்தினால் கேட்காமலே விட்டேன். நான் கொடுத்து அவள் சாப்பிடுவாளா என்று தெரியவில்லை. இங்கு வெளிக்காட்டாவிட்டாலும் ஒவ்வொருவர் குடும்பப் பின்னணியும் மற்றவர்களுக்கு தெரிந்துதான் இருக்கும். கொடுக்க மனம் உந்தினாலும் தயக்கம் என்னைத் தடுத்துவிட்டது.

கலாச்சரம் உருவாக்கிய மனத்தடைகளை புத்தியால் கடந்துவிடுவது அவ்வளவு எளிதல்ல. கலாச்சாரம் எண்ணங்களாக பதிந்திருக்கிறது. அது புத்தியை முந்திக்கொள்கிறது. முந்திக்கொள்வதால் தான் அவை மனத்தடைகளாக இருக்கின்றன. எனக்குப் புரிகிறது.

என்னை அறியாமல் அவளை நான் சாப்பிடும்போது பார்த்துக் கொண்டேயிருந்தேன். இப்படி உன்னிப்பாய், இவளை இத்தனை காலம் பார்த்ததில்லை என்று, அப்போதான் மனதில் தோன்றியது. நெற்றி மூலையில் உள்ள மருவை விட, அவளது காதுக்கும் கன்னத்துக்கும் இடையில் ஒரு மச்சமிருக்கிறது. கன்னமுடிகளில் மறைந்தும் மறையாத மச்சம். உடனேயே, நான் இப்போதெல்லாம் எங்குமே பெண்களைக் கொஞ்சம் கூடுதல் கவனம் கொடுத்துப் பார்க்கிறேன். அவர்களின் அசைவுகளையும் பேச்சுக்களையும் அலங்காரங்களையுமென எல்லாவற்றையுமே கவனத்தோடு அல்லது ஒரு வகை ஈர்ப்போடு கவனிக்கிறேன் என்பது மனதில்பட்டது.

வானத்தின் நீல வர்ணத்தைப் பாதிச் சுவர்வரை கொண்டிருந்த அந்த ஒளியான அறையின் பின்னணியில், வெண்வர்ண அழுத்திய சீருடை உடலோடு ஒட்டித் தெரிந்த மேனகா மிஸ் அழகாய் இருந்தாள். அந்தச் சீருடை மேனகாக்கு அழகுதான். சாப்பிடுவதற்காக தொப்பியைக் கழட்டியிருந்தாள். கூர்மூக்கும் முகத்தில் விரிந்த கண்களும் மிகக்கருமையான அவளிமைகளும் அவளை மேலும் கவனிக்கத் தூண்டியது. கர்வமான நெஞ்சு. அவளிடையில் கட்டிய பட்டியும் இடையிலிருந்து மேலும் கீழுமாய் திசைகள் எங்கும் வளையும் அவள் உடல் கோலமும், அதன் நளின அழகும் ஞாபகத்திற்கு வந்தன. அவளோ என்னெதிரே ஏதோ சிந்தனை வயப்பட்டிருந்தாள்

"உங்கள மருதனார்மடத்தில புதுசா தொடங்கியிருக்கிற 'வார்ட்'டுக்கு இடம் மாத்த இருந்தது தெரியுமா" அவள் தான் கேட்டாள்; விரிந்த விழிகளை மேலும் விரித்து.

"இல்லயே" எனக்கது புதிராக இருந்தது.

"வண்ணன் டொக்டர்தான் உங்கள அங்க மாத்த முயற்சி செஞ்சார். 'சுப்பிறின்டன்' தான், அங்க மகாதேவன் என்ற ஆளைப்போட்டார். அந்தாள் சுண்ணாகத்தில இருந்து இங்க வேலைக்கு வாறது. மருதனார்மடம் அந்தாளுக்கு பக்கத்திலதானே அதுதான் அந்தாளை அங்க போட்டார்."

"ஓ..."

"என்ன ஓவ்... நான் விடுவனா... மாத்தியிருந்தா தெரிஞ்சிருக்கும் துன்பம். நான் தான் பாவமெண்டு சுப்பிறின்டனோட கதைச்சனான்" அதட்டலாக அவள் அப்படி சொன்னாலும்,

நான் முதல் வார்த்தைகளில் சிக்குப் பட்டுக் கிடந்தேன். பிறகு அவளிடமே கேட்டேன்.

"டொக்டர் ஏன் என்ன இஞ்ச இருந்து அனுப்ப யோசிச்சவர்."

"எனக்கென்ன தெரியும். உங்களுக்குத் தான் தெரியும். நீங்க நோயாளிகளை நல்லா கவனிசுக்கொள்ளுவீங்களாம். கொஞ்ச நாளாவே உங்கள அவர் இங்க வைச்சிருக்க விரும்பயில்லப்போல. கொஞ்ச நாளாவே அவர் எங்களை நல்லாக் கவனிக்கிறார்..." அவள் தனக்குப் புரியாதது போல பாவனை முகம் காட்டி சீண்டல் குரலோடு சொன்னாள்.

நானும் புரியாததுபோல முகத்தைக் காட்ட விரும்பினேன். ஆனாலும் அது போலித்தனமாய் முகத்தில் வெளிப்பட்டதை நானே உணர்ந்தேன். அவள் நக்கலாக நமட்டுச் சிரிப்பு சிரித்தாள். எனக்குத் தெரியும் இதற்குக் காரணம் வஞ்சிதான் என்று. டொக்டரால் சகித்துக் கொள்ள முடியாமல் இருக்கிறது. அவர் நெஞ்சு வெந்துபோவதை வெளிக்காட்ட முடியாமல் தவிக்கிறார். டொக்டர் அல்லவா எப்படி வெளிக்காட்ட முடியும்! அவளை என்னோடு இணைத்து சந்தேகப்பட அவரால் மட்டுந்தான் முடிகிறது. மற்றது இவள் மேனகாவாலும். மற்றவர்கள் எனக்கு அந்த தகுதி இல்லையென்று நினைத்திருக்கக் கூடும். அவர் அப்படி நெஞ்செரிவது இவளுக்குப் பொறுக்கமுடியாமல் இருக்கிறது. இவள் உள்ளே சினங்கொண்டிருக்கிறாள். இதுவேறு கதை.

இருவருமே எதுவும் பேசாமல், அவள் தன்னுள்ளும் நான் என்னுள்ளும் இருந்தோம். சாப்பாட்டில் கருத்தூண்றியிருப்பதுபோல வெளியே தெரியக்கூடும். ஆனால் மெய் அதுவல்ல. தலைக்குள் ஆயிரம் கேள்விகள் எழுந்து விழுந்தபடி இருந்தன. அந்த தேக்கத்தைக் குலைத்து அவள் தன் தோள்களைப் பின்னசைத்தாள். நெஞ்சு விம்மித்தணிந்தது.

"உங்கட தண்ணியை குடிக்கவா கொஞ்சம்" கேட்டுகொண்டே எடுத்துக் குடித்தாள். ஆச்சரியந்தான்!

"வன்னில இருந்து நிறைய ஹன்சர் ஃபேசன்ட்ஸ் வாறது பற்றி கொஸ்பிற்றல் நிர்வாகம் யோசிக்குது. அதப்பற்றி கூட்டங்கள் நடந்து சர்ச்சையாகினது தெரியுமோ?"

"இல்லயே என்னது" நான் தெரியாததுபோலக் கேட்டேன். மேலதிகத் தகவல்கள் அவளிடமிருந்து கிடைக்கக்கூடும் என்ற

ஆர்வத்தில் தான் இல்லையே என்று அவளிடம் சொன்னேன். அதைக் கேட்டதிலிருந்து நான் வஞ்சி குறித்தும் தேவையில்லாமல் துன்புற ஆரம்பித்துவிட்டேன். வஞ்சிக்கு எதுவும் அப்படி ஆகிவிடக் கூடாதென்று அஞ்சித் தவித்தேன். அவசியமல்லாத அச்சம். ஆதாரமில்லாத கதை என்று ஒதுக்க முயன்றதும் உண்மை.

"இங்க பெரிய பிரச்சனை ஓடுது. தெரியாதா... எல்லாத்தையும் மறைக்கினம். முள்ளிவாய்க்கால்வரை நடந்த அநியாய யுத்தத்தால 'ஹன்சர்' அதிகமா வருகுதோ எண்டு உள்ளுக்க டொக்டர்மார் கதைக்கினம். ஆமிக்காரர் பாவிச்ச குண்டுகளால இந்தக் ஹன்சர் அதிகமா வருகுதெண்டு அவையள் நினைக்கினம். இதுட தாக்கம் வேறவேற மாதிரியும் நோயா வெளிப்படுமெண்டும் கதைக்கினம். இதை ஆய்வாகச் செய்ய 'யுனிவசிட்டி'யும் கொஸ்பிற்றல்ல சில டொக்டர்ஸ்சும் விரும்பினம்."

நான் புதிதாகக் கேட்பதுபோல நடந்துகொள்ள முயன்றேன். அது எனக்கே அசிங்கமாக இருந்தது. என் முகம் நடிக்க முடியாமல் கோணுகிறது.

"ஓவ்... உண்மையாவா. வன்னியில இருந்து கேஸ் நிறைய வருது. அதே மாதிரி வவுனியா மன்னர் கொஸ்பிடலுக்கும் போகுந்தானே?"

"ஓம்.. அப்பிடித்தான் கதைகள் இருக்குது. டொக்டர் அதை மறுக்கிறார். விசயம் என்னெண்டா இந்த ஆய்வை ஹான்சர் ஃபேசன்ர ஆதாரமா வைச்சுத்தான் செய்யலாமெண்டு டொக்டர்மார் சொல்லீனம். இவரைத்தான் மீடியாவில அதிகரித்த புற்றுநோய் பற்றி பேசச் சொல்லினம். இவர் அதுக்குப் பயப்படுறார். சுப்பிறின்டனும் இவரும் சில டொக்டர்மாரும் இது தேவையில்லாத விசயம் எண்டு சொல்லீனம்" அவள் சொன்னாள்.

அப்போது அவள் பேசிய பலவற்றிலிருந்து உள்ளூர இது பற்றி பொதுநிலையான விவாதம் நடக்கிறது என்பதை உணர்ந்து கொண்டேன். இவளுக்கு அந்தக் கூட்டங்கள் பற்றியும் அங்கு பேசப்படும் விடயம் பற்றியும் தெரிய வந்திருந்தது. இவளோடு கூடப்படித்த சிலர் இப்போது மருத்துவ மாணவர்களாக இங்கே இருந்தார்கள். அவர்கள் மூலம் தனக்கு இது தெரியவந்ததையும் மேனகா வெளிப்படையாய்ச் சொன்னாள்.

வன்னிப்பகுதியில இருந்து வரும் நோயாளர்கள் நோயை அறியாமல் உள்ளூர் வைத்தியம் பார்த்து காலவிரயம் செய்திட்டு நிலமை

மோசமானதும் இங்கே வருவது கண்டறியப்பட்டிருகிறதாம். சரிதான், உண்மையில் மாணிக்கவாசகத்திற்கு நடந்ததும் அதுதான். அவர் வயிற்று நோவு என்று நாட்டு வைத்தியம் பார்த்து ஒரு வருடமாய் அலைக்கழிந்திருக்கிறார். எண்ணெய் போடுவது, கசாயம் குடிப்பதென்று காலத்தை நாசம் பண்ணிவிட்டார்.

நோயை முதலே கண்டுபிடித்தால், பலரைக் குணப்படுத்த முடியும் என்று நிர்வாகம் நம்புகிறதாம். அதற்கு வன்னியில் பரவலாக நோய் அறிகுறி உள்ளவர்களை சோதனை செய்ய வேண்டும். சனங்களுக்கு நோய் அறிகுறி பற்றி பரவலாக பிரச்சாரம் செய்து விழிப்பூட்ட வேண்டும். அதைச் செய்வதென்றால் இது யுத்தத்தின் வெடிமருந்துத் தாக்கங்களால் வருகிறதென்பதை ஆதாரபூர்வமாக உறுதிப்படுத்த வேண்டும். அதற்கு மருத்துவ ஆய்வு இப்போது முக்கியம். ஆனால் அரசாங்கம் இதற்குச் சம்மதிக்குமா இதை எப்படிப் பார்க்கும் என்ற சந்தேகம் பெரும் பிரச்சனையாக இருக்கிறதாம்.

போர்க்குற்றப் பிரச்சனை, ஐக்கிய நாடுகள் மனிதவுரிமை சபையால் கையில் தூக்கப்பட்டிருக்கும் இந்தச் சமயத்தில் இது ஒரு சர்ச்சையான விவகாரம் என்பதை நான் புரிந்து கொண்டேன். இது மோசமான குற்றங்களுக்கு ஆதாரம் ஆகலாம். பேரரசுகளுக்கு அமைதியற்ற இலங்கையும் இனமுரண்பாட்டு அரசியலும் இங்கே எப்போதும் வேண்டியிருக்கிறது. அதற்கு உள்ளூர்ப் பகடைகளும் வேண்டியிருக்கிறது. அதனால் இதுவொரு பெரும் பிரச்சனை. சனங்களுக்காக இதைச் செய்ய, அல்லது நீதிக்காக செய்ய யாரும் முயல மாட்டார்கள். முயன்றாலும் இந்த அரசாங்கம் அவர்களை விடாதுதானே. இது பெரும் ஆபத்து.

சாப்பிட்டு முடித்த பின்னும் கை கழுவ எழும்பாமலே கதைத்துக்கொண்டிருந்தாள் மேனகா மிஸ். மீண்டும் என் தண்ணீரைக் கேட்டாள். குடித்துவிட்டு அப்போதுதான் சொன்னாள்:

"மாணிக்கவாசகத்திற்கு 'டேட்' குடுத்திருக்கு ஒப்றேசனுக்கு. கொஞ்சம் பயப்படுகினம்."

"அப்படியா.. தெரியாதே. அவங்கள்கூட ஒண்டும் சொல்ல இல்லையே."

எனக்கு அதிர்ச்சியாகவும் பிறகு இப்படி சொன்னதற்காகச் சங்கடமாகவும் இருந்தது.

“அவங்க என்ன நினைப்பங்கள்... உங்களுக்கு தெரியாமல் இருக்குமா எண்டுதானே. முள்ளிவாய்க்காலில உயிர் தப்பி இப்பதான் தடுப்புமுகாமில இருந்து ஊருக்கு குடியேறினதுகள். ஊரெல்லாம் ஒரே ஆமியாம். பயப்படுதுகள். பாவந்தான்”

மேனகா மிஸ் சொல்லும்போதே என்னைப் பார்க்கிறாள் என்று நினைத்தேன். வெறுமனே “ம்ம்...” என்றேன். மற்றவர்கள் சாப்பிட வரவும் நாங்கள் எழுந்தோம்.

“என்ன எங்களை விட்டிட்டு இரண்டுபேரும் தனியாச் சாப்பிடுறீங்க” என்று ஓர் உள்க்குத்தாய் சொன்னாள் புதிய நேர்ஸ். நான் காதில் வாங்கவில்லை. மேனகா மிஸ் சிரித்துவிட்டுப் போனாள்.

சுனில் பிரசேராக்கு நாகாய்யா மூலம் வஞ்சியின் அண்ணன் சிறையிலிருப்பது தெரியவந்தது. அவன் தன் அரசியல் செல்வாக்குள்ள மாமன் மூலமாக சிறையதிகாரியிடம் ஒரு ‘மொபைல்’ தொலைபேசி கொடுக்க ஏற்பாடு செய்யமுடியும் என்று சொல்லியிருக்கிறான். சுனில் நல்லவன் என்று நாகாய்யா நம்புகிறார். அவர்கள் நிறையக் கதைக்கிறார்கள்.

‘மனுசன் ஒன்றும் திடமான வடிவமைப்பில்லை. சூழலில் கரைந்துவிட்டால் சூழலுக்கு ஏற்ப துலங்கும் அற்ப பிராணிதான் மனுசன்’ என்றார் நாகாய்யா. மறுப்பதற்கு என்னிடம் எதுவுமிருக்கவில்லை.

நான் நேற்றுத்தான் கட்டிட ஒப்பந்த வர்த்தகம் ஒன்றை மாவட்ட அரசாங்க அலுவலகத்தில் பதிய விண்ணப்பம் கொடுத்திருக்கிறேன். பலவற்றை எங்கள் வாழ்கைக்காக திட்டமிட வேண்டியிருந்தது. வஞ்சிக்காக இந்த தொழிலை விட இருக்கிறேன்.

இந்தத் தருணத்தில், நான் விலகித் தவிர்த்த விடயத்தை மேனகா கிளறி விட்டாள். நிம்மதி குலைந்தது. ஆதாரம் இல்லை என்று சொல்ல முடியாது. அச்சமாகத் தான் இருக்கிறது. அன்று கடைசியாய், வஞ்சி அந்த பொலிஸ்காரனுக்குச் என்னை யார் என்று சொன்னதும், பின்னர் சாப்பிடக் கடைக்குப் போனதும், அங்கு நடந்ததுமென இன்று முழுதும் அதே எண்ணமாக இருந்தது. இன்றும் நாளையும் வஞ்சி வரமாட்டாள். மறுநாள் வரக்கூடும்.

தேவாலய மெழுகுவர்த்திபோல நான் உருகிக்கொண்டுமிருக்கிறேன். ஒளியோடுமிருக்கிறேன்.

அத்தியாயம் 15

வஞ்சி தகப்பனின் கட்டிலருகே நிற்கிறாள். நான் அப்போதுதான் வேலைக்கு வருகிறேன். அவர் மயக்கம் இன்னும் தெளியவில்லை. காலையில் சத்திரசிகிழ்ச்சை முடித்து இப்போதான் கட்டிலுக்கு கொண்டுவந்திருக்கிறார்கள். தாய் ஆஸ்பத்திரி வைரவ கோவிலுக்குப் போய்விட்டாளாம். நான் கொஞ்சம் நேரத்தோடு வந்ததே 'தியேட்டரு'க்கு வெளியே கொண்டுவரும் நேரத்தில் நான் அவர்களுடன் நின்றுகொள்ள வேண்டும் என்பதற்காகத்தான். சத்திர சிகிழ்ச்சை வெற்றிகரமாக முடிந்து குடலில் இருந்த புற்றை அகற்றிவிட்டார்கள். புற்று சரியாக எந்த இடத்தில் என்று தெரியாததால்தான் சத்திரசிகிழ்ச்சை இத்தனை நாள் தள்ளிப்போனது. தெரிந்திருந்தால் ரேடியோதெரபிக்கு போயிருக்கவே வேண்டியதில்லை.

மதியம் பார்வை நேரம், வஞ்சி வெளியே - அந்தத் தேமா மரத்தின் கீழிருந்த கல்லிருக்கையில் இருந்தாள். மாணிக்கமையா இன்னும் மயக்கம் மீளவில்லை. அவர் ஏதோ புசத்திக்கொண்டிருந்தார். தாயார் கூட இருக்கிறாள். வஞ்சியோடு நாகய்யா தன் இல்லாத கையை மறைத்து துவாய் துண்டைப் போட்டுகொண்டு சேர்ந்திருந்தார். கீழே அதிகமாய் இலைகள் கொட்டிக்கிடந்தன. இருவரும் ஏதோ கதைத்துக்கொண்டிருந்தனர். அவள்தான் அதிகமாய் ஏதோ சொல்லிக்கொண்டிருந்தாள்.

நான் வேலை முடித்து அவர்களிடம் போகக் கிளம்பவும் மேனகா மிஸ் "மார்க்ஸ் சாப்பிட வரீங்களா" என்று கேட்டாள். நான் பிறகு சாப்பிடுவதாய் சொல்லிவிட்டு வந்தேன். இருவர் முகங்களும் பிரகாசமாய் இருப்பதை நான் தூரத்திலேயே கண்டேன்.

இன்றவள் கழுத்தில் கருநீலப் பளிங்குக் கல் மாலை போட்டிருந்தாள். வானத்தில் ஓடிக்கலைந்த மேகத்திரள்களின் சிதைவினின்றும் கிடைக்கும் மறு ஒழுங்கான ஓவியம் போல, அவள் சுடிதார் வர்ணம் இருந்தது. இளநீலமும், பளீர் வெண்மையும் அதன் மென்மைகளோடு கலைந்து ஒழுங்காகும் மேகக்கூட்டம்போல, இருவர்ணமும் முயங்கிச் சங்கமிக்கும் குளிர்ச் சித்திரமாய் இருந்தது அது. திரை திரையாக இருவர்ணங்கள் இருந்தாலும் முயங்கும் இடங்களில் அவை ஒன்றாகும்போது புது வர்ணமுமாய் அந்த சுடிதார் இருந்தது.

தேமா மரத்தின் தடித்த அடர்த்தியான இலைகள் கொடிய வெயிலை தான் தாங்கிக் கீழே குளிர்மையை படரவிட்டிருந்தது. வெளியே சுற்றிலும் அனல் வெப்பம். நானும் சற்று ஆறுவதற்காக அந்த குளிர்மையில் ஒதுங்கினேன். தேமாப் பூவின் வாசனையும் அந்த குளிர்மையில் பரவியிருந்தது. சுற்றிலுமிருந்த நோயாளர் விடுதிக் கட்டிடங்களில் பட்டுத் தெறிக்கும் கொடும் வெக்கைக்கும், மருந்துகளினதும் மல,சலங்களினதும் மனங்குமையும் நெடிக்கும், முற்றும் மாறுபட்டதாய் இருந்தது நடுவே இருந்த இந்த இடம்.

“வரலாமோ நானும்... கொஞ்சம் ஒதுங்கிறதுக்கு...” கேட்டுக் கொண்டே போனேன்.

“வாங்கோ...”

அவள் ஒற்றைச் சொல்லில் ஏற்று, மனதில் மலர்ந்த மகிழ்ச்சியை முகத்தில் மறைக்க முயன்றபடி கொஞ்சம் தள்ளி அமர்ந்தாள். அந்த அந்தரங்க முகத்தை என்னைப் போலவே நாகாய்யாவும் கண்டிருக்கக்கூடும். அதனால் தான் இப்படி அவர் சொல்லியிருக்கவேண்டும்:

“எதுக்குக் கேள்வியெல்லாம். இது உங்களுக்குச் சொந்தமான இடம்.”

பேச்சில் பொடிவைத்து சொன்னார். சொல்லிக்கொண்டே, உடலில் இருந்த முடிகள் உதிர்ந்துவிட்ட அந்த ஒட்டிய வெண்தாடி உருவம் அவளருகே தள்ளியமர்ந்து மறுவளத்தில் எனக்கு இருக்க இடம் தந்தது. நாகாய்யாவின் உருவத்தை இப்போது அப்படித்தான் சொல்ல முடியும். அவர் முன்போல எதையும் சாப்பிட முடியாத நிலையை நெருங்கிவிட்டார். அவ்வப்போது ‘செலைன்’தான் அவர் உயிர்வாழத் தஞ்சமாகிவிட்டது. சிகிழ்ச்சையை அவர் உடல் தாங்கிக்கொண்டதே ஆச்சரியம். அதனால் இன்னுமுயிருடன்

இருக்கிறார். ஆனால் இன்று ஏதோ ஒரு தெம்பு வந்தவர்போல இருந்தார். முகத்திலும் ஒரு பிரகாசம் இருந்தது.

அவளின் தேன் நிறக் கழுத்தில் கருநீல பளிங்கு மாலை, தனது ஆள் வர்ணத்தில் என்னை சுழித்து, இழுத்துப் புதைத்தது. அவள் மௌனம் போலவே, அதுவும், அழகாகவும் ஆழமாயும் என்னை உள் நோக்கி இழுத்துக்கொண்டிருந்தது.

"என்ன புதுசா மாலையெல்லாம் போட்டிருக்கிறீங்கள்" நான் தான் கேட்டேன். பேச்சைத் தொடங்க வேண்டுமே.! அவள் அப்பாவைப் பற்றி யோசித்துக்கொண்டு இருக்கக்கூடும்.

"ஓ.... இதுவா. இண்டைக்கு அண்ணாவோட பிறந்தநாள். இது, முன்னம் அண்ணா என்ர பிறந்தநாளுக்கு எனக்காக வாங்கித் தந்தது."

சொல்லும்போதே முகம் மாறியது. குரலின் தொனியும் மாறியது. அவள் சொன்ன சொல்லில் ஊற்றெடுத்துப் பாய்ந்த அண்ணன் மீதுள்ள அன்பின் அளவில்லா வாஞ்சை, போட்டிருந்த அந்த மாலைக்கு இன்னும் அழகு கூட்டியது. அதன் ஆழம் இன்னும் அதிகமானது. அது என்னை முடிவிலாத ஓர் உலகுக்கு ஈர்த்தது.

நான் எதுவும் திரும்ப பேசமுடியாதிருந்தேன்.

அவள் கழுத்தில் சங்கிலி இருந்ததில்லை. காலில் கொலுசு இல்லை. விரலில் மோதிரம் இல்லை. கைகளில் வளையல்கள் இல்லை. அவையிருந்தும் பயனில்லை. ஆபரணங்களால் ஒருபோதும் அவளை அழகு செய்துவிடவே முடியாது. முடியவே முடியாது. ஒரு வெண் திரியில் சுடரும் விளக்கு எத்தனை அழகு! அப்படித்தான் அவளழகும். அவள் தன் உள்ளொளியில் சுடர்கிறாள்.

மெலிந்த கழுத்தில் தொங்கிய ஆள்நீலப் பளிங்கு மாலையில் என் கண்கள் குத்திட்டு நின்றுவிட்டதை மறந்தேன். நாகாய்யா அதைப் பார்த்திருக்க வேண்டும் என நினைக்கிறேன். அதைக் கவனித்ததனாலோ என்னவோ வஞ்சி தன் வலது கையால் தன் கழுத்தின் மாலையை துப்பட்டவோடு சேர்த்து நெஞ்சில் மூடித் தொட்டாள். அப்போதுதான் நான் அரண்டு திடுக்கிட்டுத் திரும்பினேன். மனம் சங்கடத்தினால் தன்னில் குற்றம் கண்டு குறுகுறுத்துக் குத்தியது. அக்கணத்தில், நான் அவர்களை முகம்கொள்ள வீணே தயங்கினேன்.

"சொல்லுங்க... இண்டைக்கு இரவும் வேலை இருக்கா...ம்ம் "

அவள்தான் நிலைமையை இயல்பாக்க எண்ணி பேச்சுகொடுத்தாள். தான் தப்பாக எதையும் எடுத்துக்கொள்ளவில்லை என்பதற்கான அவள் பொன்மனதின் வார்த்தைகளவை. காதோரத்திலிருந்து கன்னத்தில் வழிந்த கருமுடி கீற்றை இடதுகையால் பின்தள்ளி உடலைசைத்து என்னைப் பார்த்தாள். தான் இயல்பாக இருப்பதாகக் காட்டிக்கொள்ளும் மேன்மைப் பெண்ணொருத்தியின் மெய்யசைவு மொழிதல் அது. என் சங்கடத்திலிருந்து தன் ஒற்றை அசைவினால் என்னை மீட்டெடுத்தாள். அது அவளால் மட்டுமே முடியும்.

"ஓமோம்... இன்றைக்கு சேர்த்து செய்யப்போறன்" மாணிக்கமையா மாலைதான் மயக்கம் தெளிவார், இரவு அவருக்கு உதவி தேவை என்பதால் அவ்வாறு நான் மாற்றிக்கொண்டேன் என்பது அவளுக்குத் தெரியாது.

"களைப்பே இல்லையா" என்று கேட்டுவிட்டுச் சிரித்தாள்.

நாகாய்யா தயங்கி ஏதோ பேச விரும்பினார். உரையாட அவர் உடல்நிலை ஒத்துழைக்கவில்லை என்பது தெரிந்தது. நேற்றுக் கொஞ்சமும் உரையாட முடியாமல், அல்லது விருப்பமின்றி அமைதியாகக் கிடந்த மனிதர் இன்று வேறுவிதமாய் மாறிவிட்டார். நேற்று அவரது பால்ய கால நண்பர் ஒருவர் பார்க்கவந்தது காரணமாக இருக்கலாம். இந்த வாரம் நான்கு நாட்கள் பார்பதற்கு கூலிக்கு ஆள்வைத்துக்கொண்டவர் நேற்றும் இன்றும் அதைத் தவிர்த்தார். ஆனாலும், இப்போது வஞ்சியை உதவிக்கு அழைத்துத்தான் அவர் இங்கே வெளியே வந்திருக்கிறார்.. அவருக்கிப்போது, எங்களோடு கதைக்க வேண்டும் போலிருக்கிறது என்று நான் நினைக்கவும் பேச முயற்சித்தார்.

"பிள்ளையள் என்ர காலம் முடியுது. திரும்பிப் பார்க்கிறன் இது எப்ப தொடங்கினதென்று... ம்ம்ம்.... சரியாத் தெரியேல. எழுபத்தைஞ்சு வருசம் வாழ்ந்த அடையாளமே மனசில இல்லை. அது எழுபத்தஞ்சு நாளளவு கூட இல்லை. காலமே ஒரு பொய்க்கணக்குப் பிள்ளையள். அது மனசு பண்ணுற சித்து. வெறுஞ் சித்து."

வார்த்தைகளை நிறுத்தி, நிறுத்தி ஆனால் மனதின் உறுதியான பிடிகொண்ட நிதானத்தோடு பேசினார். பேச்சில் அத்தனை அழுத்தம் இருந்தது. டொக்டர் அதை மன அழுத்தமாக பொருள்கொள்ளக்கூடும்; அல்லது நோய் உபாதையாக.

அவரது தொழில் அப்படி. நான் அதை வேறுவிதமாகப் பொருள்கொள்வேன். நான் திரட்டிய அறிவு வேறு. எனக்கு இந்த தொழில் தந்த அனுபவங்களின் அறிவும் வேறு. இவை மட்டுந்தானே என் கையிலிருந்தன. அதை வைத்துத் தானே, என்னால் எதனையும் அளக்க முடியும். என்னிடம் எந்த இரசாயன, இலரத்திரனியல் பரிசோதனைக் கருவிகளும் இல்லை. அவற்றைக் கையாளவும் தெரியாது.

அவரவர் கடைசிக் கட்டிலுக்கென்றொரு மனநிலை இருக்கிறது. அவர் தன் வாழ்வின் சாரத்தைத் தொகுத்துப் பார்க்கும் தருணம் இதுவென்று நான் சொல்வேன். வாழ்வுக்கென ஒரு மெய் இருக்கிறதா என்று அறிய ஆசைகொள்ளும் தருணமிது. தான் வாழ்வென்று வாழ்ந்தது எதை? வாழ்வு தன் பிடியினில் உண்மையில் அகப்பட்டிருந்ததா என்பதை அலசும் கேள்விப் பொழுதிது. தன் மொத்த வாழ்வையும் தானே நடித்த ஒரு நாடகத்தைப் பார்ப்பது போன்ற விலகல் மனம் கொண்ட கணங்கள் இவை. என் அனுபவத்தில் இம்மாதிரியானவர்களைப் பார்த்திருக்கிறேன். இது மரணத்தின் விழிப்பு நிலை.

“பிள்ளையள் வாழ்க்கையில என்ன இருக்கு, ஒண்டுமே இல்லை. ஆனால் ஏதோ இருக்கிறமாதிரி இருக்கு. இருக்கிறதை வாழ்ந்திடலாம் மாதிரி இருக்கு. கொஞ்சம் முயற்சி செய்ஞ்சால்... இன்னும் கொஞ்சம் முயற்சி செய்ஞ்சால் நல்லா வாழ்ந்திடலாம் மாதிரி இருக்கும். அதுதான் வாழ்க்கை. உண்மையில வாழ்க்கை அதுதானா... இல்லை. ஆனால் உண்மையில வாழ்க்கை அப்பிடித்தானே இருக்கு.”

‘இந்த மனிசன் எதுக்கு இப்படியெல்லாம் பேசுறார்’ என்று எனக்கு மனம் குமைய தொடங்கிற்று. அவர் ஏதோ சொல்ல முனைந்தும் சொல்ல முடியாமல் சொற்கள் அவரை கைவிடுகிறதா!. வார்த்தை குலைந்துவிடுகிறதா! இப்படிப் பேசத் தொடங்குபவர்கள் தம் வாழ்வு முடிவை தாமே கண்டு விட்டவர்கள். தம் வாழ்க்கையை மொத்தமாகத் திரட்டி மீள் காட்சியாக திரும்பி பார்க்கும் நாட்களிவை. அவை தந்த என் அனுபவம் இவர் பேசுவதை சுவாரஸ்சியமாக கேட்கத் தூண்டகூடியதல்ல. அவரோ விடுவதாயில்லை.

“நீங்கள் ஒன்ற உணருங்கோ, உண்மையாவே உணருங்கோ... பணம், பதவி, அதிகாரம் இவை கிடைச்சால் அந்தஸ்த்து கிடைச்சிடும் எண்டு மனிசன் நம்புறான். உண்மையா யோசிச்சால்,

அந்தஸ்த்தா வாழ்றதுக்குத்தான் மனிசன் அவதிப்படுறான். யாருக்கு அந்த அவதியில்லை.... மெய்யாக் கேளுங்கோ யாருக்கு அந்த அவதியில்லை. பின்ன, யார் அந்தஸ்த்தா வாழ்ந்தான்... ஒருத்தனுமில்லை. ஒருவனுக்கு மற்றவனைப் பாக்கிற நேரம் மனசில படுகிற தோற்றப்பிழை இது. உடம்புக்கும் உயிருக்கும் சக்திகுடுத்தாப் போதும். என்ன நான் சொல்றது" அவர் எங்கள் முகங்களை மாறி மாறிப் பார்த்தார். வஞ்சியைத்தான் அதிகமாகப் பார்த்தார். இப்போ அவளைத்தான் பார்த்தபடி சொன்னார்:

"பிள்ளையள் நான் போகப்போறன். என்ர நாடகம் முடிஞ்சு போச்சு. ஒண்டுதான் உண்மை பிள்ளையள்: வாழ்க்கை எண்டால் உறவு. நல்ல உறவு நல்ல நினைவு. கெட்ட உறவு கெட்ட நினைவு. கெட்ட நினைவுகள் கெட்ட எண்ணம். அதாலதான் யாருமே நல்லவனாக மட்டுமே இருந்துட முடியாது. நல்ல நினைவு மட்டுமே யாருக்கும் வாய்க்காதுதானே. உறவு மனுசரோட மட்டுமில்லை. மரம், செடி, பொருள், மாடு, மனை, தொழில் எல்லாந்தான். உறவுதான் வாழ்கை பிள்ளையள். குருட்டுமனம், வாழுற காலத்தில அதைக் காணவிடாது. சாகிற காலத்தில அதைக் காட்டாமலும் விடாது..." அவர் நிறையப் பேசினார்.

'இந்தப்பூமியில் நாங்கள் தொடர்புபடும் எல்லாவற்றுடனும் எங்களுக்கு ஒரு உறவு வருகிறது. அதுதான் நினைவு. அல்லது மனப்பதிவு. பெரும்பாலான நினைவுகளை மீட்க முடிவதில்லை. ஆனாலும் அது அங்கேதான் இருக்கிறது. சந்தர்ப்பம் உருவாகினால் அது மேலே வருகிறது. அதைத் தான் எண்ணம் என்கிறோம். எண்ணத்திற்கு உண்மை பொய் கிடையாது. வெறும் எண்ணந்தான். ஆனால் ஆபத்தாக எண்ணந்தான் நாமாக இருக்கிறோம்' நாகாய்யா சொன்னவற்றை நான் இப்படித்தான் தொகுத்துக்கொண்டேன்.

எனக்கு மேனகாவின் நினைவுதான் வந்தது. அவள் இந்த இடத்திலிருந்தால் உரையாடல் சுவாரசியமாக இருக்குமே என்ற எண்ணம் தோன்றியது. பாருங்கள் எத்தனை சரியாக இருக்கிறது ஐயா சொன்னது. இல்லாவிட்டால் ஏன் எனக்கு இப்போ மேனகா நினைவுக்கு வரவேண்டும். அன்று அவள் சொன்னவற்றின் இன்னொரு வடிவமாக இது இருப்பதால்தானே என் நினைவு மேனகாவின் எண்ணத்தை இப்போ கொண்டுவருகிறது.

'சூழலால் உருவாகும் தொடர்பாடல் அல்லது உறவு, இதனால் உருவாகும் மனப்பதிவு அல்லது நினைவு, அதுவே எண்ணமாகிறது. எண்ணமே நான் ஆகிறேன்' என்று சுருக்கிக்கொண்டதும் இந்த

‘நான்’ என்பதற்கு நான் மட்டும் பொறுப்பல்ல என்ற பேருண்மை மனதில் இடியாய் முழங்கியது.

வஞ்சி விழிகள் பிதுங்க, முகக்கோடுகள் கீழ் நோக்கி விழுந்துவிட அவரையே பார்த்துக் கொண்டிருந்தாள். அவள் அதனைப் பொருள்கொண்டு துயருறுகிறாளா? இல்லை, அவர் துயருறுவதை மட்டுமே பொருட்படுத்திக் கொண்டிருக்கிறாளா என்று சரியாகத் தெரியவில்லை. ஒரு உறைநிலைக்கு அவள் போய்க்கொண்டிருந்தாள். அப்போதுதான் அந்தப் பூனைகள் அவளைக் கண்டு ஓடிவந்தன. அவள் காலில் உராயும் பூனைக் குட்டியை அவள் தடவிக்கொடுத்தாள். அது ‘மியாவ்’ என்று அவள் முகம்பார்த்து ஏதோ சொன்னது.

“பிள்ளையள் இப்ப உங்களால அதை உணரேலாது. உணர்ந்தா வாழலாம். எல்லாத்துடனும் எல்லாருடனும் நல்லுறவு கொள்ளுங்கோ. யோசிங்கோ இப்ப வரைக்கும் நீங்கள் வாழ்ந்த வாழ்க்கையில, வாழ்க்கை இந்த இடத்தில சந்தோஷமா இருந்தது என்று எதைச் சொல்லலாம். ம்ம்....சொல்லுங்கோ, சொல்லுங்கோ பாப்பம்”

அவர் பேச்சை நிறுத்தி நேரம் தந்தார். தான் மூச்சு எடுத்து தனக்குள் சக்தி கொள்ள அவகாசம் எடுத்தார். முகத்தில் ஒருவகை ஆவேச ரேகைகள் ஓடுவதாய்ப் பட்டதெனக்கு. இயலாமைக்கு எதிரான உடலின் போராட்டமாகவும் அது இருக்கலாம். அந்த கிழ உருவம் ஒருவகை அச்சத்தை தந்தது.

“அம்மாவோட இருந்த குழந்தைப்பருவ நாட்கள் சந்தோசமா இல்லையா! இன்னும் பள்ளிக்கூடத்தில படிச்ச காலம், கூடப் படிச்ச பொடியள் சந்தோஷமா இல்லையா. என்ன இருந்தது அதில? அன்பு. அன்பைத் தவிர வேற நோக்கம் இல்லை. சின்னனில சகோதரங்களோட அம்மா அப்பாவோட இருக்கிற காலத்தில அன்பு இருக்குது. பிறகு தனியாளாப் பிரிஞ்சு போனால் அது இருக்கிறதில்லை. மனிசன் அந்தஸ்த்தைப் பற்றிய சிந்தனையே இல்லாத காலத்தில மட்டுந்தான் சுதந்திரமா கொஞ்சம் வாழ்றான். பின்ன, அவனை அறியாமல் அவன் கொள்ளுறதும் கொடுக்கிறதும் அன்பு. அன்பு ஒண்டுதான் பிள்ளையள். அது ஒண்டு இருந்தால் போதும். யாரோடும் எதோடும் உறவு நல்லா இருக்கும். இப்ப உங்களுக்கு புரிஞ்சா வாழுவிங்கள். இல்லாட்டில், என்னை மாதிரி உலகத்தைவிட்டுப்போற காலத்தில யாருக்காச்சும் இப்பிடி மரத்தடியில இருந்து சொல்லுவிங்களாக்கும்.”

அவர் நிறுத்தினார். நான் நிறுத்த வழிபார்த்துக்கொண்டிருந்தேன். அவரே பேச்சை நிறுத்தினார். மூவரும் எதுவும் பேசவில்லை. அந்த வெற்றுச் சூழலே பெரும் பாரமாக இருந்தது. யாராவது ஏதாவது பேசினால் பரவாயில்லையே என்றளவுக்கு அந்த வெற்றுக் கனத்தது. கொஞ்ச நேர அமைதிக்குப் பிறகு, அவர் மீண்டும் ஏதோ பேச வாய்திறந்தார். அவர் வாழ்க்கையை ஒப்புவிக்கிறார் தடுப்பதும் நல்லதல்ல, விடுவதும் நல்லதல்ல. என்ன செய்ய நான்!

“கடைசிக் கட்டிலுக்கு வரத்தான் வாழ்க்கையோட எல்லாத் தவறும் ஒவ்வொன்றா மனப்பிடியை அறுத்துக்கொண்டு மேல வருது. எல்லாத் தவறும் மிதக்குது. இது ஞானமில்லை; தோல்வி. வேணுமெண்டால் எப்பிடித் தோத்தன் எண்ட ஞானம். அப்பிடி வைச்சுச் கொள்ளுங்கோ. இனி எதைப் போய்த் திருத்த....” அவர் மண்ணைப் பார்த்து தலையை ஆட்டினார். விரக்தியாகச் சிரித்தார்.

“பிரபாகரன் மக்களுக்கு விடுதலை வேணும் என்று போராடினார்... கண்ணுக்கு முன்னால மக்களோட பிணக்காடு. கடைசில அவரும் அதுக்குள்ளதான்... மனிசி பிள்ளைகளையும் அதுக்கதான் தேடிப்பிடிக்கவேணும். அவரோட கடைசிப் படுக்கை எப்பிடி இருந்திருக்கும்...”

“சரி. நான் போறன்... எனக்கு ஏலாது. இந்த மண்ணில விடுறதுக்கு என்னட்ட மூண்டுமில்லை. ரரி எல்லாம் முடிஞ்சு போச்சு. எல்லாமே நான் சிந்திச்சு, நல்ல முடிவாய் எடுத்து வாழ்க்கைய நடத்தின மாதிரி இருக்கு. இப்ப யோசிச்சால் எல்லாமே தற்செயல்தான். தற்செயலான முடிவுகள்தான். ம்ம்.., எல்லாமே- சகலமுமே தற்செயல்தான். தற்செயலான முடிவுகளால சரித்திரம் நகருதா... இல்லை சரித்திரம் மாறும்போது முடிவுகள் தற்செயலாகுதா... என்ன மகத்தான குழப்பம்... ஹ ஹ ஹ... சரி நான் போறன். என்னால ஏலாமல் இருக்கு.”

அவர் எழுந்து நின்றார். எதையும் பார்க்க விரும்பாதவராக இருந்தார். அன்று அந்த அம்மாள் வந்தபோது எத்தனை உற்சாகமாக இருந்தார்! என்றுமே இல்லாதளவு மனம் பூரித்து இருந்தாரே... அந்த நினைவுதான் எனக்குள் ஓடியது. அந்த அம்மாள் வந்தன்று அது அப்பட்டமாய் தெரிந்தது.

வஞ்சி ஒருவகைத் தீவிர மனநிலையில் இருந்தாள். எதுவுமே பேசவில்லை.

தடுமாறி எழுந்தவரை கைத்தாங்கி பிடித்தேன். பிடிக்கும்போதே அவர் இயலாமை இன்று அதிகளவில் இருப்பதை உணர்ந்தேன். என் கையில் முடிந்தளவு தன் பாரத்தை செலுத்தினார். திரும்பி வஞ்சியை வரச்சொல்லி கையசைத்தார். வஞ்சி வரவும், தோளை அணைத்து உச்சந்தலையில் முத்தமிட்டார்.

“நல்லா இரு பிள்ளை. நான் கிளம்பப் போறன்” என்று சொல்லி நடந்தார்.

“நான் நாளைக்கு வருவன். பாயசம் கொண்டுவாறன்” என்றாள் அந்த சொல்லை பொறுக்காத வஞ்சி. அவர் வலிந்து சிரித்துக்கொண்டே நடந்தார்.

ஐயாவை கூட்டிக்கொண்டுபோய் படுக்கையில் விட்டேன். விடும்போது அவர் கால்களைத் தூக்கி படுக்கையில் வைத்தேன். அவரால் தன் கால்களை தூக்கிக்கூட வைக்க முடியவில்லை. அந்த நேரம் அவர் என் கையை பிடித்தார். ஒரு கணம் தயங்கி யோசித்துவிட்டு சொன்னார்:

“நீ செய்றதுக்கென்று மனசில ஒரு காரியமிருந்தா அதை செய்ஞ்சிடு.”

சொன்னவர், வலியில் முகத் தசைகளை மேல்நோக்கி சுருக்கி இழுத்தபடி சுழலும் காற்றாடியைப் பார்த்தார். அப்படியவர் சொன்னபோது, என் மனச்சுவரில் அது அவரின் கல்வெட்டாகிவிட்டது. எனக்கு வஞ்சி நினைவுக்கு வந்த அதே நேரத்தில், அவரையன்று தேடிவந்த அம்மாளின் நினைவும் வந்தது. நான் அந்தம்மாளைக் கண்டதில்லை. ஆனாலும், இந்த நேரத்தில் இவருடன் அவள்கூட இருந்தால் நல்லதென்று நினைத்தேன். அவளைத்தானே தன் மனத் துணை என்றார். நாளை அவரிடமே அவளின் தொடர்பு கேட்கலாம் என்று எண்ணினேன்.

“இங்ஙன விடு தம்பி நான் படுக்கிறன்” அவர் பிறகெதுவும் பேசவில்லை. அமைதியாக அவர் கொஞ்சம் படுக்கட்டும் என்று போய்விட்டேன்.

மாலை ஆறுமணியிருக்கும் சிறையிலிருக்கும் மகனிடமிருந்து மாணிக்கமய்யாக்குத் தொலைபேசி அழைப்பு வந்தது. என்ன ஆச்சரியம்! அவர் திகைத்துவிட்டார். கொஞ்சம் முன்னர்தான் மயக்கம் முழுமையாக தெளிந்து சாப்பாடு கொடுக்க

அனுமதித்தார்கள். சிங்கம் மகனின் குரல் கேட்டு அழுதார். பிறகு வஞ்சி அவனுக்கு பிறந்தநாள் வாழ்த்துச் சொன்னாள்.

முருகேசு பார்வை நேரம் முடிந்தது என்று வந்தார். நான் கைகாட்டி அவரைத் திருப்பி அனுப்பினேன். அவர்கள் கதைத்தார்கள்.

"நீ கொடுத்துவிட்டதாய் மொபைல் தந்திருக்கிறார்கள். ஒழித்து வைத்திருக்கிறேன். நீ கோல் எடுக்க வேண்டாம். நான் தான் எடுப்பன். எப்புடியடி..... யார் உதவினது...கெட்டிக்காறி" என்றான் அண்ணன். அவன் குரலில் அவ்வளவு குதூகலம்.

வஞ்சி நாகாய்யாவிடம் நன்றிசொல்லப் போனாள். அவர் தூங்கியிருந்தார். திரும்பி நடந்தவள் தயங்கி நின்றாள். பிறகேதோ தோன்றியவளாய் நடந்து எதிரே இருந்த சுனில் பிரசேராவிடம் போய்த் தயங்கி "நன்றி" என்று ஒற்றை வார்த்தையை சொல்லிவிட்டு பதிலுக்குக் காத்திருக்காமலே வந்தாள்.

அந்தச் சிங்களச் சிப்பாய் ஏதோ சொல்ல வந்தவன் வஞ்சி திரும்பிப் போவதையே பார்த்துகொண்டிருந்தான்.

நாகாய்யா படுத்தவர்தான், இரவு எட்டுமணி இருக்கும் மூச்சுவிடத் திணறினார். அவரின் நிலை பார்த்து நான் அன்று வேலை முடிந்தும் வீடு போகவில்லை. சளி! மூச்சுவிட முடியாமல் மூச்சுக்குழாய் முழுவதும் சளி பெருகி வருவதாய் இருந்தது. கனகவதி தான் அன்றும் இரவுக்கடமையில் இருந்தார். மனுசி மிகப் பொறுப்பார்ந்த முகத்தோடும் ஒரு சடங்கைச் செய்யும் பக்குவத்தோடும் விடுதியில் அவசரமாய் நடந்து திரிந்தாள். ஒக்சிசன் கொடுப்பதற்கு ஏற்பாடு செய்யச் சொன்னாள். நான் அவள் சொல்வதைக் கேட்டு செய்துகொண்டிருந்தேன்.

அவருக்கு மூச்சுத் திணறியது. 'ஒக்சிசன்' அளவு குறைந்து திரையில் எண்பத்தி ஐந்தைக் காட்டியது. டொக்டருக்கு தகவல் சொல்லி அழைத்து வரவா என்று கேட்டேன்.

அந்தம்மா முடிந்தவரை முயற்சித்து இறுதியில் அவசர அழைப்புக் கடமையில் இருக்கும் டொக்டரை தொலைபேசியில் அழைத்தாள். படுக்கை அருகே சுனில்பிரசேரா நின்றுகொண்டிருந்தான். மூக்கா அருகே வந்து அழுதுகொண்டிருந்தான்.. என்றுமில்லாமல் கனகவதியம்மா அவன் தலையைத் தடவிவிட்டுப் போனாள். சிறு தாமதமும் இல்லாமல் டொக்டர் வந்துவிட்டார். டொக்டர் சளியை எடுப்பதற்குப் போராடினார். உதடுகளில் புண்கள் வேறு.

சில மணி நேரப் போராட்டம். எடுத்த பின்னும் அது சுரக்கத்தான் செய்யும் என்றார் டொக்டர். சுவாசப் பையில் நீர் சுரக்கிறது என்று மிஸ்சிடம் சொன்னார்.

சுவாசப் பையை விரிவடையச் செய்ய 'பிரசர் மாஸ்க்' போட்டோம். டொக்டர் 'மக்னீசியம்' எடுத்துவரச் சொன்னார். ஓடிப்போய் கொண்டுவந்தேன். அதையும் ஏற்றினார்.

மூச்சுப் பேச்சில்லை நாகா தூங்கிவிட்டார். செய்வதற்கு இனி ஏதுமில்லை என்று டொக்டர் போய்விட்டார். விடுதியே துயரில். பூனை சுவரில் காத்திருந்தது.

அதிசயமாய் கொஞ்ச நேரத்தில் ஏதோ அனுங்கல் சத்தம். நாகாய்யாவின் குரல்! ஏதோ முணு முணுத்தார். உடனே மூக்கா எழும்பிவந்து "அய்யா அய்யா.." என்றான். அவ்வளவுதான் மரணத்தை ஏமாற்றிவிட்டு நாகாய்யா எழுந்திருந்துவிட்டார். வலிய சீவன்.

நான் சாப்பிடப் போன கனகவதியம்மாவை ஓடிப்போய்க் கூட்டிவந்தேன்.

"நாடகம் முடியேல எங்க போறாய் கக்கா" என்றான் மூக்கா. அவர் ஏதும் புரியாமல் சிரித்தார்.

அதைப் பார்த்த கனகவதியம்மாவுக்கு உள்ளிருந்த கல் ஒன்று கரைந்து கண்களில் வழிவதற்காக முட்டிநின்றது.

அத்தியாயம் 16

மாணிக்கவாசகம் ஐயாவுக்கு அறுவைச் சிகிழ்ச்சை முடிந்ததால் வீட்டுக்கு அனுப்பிவைக்க வேண்டியாயிற்று. அவர் கொஞ்சம் தேறியிருந்தார். விடுதியில் இப்போதிருக்கும் நெருக்கடி இதற்குமேலும் நிலமையில் அனுமதிக்க முடியாது. ஆனால் விடயம் என்னவென்றால், இன்று அவர் வீட்டுக்கு அனுப்பி வைக்கப்படுவது பற்றி எனக்கு எதுவும் தெரிந்திருக்கவில்லை. யாரும் சொல்லவுமில்லை. அத்தனை பொருட்களையும் எடுத்துக்கொண்டு தகப்பனையும் கூட்டிக்கொண்டு வஞ்சி உதவியின்றிப் போவது இலகுவானதல்ல. வஞ்சியை அழைத்து டொக்டர் கதைத்தார். நீண்டநேரமாய்க் கதைத்தார். ஆறுதல் படுத்தினாராக்கும். நானோ, என்னால் எதுவும் செய்ய முடியாமல், அறையினுள் வேலை என்று வைக்கப்பட்டிருந்தேன்.

வஞ்சியின் முகம் துக்கத்தில் கீழ்நோக்கி அதிகம் நீண்டுவிட்டதாய் பட்டதெனக்கு. அவள் போட்டிருந்த 'ஸ்கேர்ட்' மண்ணிறத்தில் இருந்தது. சட்டை, கிணற்றுப் பாசியின் பச்சை வர்ணத்திலிருந்தது. தகப்பன் வெள்ளை சாரம் உடுத்தி நீல 'சேர்ட்' போட்டிருந்தார். உள்ளே இருந்தபடி பார்த்துக்கொண்டிருந்தேன். வஞ்சி தகப்பனோடு வீடுபோவதற்கு ஆயத்தமாகிக் கொண்டிருந்தாள். மூக்காப் பையன் மனமெல்லாம் புண்ணாக அவளருகிலிருந்து உதவிக்கொண்டிருந்தான். வைத்திருந்த பொருட்களை மூன்று பகுதியாய் பொதி செய்திருந்தாள். அவள் மிகவும் இளைத்துத் தெரிகிறாள்.

மனம் மருகியது. நீர்ச்சுழியில் அகப்பட்ட மரத்துண்டு போல மனம் திசையறியாது மோதி அலைப்புண்டது. மாணிக்கவாசகம் ஏற்கனவே கொடுத்த 'கீமோ தெரபி'யால் முடி உதிர்ந்து, வழுக்கையாகி மொட்டை உருவமாய் மாறியிருந்தார். அவர் வரும்போது

பரஞ்ச்சோதியும் இப்படித்தான் அருகுக் கட்டிலில் இருந்தார். எனக்குள் நிலையில்லாத அலைப்பு.

பொருட்களை எடுத்துக்கொண்டுபோய்க் கொடுப்பதற்கு டொக்டர் எண்ணெய்த் தலையன் முருகேசுவைப் பணித்திருந்தார் என்பது அப்போதுதான் எனக்கு தெரிகிறது. அது டொக்டரின் வேலையல்லவே. விடுதிப் பணியாளரின் வேலையும் அல்லவே. இதற்கு மேல் என்னால் பொறுக்க முடியாது. என்னைக் காணாது வஞ்சி தவித்திருப்பாள். அதுவும் இந்த நேரத்தில் என்னைக் காணாது எப்படிப் போகமுடியும் அவளால்! உள்ளேயிருந்து பார்த்தால் எனக்கு அவர்களைத் தெரியும். அவர்களுக்கு என்னைத் தெரியாது. அவள் நான் எங்கே என்று யாரிடமும் கேட்கவும் முடியாமல் அந்தரிதிருப்பாள்.

நான் வெளியே வந்தேன். கழிப்பறைபோகும் சாட்டில் சரியான நேரம் பார்த்துவெளியே வந்தேன்.

அந்த நேரம் அவர்கள் விடுதியின் வெளிப்புறத்திற்கு வந்துவிட்டிருந்தனர். அருகே மூக்கவும் நின்றான்.

“வெளிக்கிட்டாச்சா?”

நானேதான் சம்பிரதாயமாகக் கேட்டேன். எனக்கு என்ன பேசுவதென்றே தெரியவில்லை. நான் முழுவதுமாய் நிலைகுலைந்திருந்தேன். என் சக ஊழியன் கூடவே நிற்கிறான். இப்படித்தான் என்னால் கேட்கவும் முடியும். வேறென்ன செய்வது.

என் அன்பெல்லாம் திரட்டி, அவள் கண்களில் கூடநின்ற யாரும் அறியாத கணத்தில் கொடுத்தேன். அவளும் தன் ஆத்மாவரை அதை எடுத்துச் சென்றாள் என்பது எனக்கு அப்போது தெரிந்தது.

“உங்களைத்தான் தேடிற்று இருந்தன். அப்பாட்டையும் கேட்டன். இங்கதான் இருந்தீங்க, இப்ப காணேல்ல எண்டு சொன்னார்.”

அவள் முகத்தில் தவிப்பைக் காண என் மனம் திசைகெட்டுப் பாய்ந்தது. அங்கே முகத்தில் ஏதும் இல்லை. ஏமாறும் ஒரு குழந்தைபோல என்னுள்ளே ஒரு குமுறல். அப்போது அவள் ஒரு பையை எனக்கு எடுத்து நீட்டினாள். கொஞ்சம் பெரிதாக இருந்தது.

“என்னது” நான்தான் கேட்டேன்.

“அம்மா குடுத்துவிட்டா.”

“ம்ம். அம்மாக்கு நன்றியைச் சொல்லுங்கோ.”

நான் மேற்கொண்டு எதுவும் பேசவில்லை. உள்ளே ஒரு பை உடுப்புகடை பையாய் இருந்ததைக் கண்டேன். எதுவும் கேட்கவில்லை; காரணம், என் சக ஊழியன் அருகே நிற்கிறான். பேசுவது வஞ்சிக்கும் நல்லதல்ல. எனக்கும் நல்லதல்ல என நினைத்தேன். மேலும் நானிருந்த மனநிலையில் எனக்குப் பேச்சு வரவுமில்லை.

அப்போதான் மனதில் சுட்டது. வஞ்சி மட்டும் தன் தவிப்பை எப்படிக் காட்டிக்கொள்ள முடியும். மூடன் நான். இந்த சின்ன விசயத்தைக் கூடப் புரிந்துகொள்ள முடியாத மூடன்.

சில்லுவண்டியிலிருந்த மாணிக்கவாசகம் அருகில் நின்ற என் கைகளைப் பற்றினார். எதுவும் பேசவில்லை. பற்றிய கை வழியே ஏதோ சொல்கிறார். கை துடிப்பதை என் கைகளில் உணர்ந்தேன். நன்றியின் பெருக்குக் கண்களில் தெரிகிறது. அது கலங்கிப் பின் பிரிவின் துயராக மாறி வழிகிறது.

“நீ காட்டின அன்புக்கு நன்றிராசா...” என்றார் தளதளத்த குரலில்.

“அன்பெனும் பிடியில் அகப்படும் மலையே” என்று வள்ளலாரின் வரியைச் சொன்னார். வஞ்சி இப்போது உதடு துடிக்கக் கண்ணீர் விட்டாள். யாருமதைக் காணமுன், அந்தக் கணமே குனிந்துகொண்டாள்.

இந்த இடத்தில் நான் எப்படி நடந்துகொள்ள வேண்டுமென்பது எனக்குத் தெரியவேயில்லை. இப்படி ஒரு சூழல் வாய்த்ததுமில்லையே. என்ன சொல்லவேண்டுமென்று தெரியாமல் தடுமாறினேன். எல்லாச் சொற்களும் என்னைக் கைவிட்டன.

“சரி போயிற்று வாங்கோ. கவனம். ஏதும் அப்பாக்கு முடியாமல் இருக்குதெண்டால் உடன கொண்டு வாங்கோ” நான் அக்கறையாய்ச் சொன்னன். போறவர்கள் எல்லாம் இங்கே திரும்பி வருவார்கள் என்று எனக்குத் தெரியும்.

ஆஸ்ப்பத்திரியில் இருந்து போகும் எந்த நோயாளியைப் பார்த்தும் ‘போயிற்று வாங்கோ’ என்று சொல்லும் பழக்கம் இங்கில்லை. ‘சந்தோசமா போங்கோ’என்று சொல்வதுதான் வழக்கம். சாவீட்டிலும் அப்படித்தான். ஆனால் என் வாய் தவறி அப்படித்தான் சொல்லவந்தது. அவர்கள் திரும்பி

வரவேண்டுமென்ற என் அந்தரங்க மனத்தின் சொல்லாக அது இருக்கலாம். சுயநலம் இல்லா மனிதர் யார்!

“ஓமோம்... பிரச்சனையில்லை. டொக்டர் தன்ர ‘மொபைல் நம்பர்’ தந்திருக்கிறார். என்னெண்டாலும், எப்ப வேணுமெண்டாலும் எடுத்துக் கதைக்கச் சொன்னார். ‘யோசிக்க வேண்டாம். கிளினிக் போட்டிருக்கு. இங்க இனி வைச்சிருக்கேலாது’ எண்டார். பரவாயில்லை. உங்களை மறக்கமாட்டம்” என்றாள்.

“ம்ம்...” என்றேன்.

அதற்குமேல் எனக்கு வார்த்தை வரவில்லை. நான் அவள் இறுதியாய் சொன்ன விடயங்களில் சடுதியாய் திசைமாறிச் சிக்கிப்போய்க் கிடந்தேன். ‘டொக்டர்’ என்ற சொல்லே மனதில் வந்துகொண்டிருந்தது. அது கோபமூட்டும் சொல்லாகிவிட்டது. எப்படி எனக்குத் தெரியாமலே மாணிக்கம் ஐயாவைத் துண்டு வெட்டி அனுப்பும் விடயத்தை கச்சிதமாக மறைத்தார். மேனகா மிஸ் இல்லாத நேரம்பார்த்து அதைச் செய்தார். அவள் எனக்கு சொல்லிவிடுவாள் என்று அவருக்குத் தெரியும்.

அவர்கள் புறப்பட்டார்கள். முகிலன் பையன் அதைப் பார்க்கப் பொறுக்காமல் கண்கலங்கவும் உள்ளே போய்விட்டான். அவள் சில்லு வண்டிலில் அப்பனைத் தள்ளிகொண்டு போனாள்.

அவர்கள் அந்த ஓடைப் பகுதிவழியே, ஒளிகுறைந்த இருட்டிய பாதை வழியே போனார்கள். எங்கிருந்தோ வெளிவந்த அந்த அனாதைப் பூனைகள் அவள் பின்னால் ஓடின. அவள் அதனை இன்று கண்டுகொள்ள முடியாமல் போய்க்கொண்டிருந்தாள்.

அவர்கள் பார்வையில் மறைந்து வெளியே போகும்வரை நான் காத்திருந்து பார்த்துக்கொண்டிருந்தேன். அந்த ஒளி மங்கிய ஒற்றையடி ஓடைப் பாதையின் இருட்டில்; ஒரு மூலைச் சுவரோடு நின்றபடி பார்த்துக்கொண்டிருந்தேன்.

மறுநாள், அதற்கு அடுத்தநாள், அதற்கும் அடுத்தநாள் என்று நாட்கள் ஏக்கத்தில் விடிந்து ஏமாற்றத்தில் சரிந்தன. வெட்கமற்ற காலை மறுபடி மறுபடியென அப்படியேதான் விடிந்தது.

விடுதியில் வெறுமை, வீதியில் வெறுமை, வீட்டிலும் வெறுமை. வெறுமையின் பொழிவில் நான் மூச்சுத் திணறினேன். வெறுமைகள் மோதி வெடித்து முழங்கின என் மண்டைக் கூட்டில்.

வஞ்சி இல்லாமற்போன நாட்களில் வஞ்சி என்னுள் என்னவாக இருந்தாள் என்பதை உணர்ந்தேன். அது கலைக்கவே முடியாத நிர்க்காலத்தில் கலந்திருந்தது. அவள் மௌன முகம் என் நினைவுகளில் வடிவம் கரைந்து ஓர் உணர்வென்று ஆகிவிட்டிருந்தது. நினைக்கும்தோறும் உருவமாய் அவள் வரத்தவறினாள். மாறாய் உணர்ச்சியின் கொதிப் பிழம்பாய் என்னுள் அவளை உணரத் தொடங்கியிருந்தேன்.

வஞ்சி என்பது ஒரு பெயரல்ல. அது ஒரு உருவமும் அல்ல. அது என் மற்றொரு உணர்ச்சி. இப்போது என்னுள் இருக்கும் ஒரே ஓர் உணர்ச்சி அது.

உணர்ச்சிக்கும் உண்டோ அழிகாலம்!

என்னைப்போலவே அனாதையாய் அலையும் ஆஸ்பத்திரி பூனைகளும் இருந்தன. பூனைகளின் முகத்தில் ஒளியில்லை. அவை ஒரு பொழுது கோபத்தில் அலைந்தன. மறுபொழுது துயரத்தில் அலைந்தன. இன்னொரு பொழுது ஏக்கத்தில் அலைந்தன. இரவுகளில், ஏமாற்றத்தை தாங்க முடியாமல் உணவகத்தின் கோடிப்புற சுடுசாம்பலில் போய் படுத்துறங்கின.

குத்திட்டு நின்ற அவற்றின் வால்களில், இருப்பின்மையின் பேரிடர் தரும் மனக் கொதிப்புத் தெரிந்தது.

ஒருசமயம், விறைக்கப்பிடித்த அதன் வால்கள், காற்றில் ஓயாது நெழிந்து, விசிறி நர்த்தனம் ஆடின. அதன் உக்கிரமோ, சிவ ருத்திரம்போல இருந்ததெனக்கு. அதன் குரல்களோ, மீட்பரைத்தேடும் அனாதைகளின் குலப் பாடல்களாக இருந்தன.

நித்தமும், வஞ்சியின் காலைச் சுற்றிவரும் பூனைகளவை. அவளின்று வருவாளா இல்லையா என்பது கூட அவற்றின் முகங்களில் தெரியும். அப்படி நான் உணர்ந்ததுண்டு. அவள் வரும் நாளில், நடைபாதையில் அலைமோதும் சனக் கூட்டத்தைக் கடந்து, அவை பாதி வழிவரை போய்க் காத்திருந்து அவளை அழைத்து வருவதைக் கண்டிருக்கிறேன். என் கண்களால் நம்பமுடியாதவாறு அது நிகழ்ந்து கொண்டுதானிருந்தது. அவள் வரும் செய்தி இவற்றிடம் எப்படித்தான் வந்தடைகிறதோ!

இதோ பாடித்திரிகின்றன தம் பாடலை!

அனாதைகளின் குலப்பாடல்போல, குரலில் பிரிவின் தீராத வலி. இழப்பின் முடிவிலாத் துயர்!

நாகாய்யா சொன்ன உயிர்ச்சக்தியின் மெய்யான பொருளை நான் கண்டுகொண்டிருந்தேன். அன்பொன்றே உயிர் தேடும் சக்தி. இந்தப் பூமி, இந்தப் பிரபஞ்சம் ஒரு அன்பில்தானே இயங்கிக்கொண்டிருக்கிறது. சூரியனுக்குப் பூமிமீது அன்பில்லையென்றால் பூமி அச்சிலிருந்து விலகிப்போய்விடாதா? பூமிக்கு நிலவு மீது அன்பில்லையென்றால் நிலவுதான் விலகிவிடாதா?

வஞ்சி போன பின், அவளைத் தொடர்புகொள்ள யாதொரு வழியையும் நான் தேடி வைக்கவில்லை. அவள் அப்படிப் போவாளென்று எண்ணியிருக்கவுமில்லையே. அவளன்று வந்த போதுகூட, தன் தந்தையை, அன்றே அழைத்துப்போக நேருமென்பது, அவளுக்கேகூடத் தெரிந்திருக்கவில்லை. முதல்நாட்கூட, அங்கு வந்த தாயிடம் டொக்டர் இதுபற்றி எதுவும் சொல்லியிருக்கவில்லை. இவையெல்லாமே முரண்தான். இங்குள்ள நடைமுறைக்குப் புதிர்தான்.

என்னால், என்னை வைத்திருக்கவே முடியவில்லை. வேலையில் நானிருக்கும்போதெல்லாம் அந்தப் பதினெட்டாம் இலக்கக் கட்டில் என்னை அவஸ்த்தைக்குள்ளாக்கியது. பார்வையாளர் நேரம் என்பது என்னை நரகத்துழற்றும் மணித்துளிகளாயின. அந்த மணித்துளிகளை எப்படி நான் எதிர்கொள்வேன். அந்த மணித்துளிகள் நாள்தோறும் வந்து என்னை நாசம் செய்தன. சர்வநாசம் செய்தன.

மேனகா மிஸ்கூட என்னை எப்போதும் வேலைக்கு ஏவினாள். நான் அமைதியாகக் கொஞ்சம் எங்காவது இருந்தால்போதும் உடனே வேலைக்கு ஏவுவாள். நான் ‘யூனிபோர்ம்’ தோய்க்காமல் போட்டுவருகிறேன் என்றுகூட குற்றம்சுமத்தினாள். ஆனால் பெரிய அன்பானவள்போல சாப்பிட மட்டும் வற்புறுத்தி அழைக்கிறாள். நான் போவதை நிறுத்திவிட்டேன்.

இந்த விடுதிக்கே பைத்தியம் பிடித்துவிட்டது. மூக்காப் பையன் தாய் வந்தபோது தன்னை மற்ற வீட்டார்கள்போலப் பார்க்க வருவதில்லை என்று திட்டினான். மேனகா கலகலப்பாக விடுதியிருந்தால் இது சந்தையா ஆஸ்பத்திரியா என்று கனகவதியம்மாபோல கேட்கிறாள். கனகவதியம்மா வீட்டை விட்டு வந்துவிட்டாள். இங்கே பணியாளர் விடுதி ஒன்றை தற்காலிகமாகப் பெற்று மகளோடு வந்து தங்கியிருக்கிறாள்.

இவை போதாதென்று, இராமதாசன் பார்க்க வந்த மனைவியோடு சண்டை. 'வேந்தனோடு நேற்று நீ படுத்தாயா இல்லையா' என்று பெரிய சண்டை. 'அவனோடு நீ ஏன் மோட்டார் சைக்கிளில் ஏறிப்போனாய். போன நீ படுக்காமல் வந்தாயா. என்னை நீ ஏமாற்றாதே' என்று கத்தியதோடு அவள் திருப்பிக் கதைத்ததற்கு அடித்தும் விட்டார். வீட்டில் 'நீ இருக்கக் கூடாது எங்காவது போய்விடு' என்று கத்தினார். எதிர்க் கட்டில் தடித்த மனிதர் 'ஒரு கல்வியதிகாரி அதுவும் ஒரு பட்டிமண்டபப் பேச்சாளர் இப்படியா நடந்துகொள்வது' என்று ஏசினார். இராமதாசனின் முகம் போர் வெறி பிடித்த முகமாயிருந்தது. விடுதியே நடுங்கிப் போய்விட்டது. டொக்டர் நிற்கும்போது நடந்ததால் அவர் மனநோய் வைத்தியரை அழைத்துப் பேசினார். அவர் இரண்டுநாட்களாய் ஆராய்ந்து இவருக்கு 'ஸ்கிற்சொபெர்னியா' என்று சொன்னார். இராமதாசனை எந்த விடுதியில் வைத்திருப்பதென்று தெரியவில்லை.

மாணிக்கமையா இரண்டுவாரத்தில் 'கிளினிக்' இங்கேதான் வரவேண்டும் என்பதைத் தெரிந்துகொண்டேன். புதிதாக புற்று உருவாகாமல் இருக்க இனித்தான் ரேடியோதெரபி தேவை. இந்த நாளை அறிந்து அன்று பகல்பொழுது வேலை நேரம் இல்லாதவாறு அமைத்துக்கொண்டேன். அமைதியற்ற அந்த நாட்களை காத்திருப்போடு கடக்கப் பழகிக்கொண்டேன்.

இந்த நாட்களில் தான் நாகாய்யாவின் அந்த அம்மாள்- அவரின் மனத்துணை- ஐயாவைப் பார்க்கவந்தாள். அன்று நெடுநேரமாய் அந்தத் தேமாப்பூ மரத்தின் கீழிருந்து கதைத்துக்கொண்டிருந்தார்கள். சேர்ந்து சாப்பிட்டார்கள். இது நடந்து இரண்டுநாளின் பின் நாகாய்யாவுக்கு ஓர் ஆச்சரியம் காத்திருந்தது.

மதிய நேரம், அந்த அம்மாளுடன் ஒரு பெண் தன் மகனுடன் வந்திருந்தாள். நாகாய்யா அவர்களைப் பார்த்ததும் படபடப்பாகிப்போனார். அதுதான் அவர் இத்தனை நாள் உறவுகொண்டாடாத மகள் உமாதேவி. அவளுடன் ஒரு விடலைச் சிறுவன். அவன்தான் பேரன். உமா விடுதியில் நுழைந்து கடைசிக் கட்டிலில் இருக்கும் தகப்பனைப் பார்த்ததும் "அப்பாஆ..." என்று கத்தியபடியே ஓடிப்போனாள். விடுதியே திரும்பிப் பார்த்தது.

எழுந்து இருந்தவரை கட்டிப்பிடித்து அழுதாள். அவர் எதுவும் பேசமுடியதவராய் அவளது கழுத்தின் இடையில் முகம் புதைத்துத் தளர்ந்திருந்தார். அந்தக் காட்சியையும் அவரின்

பேசாத்தனத்தையும் விடுதியும் வந்திருந்த சனமும் பார்த்திருந்தது. நாகாய்யாவின் அந்த ஒடுங்கல்தான், ஒரு அப்பனின் ஆகக் கூடிய மனிப்புக் கோரலாக இருக்கமுடியும். அந்த அணைப்பு, ஒரு மகளாக அப்பனிடம் மன்னிப்பை இறைஞ்சும் மிகச்சரியான வேண்டுதலாகப் பட்டது எனக்கு.

அன்பின் பொழிவில் பாய்கிறது சக்தி வெள்ளம். நாகாய்யா கண்கள் மினுங்க நிமிர்ந்திருந்து, தன் ஒற்றைக் கையால் அவள் தலையை தடவிக்கொண்டும் உச்சி முகர்ந்துகொண்டும் இருந்தார். இதை ஆச்சரியத்தோடு பார்த்திருந்த பெயரனை இழுத்து நெஞ்சொடு அணைத்து கொஞ்சினார். அந்த அம்மாள் முந்தானையால் கண்களைத் துடைத்து சேலைத் தலைப்பால் வாயை பொத்திகொண்டிருந்தாள். பொங்கக் காத்திருக்கும் பாற்குடம்போல ததும்பிக் கொண்டிருக்கிறாள்.

அவர் தன் ஒற்றைக் கையால் தேநீர் ஊற்றி பெயரனுக்குக் கொடுத்தார். மூக்காப் பயல் அங்கிருந்தபடி இதைப் பார்த்துவிட்டு வேண்டுமென்றே சத்தமாகச் செருமினான்.

“வாடா என்ர மூக்கா” என்று அழைத்தார். அவனும் எழுந்து குழந்தைபோல ஓடினான். “இவனும் என்ர பேரன்தான்” என்று மகளுக்குச் சொன்னார். மகள் ‘பார்சல்’ அவிழ்த்து சோறை பிசைந்து அப்பனுக்கு ஊட்டிவிட்டாள்.

“இவனுக்கும் ஊட்டு புள்ள” என்றார்.

அவளும் மூக்கா வேண்டாம் என்று மறுக்க மறுக்க இல்லையென்று ஊட்டிவிட்டாள். அப்போதெனக்கு வஞ்சியின் நினைவு வந்தது.

“பஞ்சத்தில சோத்தைக் காணாத மாதிரியல்லோ இண்டைக்கு ஐயா சாப்பிடுறார்” என்றான் மூக்கா. நாகாய்யா சிரித்தார். மகள் அழுதாள்.

“இவன் புள்ள அண்டைக்கு என்ர போன உசிரைக் கூப்பிட்டு நெஞ்சாங் கூட்டுக்க கொண்டுவந்திட்டானாம். இஞ்ச வார்ட்டில எல்லாரும் சொல்லிச்சினம். மிஸ் கனகவதியம்மாவே சொன்னா... செஞ்ச வைத்தியத்தில வந்திங்களா மூக்காப்பயல் கூப்பிட்டு வந்திங்களா கடவுளுக்கே வெளிச்சம் எண்டு சொன்னா... ம்ம்ம்.”

“கக்கா நான் சொன்னன் தானே, நாடகம் முடியேல்ல எங்க கிளம்புறாய் என்று” அவர் சிரித்தார். அவன் பின்னால் நிண்ட

அம்மாளைக் கடைக் கண்ணால் காட்டிக் ஒற்றைக் கண்ணை சிமிட்டினான். அவர் குலுங்கிச் சிரித்தார்.

“அதென்ன கக்கா... மூக்கா...” மகள் கேட்டாள்.

“இவன் முதல் கட்டிலில முன்ன இருந்தான். முதல் கட்டில் காரனை சுருக்கி மூக்கா என்றம். நான் கடைசிக் கட்டிலல்லோ... பின்ன, கக்கா என்று கூப்புடுறான்” இதைக் கேட்டு மகள் சிரித்தாள்.

இதைவிட வாழ்வு இனிக்க இனி என்ன இருக்கிறது என்பதுபோலத் தான் அன்று நாகாய்யாவின் முகமிருந்தது.

மாலை நேரம் அவரின் மருமகனும் பழங்களுடன் வந்திருந்தார். அவர் வீட்டுக்கு நாகாய்யாவை வருமாறு அழைத்தார். அவருக்கும் மகளுக்கும் என்னைத் தன் பெறாத மகன் என்று அறிமுகம் செய்தார். அப்போதுதான் கடமைக்கு வந்த மேனகா மிஸ்சுக்கு அவர்களை அறிமுகம் செய்துவிட்டு மேனகாவை அவர்களுக்கு தன் மகள் என்று அறிமுகம் செய்தார். மேனகா மிஸ் பூரிப்போடு சிரித்தாள். அவளுக்கு அது பிடித்திருந்தது.

இரண்டு நாட்களில் வஞ்சி ‘கிளினிக்’ வரும் நாளும் வந்தது. காலையிலேயே நான் பரபரப்போடு இருந்தேன். நான் வலு உற்சாகமாக வேலைக்கு முன்னதாகவே வந்தேன்.

மாணிக்கவாசகம் கடைசியாக வீடு போக நேர்ந்த அன்று, வஞ்சி தந்துவிட்டுப்போன பையில் மாமபழஙகளுடன் எனக்கொரு ‘சேர்ட்’டும் இருந்தது. உண்மையில் அதன் வர்ணம் எனக்குப் பிடித்திருந்தது. அளவுதான் சரியாக இல்லை. பெரிதாக இருந்ததை டெய்லர் பாரூக் நானாவிடம் கொடுத்து சரிசெய்தேன். இப்போது, துல்லியமான அளவும் அமைப்பும் என் உடலோடு சரியாகப் பொருந்தி அத்தனை கச்சிதமாக இருந்தது. எனக்கு மிகவும் பிடித்திருந்தது.

அதை நான் எனது புதிய தொழிலைத் தொடங்கும் நாளன்று முதன்முதல் போடுவதாக இருந்தேன். அதற்கான கட்டிடம் பார்த்தாகி விட்டது. ஆனால் அதனை கொஞ்சம் திருத்தம் செய்யவேண்டி இருந்தது. நான், இடையில் இருந்த மனச் சிக்கலில் அதனை முடிக்காமல் தாமதித்து விட்டேன். ஆனால் இன்று அந்த ‘சேர்ட்’ போடவேண்டும் போலிருந்தது. மனம் ஆசைகொள்ள வஞ்சி தந்த ‘சேர்ட்’டை போட்டுக்கொண்டு

வந்தேன். மீசையையும் கூட, மறுபடி அவள் சொல்லியவாறு கொஞ்சம் சரிப்படுத்திக்கொண்டேன்.

அவள் முகம் இதைப்பார்த்ததும் எப்படியிருக்கும்? என்ன சொல்லுவாள்? எப்படி பிரதிபலிப்பாள் வஞ்சி? என்று இரவெல்லாம் கணக்குபோட்டபடி இருந்தேன்.

வஞ்சி தந்த அந்த சேர்ட், என் முகத்தை அத்தனை பொலிவாய்க் காட்டியது. எந்த உடையிலும் என் முகம் இத்தனை வெளிச்சமாய் இருந்ததை நான் எப்போதும் உணர்ந்ததில்லை. காலை ஒன்பது மணிக்கெல்லாம் போய்விட்டேன். இன்னும் வஞ்சி வரவில்லை. பத்துமணியாகியது வரவில்லை. நான் நேரம் கழியாது அமைதியிழந்து இருந்தேன்.

காலமேன் காதலின் காத்திருப்பில் மட்டும் அந்தரத்தில் தொங்குகிறது. அசைய மறுக்கிறது. காத்திருத்தல் ஏன் காதலில் மட்டும் இவ்வளவு கனக்கிறது!

பதினொருமணியும் ஆகிவிட்டது அவர்கள் வரவில்லை. கொஞ்ச நேரத்தில், முடியாமல் வெட்கத்தை விட்டு உள்ளே விசாரிப்பது என்று முடிவு செய்தேன். உள்ளே 'அட்டென்டன்ற்' தெரிந்தவர் தான். மாணிக்கவாசகம் பெயரைச் சொல்லிக் கேட்டபோது 'அவர்கள் நேரம் பதின்னொன்றே முக்காலுக்குத்தான்' என்றார். 'இப்போதுதான் டொக்டரும் கேட்டார் அவர்கள் இன்னும் வரவில்லையே' என்றாரவர்.

ஐந்து நிமிடம் தாமதமாகத் தான் வஞ்சியும் தாயும் தகப்பனும் வந்தார்கள். அங்கே நின்றுகொண்டிருந்த என்னை கவனித்தும் கவனிக்காததுபோல் கடந்து போனார்கள். வஞ்சி கிளினிக் வாசலில் நின்ற பணியாளரிடம் தாங்கள் வந்துவிட்டதைச் சொன்னாள். அப்போது அவள் என்னைத் திரும்பிப் பார்த்து கவனமூன்றாமல் ஒருமுறை சிரித்தாள். உள்ளே போன பணியாளர் அவர்களை அழைத்துக்கொண்டு போய்விட்டார்.

வஞ்சி முன்னரைவிடத் தேறியிருந்தாள். அவள் முகம் பருவப் பொலிவை இப்போது கொண்டிருப்பதாகப்பட்டது. மூக்கின் இருபக்கக் கீழ் விளிம்பிலிருந்தும் வாயின் புறங்களை வளைத்து, நாடி நோக்கிச் சரிந்து விழுந்திருந்த கோடுகள் ஓரளவு மறைந்து விட்டிருந்தன. அவள் மெலிந்த இடை இப்போதும் மெலிவாய் இருந்தாலும் அது உறுதியை வலுவாய்க் கொண்டிருந்தது. அவள் கண்கள் கொஞ்சம் விரிந்து விட்டன. அவள் முன்போல் இல்லை.

ஒருவேளை, புற்றுநோயில் விழுந்த தந்தை, காயமுற்று சிறையில் இருக்கும் அண்ணன் என்ற முன்னிருந்த திகைப்பான செய்திகள் இப்போது வாழ்வில் பழக்கப்பட்டிருக்கலாம்.

ஆனால், என்னையோ அவள் தந்த இந்த ‘சேர்ட்’டையோ கூடக் கவனிக்காமல் எப்படிக் கடந்துபோனாள். அங்கே நின்றுகொண்டிருந்த எனக்கு அவமானமாக இருந்தது. போய்விடலாமா என்று எண்ணினேன். ஆனால் காதலின் மனம் விடவில்லை. அவர்கள் தூரத்திலிருந்து வருபவர்கள். தாமதமாகியும்விட்டது. அரைமணி நேரம் முன் கூட்டி நிற்காவிட்டால் இங்கே திட்டுவார்கள்வேறு. அவளுக்குப் பதட்டம் இருக்காதா என்ன? தனித்த பெண் எதையென்று கவனிப்பது? நான் காத்திருந்தேன்.

உணவு இடைவேளைக்கு முன்னான கடைசி நோயாளி என்பதால் வைத்திய நிபுணர் மாணிக்கமையாவை பார்வையிட்டு பின் வண்ணன் டொக்டரிடம் ஏதோ சொன்னபின் கிளம்பிப் போனார். கூடநின்ற மாணவர்களும் போய்விட்டனர். நான் பரபரப்போடு காத்திருந்தேன். நாகாய்யாவின் மகள் அன்று ஓடிவந்து கட்டியணைத்தது நினைவில் வந்தது. வஞ்சியை இன்னுமேன் காணவில்லை? நான் உள்ளே எட்டிப்பார்த்தேன்.

வஞ்சி மேசையின் எதிர்ப்புறமிருந்து டொக்டரோடு கதைத்துக்கொண்டிருந்தாள். நான் வெளியே காத்திருந்தேன். மணித்துளிகள் ஒவ்வொன்றும் என் மனதை நெரித்தன. நான் பொறுமையற்றவனாய் தளம்பிக்கொண்டிருந்தேன். எனக்கு அவள் உடனே வரவேண்டும். அவள் என்னைக் கண்டதும்- தன் ‘சேர்ட்’இல் என்னைக் கண்டதும் என்ன சொல்லப் போகிறாள்? நான் ஆசையில் அலைமோதினேன்; பொறுமையிழந்தேன். ஆனால் அவள் இன்னும் வரவே இல்லை. நானோ ஏதோ என்னையறியாமல் தொந்தரவுக்கு ஆளானேன். மேலே காற்றாடி படபடத்து சுற்றினாலும் வியர்ப்பதுபோல உணர்வு.

சரியாக அரைமணி நேரம் கழித்து வஞ்சி வந்தாள். அவள் வந்தாள். எனக்கு பலமணி நேரம் கடந்த உணர்வு. ஆனால் அவள் வந்ததுமே மனம் உற்சாகம் கொள்ளத்தொடங்கியது. அதுவரை மனதில் இருந்தவை அழிந்து போயிற்று.

“நான் உங்களுக்காகத்தான் பாத்துக்கொண்டிருந்தன்” சொல்லிக்கொண்டே நடந்தேன்.

“ஓ…எதுக்கு? நீங்க போயிருக்கலாமே. வேலையா… நான் கதைச்சுக்கொண்டிருந்ததால...”

அவள் முடிக்கவில்லை. நான் அவளைப் பார்த்தேன். அவள் என்னைப் பார்த்தாள். அவள் கண்களில் நான் எனக்கான எதையோ தேடினேன். நான் தேடுவது அவளுக்கு அப்போது தெரியவே இல்லை. நான் போட்டிருந்த அவளின் ‘சேர்ட்’டும் தெரியவில்லை. எனக்கு எதுவும் புரியவில்லை. நெஞ்சில் கனத்த புகை. திண்மம் போன்ற புகை.

“நாகாய்யா, முகிலன் இருக்கிறாங்களா” அவள் கேட்டாள்.

“ஆங்ம் இருக்கினம்” என்றேன்.

பிறகவள் உணவுவிடுதியில் கொண்டுபோய் தாயையும் தகப்பனையும் இருக்கவிட்டு என்னோடு விடுதிக்கு வந்தாள். இருந்த ‘வார்ட்’டுக்கு மீண்டும் தகப்பனைக் கூட்டிப்போவது முறையல்ல என்ற நம்பிக்கைக்காக அவள் அழைத்துவரவில்லை. அல்லது என்னோடு அவள் கதைப்பதற்கு உரிய நேரத்தை அமைத்துக் கொள்வதற்காக அவர்களைக் கூட்டிவரவில்லை. இதைக்கூடப் புரிந்துகொள்ள முடியாத மூடனாக கணத்தில் மாறிவிட்டேனே!

இருவரும் சேர்ந்தே விடுதியை நோக்கி நடந்தோம். ஆனால், அப்போதும் அவள் என்னைச் சரியாகக் கவனிக்கவில்லை. போட்டிருந்த ‘சேர்ட்’டும் கண்ணுக்குத் தெரியவில்லை. அவள் கண்கொண்டு என்னோடு கதைக்கவுமில்லை. பொதுவாக அங்கிருந்தவர் பற்றிக் கேட்டாள். மேனகா மிஸ் பற்றியும் கேட்டாள். பிறகு, கிளினிக் இல் எழுதிக் கொடுத்த மருந்தை உள்ளே தெரிந்தவர் மூலமாக எடுத்துத் தர முடியுமா. நீண்ட ‘கியூ’ நிற்கமுடியாது. பேரூந்தைப் பிடிக்கவேண்டும் என்றாள். இப்படித்தான் பொதுவாக கதைத்தாள். ஏமாற்றமாக இருந்தது மறுபடி.

அவள் பின்னால் அந்த அனாதைப் பூனைகள் ஓடிவந்தன. வாலைக் காற்றில் சுழட்டி அன்பினதும் பொங்கும் மகிழ்வினதும் குழைவை அவை காட்டின. அவை பிரிவிலும் அவளை மறக்கவில்லை. ஒருவேளை இத்தனை காலமும் அவை இவளுக்காக ஏங்கித் தவித்திருக்கலாம். அவற்றின் குரலில் ஏக்கத்தின் தொனி. அவளோ அவற்றை கவனிக்கவில்லை.

அவள் தன் கைத்தொலைபேசியை பார்த்தவாறு வந்தாள். அதில் குறுஞ்செய்தி வந்தது. திருப்பி இவள் ஏதோ பதில் செய்தி அனுப்பினாள். மறுபடி ஒரு செய்தி வரும் 'கிணிர்' மணி ஓசை கேட்க அவள் அதை வாசித்தாள். தனக்குள்ளே சிரித்தாள். பிறகும் ஏதோ அவசரமாய் எழுத்துகளை அழுத்தி சொற்கள் உருவாக்கி அனுப்பினாள். பூனைகள் ஏமாற்றத்தோடு பின்னால் வந்தன. சனங்களின் கால்களில் அவை தவறி மிதிப்பட்டு வீரிட்டுக் கத்தின. அப்போதும் அவள் கவனிக்கவில்லை. நான் அப்போது, எனக்குள் அழத் தொடங்கினேன் என்று நினைக்கிறேன்.

அன்றவள் உலர்ந்த வெங்காய வர்ணத்தில், உடலோடு நன்றாக இறுகப்பொருந்திய சுடிதார் போட்டிருந்தாள். உரித்த வெங்காயத்தின் உள்ளே ஒரு முளை வெண் வர்ணத்தில் இருக்குமே! அந்த வர்ணத்தில் பஜாமாவும் துப்பட்டாவும் போட்டிருந்தாள். அவள் அழகாய்த்தான் இருந்தாள். ஆனால் அவளுக்கு அது பொருந்தவில்லை என்று மனம் அதை ரசிக்க மறுத்தது. சிரிக்கும்போது இன்னும் அழகாய் இருந்தாள். ஆனால் அந்தச் சிரிப்புங்கூட, வஞ்சி எனும் அவளுக்கிருந்த முகத்தை மாற்றி வேறுமுகம் தந்தது. அவள் அழகை ரசிக்க முடியாத இழி மனதில் நானிருந்தேனாக்கும். பின்னெதற்கு அழகற்று தெரிந்தது!

அவள் அந்த மருந்து துண்டைத் தந்துவிட்டுப் போனாள். நான் உரிய மருந்தோடு மீண்டும் வந்து வெளியே நின்றேன். எனக்குக் கடமை நேரம் மாலைதான் என்பதால் நான் விடுதிக்கு வெளியேதான் காத்திருந்தேன். அவள் விடுதியில் மூக்கா மற்றும் நாகாய்யா அதோடு அந்தச் சிப்பாய் மூவருடனும் கதைத்துவிட்டு விடைபெற்று வந்தாள். அந்தச் சிப்பாய் பற்றிய பயமும் இப்போதவளிடம் இல்லை.

நடந்து வெளியே உணவகத்திற்கு வந்துவிட்ட நாங்கள், பிரியும் நேரம் வந்தது. எனக்கோ விளையாட்டில் பந்தயம் வைத்த சிறுவன், தன் பொருள் அனைத்தையும் இழந்ததுபோன்ற உணர்வில் மனம் வெம்பியபடி இருந்தது. தன்னைவிட்டு திருவிழாவுக்குப் போன தாயை எண்ணும் குழந்தையின் மனநிலைக்கு நான் மாறிக்கொண்டிருந்தேன். வெடிக்கப்போகும் நீர் நிரம்பிய பலூன்போல நெஞ்சு கனத்து வந்தது. அப்போதுதான் அவள் கேட்டாள். என் வஞ்சி கேட்டாள்:

"உங்கட ஃபோன் நம்பர் தாறிங்களா?"

அவள் தற்செயலாய் கேட்பதுபோன்ற பாவனையில் முகத்தை வைத்திருந்தாள். 'மூடன் நான். நான் ஒரு மூடன். நானல்லவா கொடுத்திருக்க வேண்டும் முன்பே! அவளைச் சங்கடத்துள் தள்ளிவிட்டது நானல்லவா! அவளையா கேட்க வைப்பது. 'மன்னித்துச்கொள் வஞ்சி. மன்னித்துக்கொள். நானொரு மடயன்' என் மனம் தனக்குத் தானே கொட்டி மனசுக்குள் அவளிடம் மன்னிப்புக் கேட்டது. நான் எனது இலக்கத்தைக் கொடுத்தேன். அவள் தன் இலக்கைத் தந்தாள். முகம் மலரப் பிரிந்தோம் அன்று.

இரண்டு நாட்கள் கசங்கிய காலத்தில் நானிருந்தேன்.

"எப்படி இருக்கிறீங்க?"

எனது கைத்தொலைபேசிக்கு மூன்றாம் நாள் இரவு வந்தது குறுஞ்செய்தி; வஞ்சியிடம் இருந்துதான்.

"நலம். நீங்க?"

"நலம். இரவு வேலையா...?"

"இல்லை."

"ஓ.... சரி படுங்க. கவனம். குட் நைட்."

இவ்வளவுதான். இரவு முழுவதும் ஏறத்தாளத் தூக்கமில்லை. காதலின் வர்ணத்தைப் புரிந்துகொள்ளச் சிரமப்படுகிறேன் என்று ஒரு கட்டத்தில் எண்ணியபோது தூங்கிவிட்டேன்.

நான் மறுநாள் வேலைக்குப் போகமுடியாமல் போனது. அம்மாவுக்கு உடம்பு சரியில்லை. அம்மாவை பார்த்துக்கொள்ள வேண்டியிருந்தது. இப்போதெல்லாம் அம்மா மீது அதிக வாஞ்சையாக நடந்துகொள்கிறேன் என்பது எனக்கே புரிந்தது. ஆனாலும், அன்று முழுதும் நான் வஞ்சியின் நினைப்பிலேயே இருந்தேன். அதற்கடுத்தநாள் தான், நான் வேலைக்குப் போயிருந்தேன்.

டொக்டரின் சம்மதத்தோடு நாகாய்யாவை அவரது மகளும் மருமகனுமாய் நேற்று வீட்டுக்கு அழைத்துப்போய்விட்டார்கள். விடுதியில் நாகாய்யா இல்லாதது வீட்டில் அம்மா இல்லாததுபோன்ற உணர்வைத் தந்தது.

அன்றும் வஞ்சியிடமிருந்து செய்தியில்லை. பொறுக்க முடியாமல் மறுநாளிரவு நானே ஒரு குறுஞ்செய்தி அனுப்ப முடிவு செய்தேன்.

“நலமாய் இருக்கிறீங்களா”

எந்தப் பதிலுமில்லை. நான் என் மொபைல் பார்த்தே களைத்துவிட்டேன்.

சைக்கிளை எடுத்துக்கொண்டு கடற்கரைக்குப் போனேன். இருட்டில் கவிழ்ந்து கிடந்த படகில் ஏறியிருந்தேன். தூரத்தில் சிறுத்தீவு தெரிகிறது. அவ்வளவு ரம்மியமாக இருக்கும் அந்த இடம். கவிழ்ந்த படகில் இருந்தவாறே அந்தத் தீவைப் பார்த்துக்கொண்டிருந்தேன்.

திடீரென மொபைலில் வெளிச்சம்! வந்தது பதில். “நல்ல சுகம். அப்பாவும் சுகம். நீங்க?”

“நான் நலந்தான். கோல் பண்ணவா...?”

“சரி...”

நான் கோல் பண்ணிக் கதைத்தேன். எடுத்த உடனேயே விடயத்துக்கு வந்துவிட்டேன். ‘உங்களைப் பார்க்கவேண்டும் போலிருகிறது. இனியும் எங்கள் விடயத்தை தள்ளிப் போடுவது சரியல்ல. நீங்கள் தனியாகக் கஷ்டப்படவேண்டாம் என்று நினைக்கிறேன்’ என்ற விடயத்தை சொன்னேன். சொல்லத்தானே வேண்டும்.

ஆனால் நடந்தது என்னவென்றால் மறுமுனையில் வெறும் மௌனம் மட்டுமே. நான் ‘ஹலோ... ஹலோ ஹலோ’ என்று அழைத்தேன். அழைப்பைத் துண்டித்துவிட்டாள். நெடு நேரம் காத்திருந்தேன் எந்தப் பதிலுமில்லை. குறுஞ்செய்தி போட்டேன் போகவில்லை. பொறுக்க முடியாமல் மீண்டும் அழைத்தேன் ‘நீங்கள் அழைக்கும் வாடிக்கையாளரை தற்போது தொடர்பு கொள்ள முடியவில்லை’ இதுதான் பதில்.

கவிழ்ந்த படகிலேயே இருளில் படுத்துக்கிடந்தேன். எப்போது உறங்கினேன் என்று எனக்கே தெரியாது.

ஒரு மீன்பிடி வள்ளம் கரைக்குத் திரும்பியபோது அதன் இரைச்சலில் எழுந்தேன். சைக்கிளை எடுத்துக்கொண்டு வீட்டுக்கு வந்தேன். ஊர் ஆழ்ந்த தூக்கத்தில் இருந்தது. நாய்களும் தூங்கிவிட்டன.

மறுநாள் வேலைக்குப் போனால் விடுதியே பரிகாசம் நிரம்பிய விடுதியாகப் பட்டதெனக்கு. உறவைப் பழிக்கும் வாழ்வு.

மானுடரின் மெய் மனம் நிறைந்திருப்பது இங்குதானாக்கும். பாசாங்குகள் கலைவதைப் படுத்தபடி பார்த்திருப்பவர்களிடையே நாங்கள் நடந்தபடி பார்த்திருக்கிறோம். வேறேது இங்கு வேறுபாடு. எவ்வளவு பரிகாசம்!

பரமசோதியர் எழுதிய கடிதம் மனித வாழ்வைப் பார்த்து பரிகசித்தது! அவர் பிணம் பிள்ளைகளைப் பார்த்துப் பரிகசித்தது! பிள்ளைகளை ஊரே பார்த்துப் பரிகசித்தது! இராமதாசன் மனைவியைப் பரிகசித்தார். அவரை மருத்துவம் பரிகசித்தது! நாகாவை ஆணவம் பரிகசித்தது. அவரின் மனத் துணையை ஊர் பரிகசித்தது. மூக்காவை மேனகா பரிகசித்தாள். மேனகாவை நான் பரிகசித்தேன். டொக்டரை அவர் தொழில் பரிகசித்தது. கனகவதியம்மாவை அவள் தம்பி பரிகசித்தான். அந்தச் சிப்பாயை போர் பரிகசித்தது. வஞ்சி தந்த 'சேர்ட்' என்னைப் பரிகசித்தது. வஞ்சிக்கு டொக்டர் கொடுத்த தொலைபேசி எண்ணும் என்னைப் பார்த்து பரிகசித்தது! பூனைகளும் பரிகசிக்கப்பட்டன! ஒரே பரிகாசம்!

யாருக்காயினும் தெரிகிறதா. நான் என்னவாய் ஆகிவிட்டேன் என்று!

அதோ அந்தக் கட்டிலின் அருகில் அவள் அன்பொழுக நின்றுகொண்டிருப்பாள். ஆதியும் அனாதியுமான நீர்ச் சுனையொன்று, இந்த உலக தாகத்தினைத் தீர்க்கவல்ல அருள் சுனையொன்று அவளுள்ளே பெருகியபடியிருப்பதைப் பார்த்தபடி இருப்பேன்.

துயர்தீர்க்கும் அன்பின் ஒளி அவள் கண்களில் இருந்தது. துயர் தீர்க்கும் அருள் வாக்கு அவளது சொல்லில் இருந்தது. துயர் தீர்க்கும் உடல் தழுவல் அழகிய மௌன உருவிலிருந்தது. அத்தனையும் இத்தனை காலமாய் எனக்காகி வந்தது.

இரவு நேரக் கடமையில் எரிந்தன நினைவுகள். சமுத்திரம் தீப்பிடித்து எரிவதுபோல தோன்றும் நெருப்பின் கொதி உணர்வது.

மாலையில் வீடு திரும்பும்போது பறவைகள் தம் தீனக் குரலில் என் அழிவைப் பாடுவதாக அச்சமுற்றேன். வானத்தின் செம்மஞ்சள் வர்ணத்தில், கலக்கும் ஊத்தை வர்ணம், விகார உருவில் பேய்களைத் தோற்றி என்னை விழுங்க வருவதாய் உணர்ந்தேன்.

வேம்படிச் சந்து கடந்து மறுமுனையில் திரும்பி, என்னூரின் குளத்தங்கரையை அண்டுகையில், பரந்து விரிந்த இலுப்பை மரத்தில், குருட்டு வௌவ்வால்கள் மோதிக் கிரீச்சிடுவது என் காதில் குடியிருந்து என் உயிர்வேரின் ஆளிருப்பையே குலைத்துப்போடுவதாய் அஞ்சினேன்.

அந்தத் தேமா மரத்தின் கீழிருக்கும், கல் இருக்கையைப் பார்க்கும்போதெல்லாம் அவள் அழகோவியம் நினைவுவரும். இன்று, பரமசோதி ஐயாவின் இறுதி உரையாடல் நினைவு வந்தது. அவரைக் கொண்டுபோய் கட்டிலில் விட்டு, அவர் கால்களைத் தூக்கி கட்டிலில் வைத்தபோது அவர் என்ன சொன்னார்?

“வஞ்சி மரம் பார்த்திருக்கிறாயா... அதன் எந்தப் பாகத்தையும் பிச்சு வாயில்போடு கசக்கும்” என்று.

ஏன் இப்படிச் சொன்னார்? உண்மையாகிவிட்டதே! ஆனால் அவர் எப்போதும் மனிதர்களை கசப்போடு பார்க்கும் பேர்வழி. தவிரவும் அப்போதெல்லாம் அவர் மாணிக்கம் ஐயாவோடு ஏதோ மனசிக்கல்... பின்ன, அப்படிதானே சொல்வார். நாகாய்யா இதற்கு எதிர் வளமாகத் தானே சொன்னார்! அதுவல்லவா முக்கியம்.

நான் அழைத்தபோது அவள் அன்று தாயுடனோ வேறு யாருடனோகூட இருந்திருக்கலாமே! எப்படி மொபைலில் பதில் சொல்ல முடியும் அவளால். நான்கூட நாசூக்காக பேசாமல், நேரிடையாக மொபைலில் சொல்லிவிட்டேனே. அருகே யார் என்ற நினைப்பே இந்த மூடனுக்கு இல்லையே. தவிரவும் அப்பா தீரா நோயில், அவளுக்குங்கூட ஏதோ நோய்வேறு, அண்ணா சிறையில். எங்கள் விடயம்பற்றி எப்படி வீட்டில் கதைக்கவோ முடிவெடுக்கவோ முடியும்! நான்தான் மூடன்!

இதோ! விடுதியின் வெளியே இருக்கும் இந்த நீள மர இருக்கையில் இருந்தபடிதானே அவள் தன் காதலை அழகாய் அறிவித்தாள். அவள் தாயும் அதற்கு எத்தனை அற்புதமாய் சம்மதம் சொன்னாள்.

நான் முடிவு செய்துவிட்டேன். இனி என்னால் ஒருபோழுதும் தாமதிக்க முடியாது. முடியவே முடியாது! எனக்கே இந்த நிலையென்றால், என் வஞ்சி, தன் நிலையில் என்ன பாடுபடுவாள். நோயில் அப்பா, சிறையில் அண்ணன், பிரிவில் நான். அவளால் தாங்கிக் கொள்ள முடியுமா! இனி நான் தாமதிக்கப் போவதில்லை. அவள் வீட்டிற்குப் போவதென்று முடிவுசெய்தேன்.

மாணிக்கவாசகத்தின் கோவையை அலுமாரியில் இருந்து களவாக எடுத்து அவர்களின் முகவரியைக் குறித்துக்கொண்டேன்.

இந்த நேரத்தில் நான் கலியாணக் கதையைத் தொடங்க முடியுமா? ஆனாலும் நான் பொறுமை இழந்துவிட்டேன். அவர்களுக்கு அருகாமையில் நான் உண்மையாக இருக்க விரும்பினேன். புரிகிறதா? எனக்கு வஞ்சி வேண்டுமென்பதல்ல இங்கு பொருள். அவளுக்கு இப்போது நான் வேண்டும். என் ஆறுதல் வேண்டும். என் கண்கள் வேண்டும். என் கரங்கள் வேண்டும். என் காதல் வேண்டும். எப்படிக் கொடுப்பேன் நான்!

வஞ்சி இருளில் தனித்து, தனிமையில் மூழ்குவதை நான் தடுக்க விரும்பினேன். ஐயா ஒரு நாள் கதைக்கும் போது சொன்னார். வீடு போவதற்கு முதல்நாள் என்று நினைக்கிறேன். 'தம்பி வன்னில இருந்தாக்களுக்கு கான்சர் கடுமையா வருதாம். பிள்ளைக்கும் வருமோ தெரியேல என்ன?' ஏற்கனவே பயந்திருந்த என் மனதை அவர் வார்த்தை பாடாய்ப் படுத்தியது. இப்போது அந்த விடயம் ஞாபகம் வரவும், அவள் அண்ணாவையும் சிறையில் போய்ப் பார்க்க விரும்பினேன்.

எப்படியும் அவர்கள் தனித்திருக்கக் கூடாது. அந்தக் குடும்பத்திற்கு இந்த சமயத்தில்தான் நான் வேண்டும். இன்னும் சிலநாள் பொறுக்கலாம் என்று மனதை கட்டுப்படுத்திப் பார்த்தேன். காரணம், இப்போதே கலியாணம் பற்றி கதைத்தால் தாய் எப்படி எடுத்துக்கொள்வாளோ என்று உள்ளூரப் பயமிருந்தது.

என்னதான் நான் என் மனத்தைக் கட்டுப்படுத்தினாலும் மனம் சொல் கேட்கவில்லை. அவர்கள் தனித்திருப்பது நல்லதல்ல.

அத்தியாயம் 17

ஒரு பிழைக்குள் எத்தனை சரிகள்! ஒரு சரிக்குள் தான் எத்தனை பிழைகள்! என்னவொரு விநோதக் கணக்கிது!

சுகயீன விடுப்புக் கோரிக்கையை கொடுத்துவிட்டு வஞ்சியின் வீட்டிற்கு மோட்டார் சைக்கிளில் கிளம்பினேன். நாவற்குழிப் பாலம் கடக்கிறேன். காற்று முகத்திலறைய மனமெல்லாம் பதட்டம்.

ஆனையிறவில் இராணுவச் சோதனைச் சாவடி. அங்கே இறக்கி அடையாள அட்டையையும் மோட்டார் சைக்கிள் இலக்கத்தையும் பதிவு செய்தபின்தான் விடுகிறார்கள். வரிசையில் போய் நின்றேன். தெற்கிலிருந்து பேரூந்துகளிலும் கார்களிலும் போரின் வெற்றியைப் பார்க்கவரும் சிங்கள மக்கள்கூட்டம். இராணுவத்தின் கடைகள். பழைய கவச வாகனம். அதை நிறைத்து தெற்கின் உலலாசப் பயணிகளால் போடப்படும் பூமாலைகள். ஒரு தேர் போல நிற்கிறது அது. தொண்ணூற்றி ஓராமாண்டு புலிகள் ஆனையிறவு தளத்தை தாக்கியபோது இறுதிக் கணத்தில் அந்தத் தற்கொலை தாக்குதல் கவச வாகனத்தை தடுத்து நிறுத்த உயிர்கொடுத்த காமினி என்ற சிப்பாய் பற்றி வாகனத்தில் விபரப்பலகை வைக்கப்படிருந்தது.

வரிசையில் நின்று பதிந்துவிட்டு நகர்ந்தேன். தேநீர் குடிக்கவேண்டும்போல இருந்தது. அங்கேயே கூட்டத்தில் புகுந்து தேநீர் வாங்கினேன். அந்த வாகனத்தை அப்போது ஓட்டிச் சென்ற போராளியை எனக்குத் தெரியும். அவர் என்னுடன் இந்திய அமைதிப்படை சிறையில் இருந்தவர். கம்பீரமும் அழகும் நிறைந்தவர். வெள்ளைக்காரன்போல ஆங்கிலம் பேசக்கூடியவர். எப்போதும் படித்துக்கொண்டு இருப்பார். மற்றவர்கள்

சிலர் கிண்டல் பண்ணுவார்கள் 'லண்டனில் இருக்கமுடியாமல் யூலை படுகொலையைப் பார்த்து, நாடு கேட்டுக் கிளம்பிவந்து இங்கே நாய்ப்பிழைப்பு பிழைக்கவேண்டுமா' என்று. அயர்லாந்தில் படித்தவர் உயர் வகை விஸ்கிப் போத்தலொன்றை தலைவருக்கு வாங்கிக் கொண்டு இயக்கத்தில் சேர சென்னைக்கு வந்தாராம். வந்தபின்தான் தெரியும் இயக்கத்தில் தானேகூடக் குடிக்க முடியாதென்று.

என்ன நினைத்தேனோ அங்கே இருந்த கடையில் நானும் ஒரு மாலை வாங்கினேன். அந்தக் கவச வாகனத்தின் மீது கொண்டுபோய்ப் போட்டேன். கிளம்பிவிட்டேன்.

உப்புவெளிக் காற்று. முகம் எங்கும் பிசுபிசுப்பு. வீதியின் இரு ஓரங்களில் இருந்த எந்த வீடும் உருப்படியாக இல்லை. போரில் சிதைந்த சுவர்கள் மட்டுமே இருக்கின்றன. கடந்துபோனால் எரிந்துகிடக்கும் வயல்வெளி. பரந்தன் பட்டினம் இடிபாடுகளின் பட்டினம். எங்கும் இராணுவம். இங்கிருக்கும் ஏதோவொரு முகாமில் இருந்துதான் சுனில்பிரசேர எங்கள் விடுதிக்கு வந்திருக்கவேண்டும். பரந்தனில் திரும்பி முல்லைத்தீவு வீதியால் போனேன். எரிந்த வயல்களின் அனல் காற்று. விசுவமடு ஊர் நெருங்கும்போது போரின் உக்கிர தாண்டவம் தெரியத் தொடங்கியது. மிகச் சில மனிதர்கள் நடந்தே போகிறார்கள். கடைகள் இன்னுமில்லை. கடைக் கட்டிடங்கள் எல்லாம் சிதைந்துவிட்டன. ஓரங்களில் உருக்குலைந்த நிலையில் சிலது எரிந்த நிலையில் சிலதாய் வாகனங்கள்.

எங்கும் பிணங்கள் இருப்பதுபோன்ற பிரமை எனக்கு. மனமெங்கும் அச்சம்! 'இங்கேயா வஞ்சி இருக்க வேண்டும். யாழ்ப்பாணத்தில் வீடொன்றை வாடகைக்கு எடுத்து இவர்களை அழைத்துப் போய்விடவேண்டும்.'

வீதியோர வளவுகளில் தலையறுந்த தென்னைகளே எங்கும். குன்றும் குழியுமான பாதை. நிறுத்தி விசாரித்தேன். புதுக்குடியிருப்புக்கு போக முடியாது என்று சொன்னார்கள். இராணுவம் அந்தப் பகுதிக்கு குடியேற இன்னும் அனுமதிக்கவில்லையாம்.

வஞ்சி பொய்சொன்னாளா! நம்பமுடியவில்லை. முகவரியை காட்டி விசாரித்தபோது இது புதுக்குடியிருப்புக்கும் முன்னால் இருக்கிறது இதுவரை போகலாம் என்றார்கள்.

அலைக்கழிவின் இடையினில் இடத்தைத் தேடிப்பிடித்தேன். நெஞ்சு பட பட என்றிருந்தது. அங்கே வீதியில் பென்னம்பெரிய அரச மரமொன்று கிளைகள் சிலும்பி வேரோடு சாய்ந்திருந்தது. ஒரு தலையறுந்த தென்னைவளவு. குண்டுவிழுந்து கூரை சிதறிய வீடு. ஒரு அறைக்கும் சமையலறைக்கும் உடைந்த 'அஸ்பெஸ்ட்ரோஸ் சீட்' வைத்து மழை ஒழுகாமல் பண்ணியிருகிறார்கள். மிகுதி இரண்டறையும் ஹாலும் இடிந்தபடியே இருக்கிறது. நான் முற்றத்திற்குப் போய் கூப்பிட்டேன்.

வஞ்சிதான் வந்தாள். பின்னால் பூனையொன்று வாலை நிமிர்த்தியபடி கூடவந்தது. வஞ்சி பார்த்ததும் திகைத்துவிட்டாள்.

"என்ன இங்க..."

"இல்லை, சும்மா விசாரிக்க வந்தனான்."

அதைக் கேட்ட அவளின் முகம் எப்படி என்று கவனிக்கமுன்னமே உள்ளே போய்விட்டாள். சூழல் எனக்கு குழப்பமாக இருந்தது. நான் என் விடயத்திலேயே கவனமாக இருந்தேன் என்று நினைக்கிறேன். பிறகு தாய்தான் வந்து கதைத்தாள். கால் உடைந்த இருக்கையை வாழை நாரால் தடி வைத்துக் கட்டியிருந்தார்கள். அதை இருக்கக் கொடுத்தாள். மாணிக்கமையா பக்கத்தில் அவரின் நண்பர் வீட்டில் இருக்கிறாராம். இங்கே தங்குவதற்கு போதிய வசதிகள் இல்லை.

ஒவ்வாத சூழலில் தனித்துவிடப்பட்ட என்னைவிட்டு சொற்கள் எங்கோ ஓடிவிட்டன. நான் எதிர்பார்த்த முகங்களை அங்கே காணவில்லை. அவமானமாக இருந்தது. வஞ்சி வெளியே வரவேயில்லை. வேலியோரத்தில் பனம்பழம் ஒன்று 'தொப்' என்று விழுந்து அதன் முடி அப்பால் சிதற குப்பையில் உருண்டு ஓடியது.

"நான் நேர்ல வரோணும் என்றுதான் இருந்தன். சொந்தமா தொழில் தொடங்கப்போறன். இந்த வேலைய விடுறதா இருக்கிறன். மருமகன் என்ஜினியர்தான். அவரோட உதவியில கட்டிட ஒப்பந்த வேலை செய்யப்போறன்..." எப்படியோ உரையாட இந்தவிடயம் மனதில் தோன்றி கைகொடுத்தது. அவஸ்தையான சூழல்.

பிறகு, நேரடியாக விடயத்துக்கு வரத்தயங்கி ஒவ்வொன்றாக சொன்னேன். வஞ்சி உள்ளே தாயைக் கூப்பிட்டு கருப்புத் தேனீர் கொடுத்து அனுப்பினாள். நான் சொல்லி முடிக்காமலேயே அம்மாள் குறுக்கிட்டு கதைக்கத் தொடங்கினாள்...

“பிள்ளை எல்லாம் சொன்னவள். தம்பி நீங்க செய்த உதவிய நாங்கள் மறக்கேல...” அவள் நிறுத்தி மேலே பேசத் தயங்கியவளாய் சுவரைப் பார்த்தாள். பிறகு,

“தம்பி என்னதான் இருந்தாலும்... நீங்க பிழையா நெனைச்சிட்டீங்க. உங்களுக்கு எல்லாம் தெரியும்... நாங்கள் எதிர்பார்க்கேல...” பிறகு என்னென்னவோ சொன்னாள்.

அவள் சொன்ன அந்த வார்த்தைகளில் என் மனம் நின்றுவிட்டது. காதுக்குள் ஒரு அமுக்கம் பிறகு இரைச்சல். அம்மாள் தயங்கித் தயங்கி மேலும் ஏதோ சொன்னாள். அது ஒரு ஊமைப் படம்போல இருந்ததெனக்கு. மனம் எதையும் பிடிகொள்ளவில்லை.

நான் வஞ்சியோடு வாழ்வைப் பின்னிக்கொண்டுவிட்டேன் என்று உங்களுக்குத் தெரியும். இது ஒரு கைப் பின்னல் அல்ல. இரு கைப்பின்னல் என்றும் தெரியும். அவளொரு இழை கோர்க்க, நான் மறு இழை சேர்க்க என்று நிதமும் கூடி வந்த பின்னலிது. அதன் அழகும் ஆதூரமும் நீங்கள் அறியாததல்ல. என்னாச்சு! இதோ இந்தக் கணத்தில் எந்தப் பின்னலையும் அங்கே காணவில்லையே!

காய்ந்த இடியப்பத்தை உலுர்த்திப் போட்டதுபோல எல்லா இழைகளும் காலடியிற் புழுக்கள் போல கொட்டிக்கிடக்கின்றன. நினைவுகளோ உயிருள்ள இழைகள். இதோ அவை புழுப்போல நெளிகின்றன. அசிங்கமாக நெளிகின்றன. இங்கே எந்தப் பின்னலுமில்லை. அந்தம்மாள் ஏதோ நியாயம் சொல்லிக்கொண்டிருக்கிறாள்.

எங்கோ ஒரு மரக் கொத்திப் பறவை, பட்ட மரத்தை ‘டொக் டொக் டொக்’ என்று கொத்திக்கொண்டு இருகிறது. அது என் மண்டையில் கொத்துவதுபோல உக்கிரமாகி வந்தது.

அந்த அம்மா செருமினாள். நான் அப்போதுதான் நிமிர்ந்தேன். இடையில் எவ்வளவுநேரம் ஆனதென்று தெரியவில்லை. சமையலறையைப் பார்த்தேன்.

“வஞ்சி சொன்னாளா” என்று நான் ஏதோ கேட்டிருக்க வேண்டும். சரியாக வார்த்தை நினைவில்லை. நான் எந்த உணர்வில் இப்படிக் கேட்டேன் என்றும் எனக்கே தெரியவில்லை.

அம்மாள் முகமரண்டு தடுமாறியதாக, என் முகம் பார்ப்பதை தவிர்த்ததாக ஒரு ஞாபகம். இன்னொன்றும் நினைவிருக்கிறது

அவள் அதன் பிறகு அங்கு இருக்கவில்லை உடனேயே உள்ளே போய்விட்டாள். வாசலில் வைத்துப் போகும்போது சொன்னாள்:

“தம்பி பிள்ளைக்கு போன் பண்ணாதைங்கோ. நாங்கள் ஆம்பிளைத் துணை இல்லாமல் தனிய இருகிறனாங்கள்...” அப்படி ஏதோ சொன்னாள். அங்கே மீண்டும் வரக்ககூடாதென்று அந்த அம்மாள் அப்படி வேறு வார்த்தைகளால் சொல்கிறாள் என்பது மட்டுந்தான் எனக்குப் புரிந்தது. அந்தம்மாள் எப்போதும் வேறு வார்த்தைகளால்தானே கதைப்பவள். அவள் அப்படி சொன்னதனால்தான் நான் என் கைத்தொலைபேசியை இழக்க நேர்ந்தது.

இதற்கு முன் இந்தளவுக்கு வாழ்வில் அவமானப்பட்டதாக நினைவில்லை. சத்தியமாக என்னை யாரோ கூட்டத்தில் நிர்வாணப் படுத்திவிட்டதாக உணர்ந்தேன். உதைத்து மோட்டார் சைக்கிளை ‘ஸ்ட்ராட்’ பண்ணினேன். வெளிப் படலையால் மோட்டார்சைக்கிளை எடுக்கவும் சுற்றியிருந்த முள்ளுக்கம்பி என் ஜீன்ஸில் கொழுவிக் கிழித்தது. சூழல் பற்றிய பிரக்ஞையே என்னிடம் இருக்கவில்லை.

எல்லாம் இழந்த வன்னி ஊர்களின் அவலக் கோலத்தைப் பார்த்தபடியே திரும்பிவந்தேன். குன்று குழிகளில் உடல் குலுக்கியதில் குமட்டலாக இருந்தது. ஆனையிறவில், போர் வெற்றியின் தூபிக்கு எதிர்ப்புறத்தில் நின்ற அந்தக் கவசவாகனம் மாலைகளால் குவிந்து பிண ஊர்திபோல நின்றது.

சாவகச்சேரி அருகே வரவும் என் கைகள் சோர்ந்து பிடியிழந்து வருவதாக உணர்ந்தேன். மோட்டார் சைக்கிளை இதற்கு மேலும் ஓட்ட முடியுமா என்று தெரியவில்லை. நிறுத்திவிட்டு தெரு ஓரத்தில் ஒரு தேனீர் குடித்தேன். அருகில் இருந்த ஒருவர் படித்துக்கொண்டிருந்த பத்திரிக்கையின் பின்புறம் நாகாய்யாவின் படம். மரண அறிவிப்பு!

ஐயோ... இன்றுதான் சொந்த ஊரில் அடக்கம் செய்கிறார்கள்! மோட்டார் சைக்கிளைத் திருப்பினேன். அருகேதான் அவரின் சொந்த ஊர்.

பத்திரிகையிலிருந்த முகவரியை பிள்ளையார் கோவில் ஆலமரத்தடியில் விசாரித்த போதே சொல்லிவிட்டார்கள். ஆலமரத்திலிருந்த குக்குறுப் பாய்ச்சான் குருவியொன்று ‘குக்குறூ குக்குரூக்’ என்றது. ‘மக்கு மார்க்ஸ் மக்கு மார்க்ஸ்’ என்று எனக்குக்

கேட்டது. பிள்ளையார் ஒரு காலைத்தூக்கி என்னை நகைப்பதாக நடனமாடினார். கூடவே, அதுதான் - அந்தக் குருவி என் தலையில் பீச்சிவிட்டிருக்க வேண்டும். கவனிக்காமலேயே போனேன்.

வீட்டு ஒழுங்கையிலேயே தலைகீழாகப் பின்னப்பட்ட தோரணங்கள் கட்டப்படிருந்தன. அதைப் பார்த்ததும் இங்கேதான் வீடு என்று தெரிந்துவிட்டது. பரபரத்த சனங்களாய் சாவீட்டுக் களை!

தென்னோலையில் இழைத்த பன்னாங்கு ஒன்றை ஒருவர் உள்ளே தூக்கிப்போனார். பிணம் எடுக்க ஆயத்த வேலைகள் நடந்தன. நான் எதிர்பார்க்கவேயில்லை. உள்ளேயிருந்து மேனாக மிஸ் வந்தாள்.

“எங்க போனீங்கள். எத்தனை முறை கோல் பண்ணினன்” என்றாள்.

“வவுனியாவுக்கு ஒரு அவசர அலுவல்... வார்ட்டில சொல்ல வேண்டாம்...”

“இதென்ன கோலம் ஜீன்ஸ் கிழிஞ்சிருக்கு” நான் ஒன்றும் சொல்ல முடியாமல் குனிந்து புதிதாகப் பார்ப்பதுபோல பாவனை பண்ணினேன்.

“தலையில என்ன... காகம் எச்சமா...”

“இல்லை குருவி” என்றேன் நான். பறவைகளின் எச்சம் படாதவர் யார்!

அருகே நின்ற பூவரசம் மரத்தில் பச்சை இலை பிடுங்கி என் தலையைத் துடைத்துவிட்டாள். வெளிநாட்டிலிருந்த மகன் வரவில்லையாம். போன அவருக்கு இன்னும் விசா கிடைக்கவில்லையாம். மற்ற மகள் வந்திருக்கிறாள் பிள்ளைகளோடு. கணவர் வரவில்லையாம். இங்கிருந்த மருமகன் தான் ‘கொள்ளி’ வைக்கிறாராம். அவரைத்தான் வைக்கவும் சொன்னாராம், சாக முன்னம் நாகாய்யா.

மேனகா மிஸ் என்னை ‘முதலில் நாகாய்யாவின் உடலை பார்த்துவிட்டு வா. மூடப்போகிறார்கள் பெட்டியை’ என்று சொன்னாள். நான் உள்ளே பந்தலுக்குப் போனேன். எந்த கோணலுமின்றி ஐயா ஒற்றைக் கையோடு படுத்திருந்தார். தலையை குனிந்து அஞ்சலி செய்துவிட்டு நிமிர்ந்தேன். அப்போதான்

பார்க்கிறேன் மூக்காப் பயல் முன்னால் நிற்கிறான். என்னைக் கண்டதும் 'மார்க்ஸ் அண்ணா' என்று கட்டி அழுதான். எனக்கு என்ன நடந்தது என்று தெரியவில்லை நெஞ்சு முட்டிக்கொண்டு வந்தது. அப்போதுதான் பெட்டியை மூடினார்கள்.

மகள்கள் இருவரும் வீரிட்டு அழுதார்கள். பின்னால் அந்த அம்மாள் முகம் பொத்தி அழுதாள். நான்கு ஆண்கள் பெட்டியைத் தூக்கிக்கொண்டு போனார்கள். மூக்கா 'ஐயா' என்று என் தோளைப் பிடித்துக் கத்தினான். நான் முதல் முறையாக வெடித்து அழுதேன். திரண்ட எல்லாத் துக்கமும் வெடித்தது. மேனகா ஒரு கையில் என்னைப் பிடித்து மறுகையால் மூக்காவின் தலையைத் தடவிகொண்டிருந்தாள். அங்கிருந்த பெண்கள் எங்களை யாரென்று தெரியாமல் விநோதமாய்ப் பார்த்தார்கள்.

பிணம் போய்விட்டது.

பத்தாம் நம்பர் விடுதியில் சிலர் வீடு திரும்புகிறார்கள். சிலர் காடு திரும்புகிறார்கள். எங்கு போனாலும் எல்லார் நோயையும் என்னிடமே தந்துவிட்டுப் போகிறார்கள். எல்லார் தனிமையையும் என்னிடமே விட்டுப் போகிறார்கள். எல்லார் பாரத்தையும் என்னையே சுமக்க வைத்துப் போகிறார்கள். நானே தனித்துவிடப்பட்டவனாகவும் நோயாளியாகவும் பாரம் சுமப்பவனாகவும் வதையுறுகிறேன். எந்த ஆட்டுக் குட்டியும் என்கூட இல்லை.

இன்று என் வாழ்வின் அசுப நாள். இல்லாவிட்டால் வஞ்சியின் வீடு தேடி திருமணத்தைப் பேசிமுடிக்க போயிருப்பேனா! காருண்யமற்ற நாள்.

இருளும் நேரம் நான் என் திருநகருக்கு வந்தேன். ஊர்க் குளத்தை நெருங்கியதும் ஏதோ வெறி எழ என் கைத்தொலைபேசியைக் குளத்தில் விட்டெறிந்தேன். அது விழுந்து நீர் அலைகளை வளையங்களாக எழுப்பியது. அந்த வளையங்கள் கரையை நோக்கி வந்தன ஆனால் கரையை அடையவில்லை. நீரிலும் அவை அமிழவில்லை. அது ஒரு காட்சிபோல இப்போதும் நினைவில் இருக்கிறது. விசித்திரம்தான்.

வீட்டு வாசலில் அப்பன் போதையில் பாடிக்கொண்டிருந்தார். அது அவர் பாடல் யாருக்கும் தெரிந்திராத அவர் மட்டுமே அறிந்த பாடல். நான் வருவதே அவர் கண்ணுக்குத் தெரியவில்லை. படியில் நாய் தன் புண்ணைத் தானே நக்கிக்கொண்டு படுத்திருந்தது.

வீட்டுக்குள் நுழைந்து, அறை மூலையில் சிலும்பி இருந்த புற்பாயை இழுத்துப் போட்டு படுத்தேன். இருட்டு இதமாக இருந்தது. எனக்குத் தேவையானதாகவும் இருந்தது. என்னிடமிருந்தே அது என்னை மறைக்கட்டும்.

மரணத்தைக் காட்டிலும் மோசமான உலகினுள் என்னையறியாமல் இழுத்துச் செல்லப்படுகிறேன். மூச்சு நெஞ்சுள் திண்மமாகித் திணறியது. அதை வெளியேற்ற முடியாமல் வலியால் துடித்தேன். நான் முயலும் தோறும், அது மேலும் இறுகி நெஞ்சுள் பெருத்தது. மூக்கப் பையன் கத்துகிறான் "மார்க்ஸ் அண்ண வா நாடகம் முடியேல்ல."

நினைவோடையில் இருந்து வஞ்சியுடனான காட்சிகள் தான் மிதந்து வருகின்றன. என் மூச்சடைக்க வருகின்றன. ஒரு காட்சியைக் கடந்தால் அது மறு காட்சியை இழுத்துவிடுகிறது. வஞ்சியை, அவள் உறவை, அவள் பேச்சை, அவள் முகத்தை, அவள் மாறுதல்களை, எல்லாவற்றையும் கொண்டுவருகிறது. நான் நச்சுக்கடலில் அமிழ்ந்தேன். எந்த மிதப்பும் இல்லாது, எந்தக் கரையும் கண்ணில் தெரியாத தூரத்தில், காதலால் திக்கழிந்த கடலில் கைவிடப்பட்டேன். நான் மனிதரைச் சபித்தேன். நம்பாத கர்த்தரையும் சபித்தேன்.

மூக்காப் பையன் கத்துகிறான் " மார்க்ஸ் அண்ணா கிளம்பிட்டாரு பராக்... பராக்... பராக்."

"தம்பி என்னதான் இருந்தாலும்... நீங்க பிழையா நெனைச்சிட்டீங்கள்போல. உங்களுக்கு எல்லாம் தெரியும்... நாங்கள் எதிர்பார்க்கேல..."

அம்மாள் சொன்ன அந்த வார்த்தைகள் என்னைக் கைவிட்டுப் போக மறுத்தன. அதை உதைத்து தள்ள எத்தனை முயன்றும் அவை காதின் உள்ளடுக்கில் ஒட்டிக்கொண்டு விட்டன. நிரந்தரமாய் ஒட்டி விட்டன.

காலம் அழிந்தது. திசைகள் அழிந்தன. பொழுதுகள் அழிந்தன. சுற்றம் அழிந்தது. நான் கற்றதும் அழிந்தது ஐயோ!

என் சுயம் அழிந்தது. என் தவம் அழிந்தது. என் வரம் அழிந்தது. என் வாழ்வும் அழிந்தது. ஐயோ!

அவளின்றி ஒருபொழுதும் ஆகாது வாழ்வென்று. அவளின்றி ஒருபொழுதும் ஆகாது பொருளென்று. எப்படி நான் பகலையும் இரவையும் கடப்பேன்.

வீணில் வீழ்ந்ததென் பொழுது. வீணில் வீழ்ந்ததென் மனசு. வீணில் வீழ்ந்ததென் வாழ்வு, அவளே அவளின்றி.

எப்போதென்று தெரியாது. மறுபடி விழிப்பு வந்தது. ஆனால் இருள்.

என்னைப் பின் தொடர்வது குறித்தான ஆட்சேபனைகளை நான் எப்போதோ கடந்துவிட்டேன். வெட்கமின்றி நீ இன்னும் வருவது குறித்துத்தான் சில ஆச்சரியங்கள் உண்டு. இந்த மரணம் பற்றி சொல்ல வேறு என்ன வார்த்தைதான் இருக்கிறது!

நான் இறுதிப் படுக்கைக்கு வந்துவிட்டதும், படுத்த இடத்திலேயே புதைந்து கொண்டிருப்பதும், இங்கே யாரொருவருக்கும் ஒரு செய்தியே அல்ல. தலைவர் என்று சொன்ன ஊரைக்கூடக் காணவே இல்லை. அவரவர் பொல்லாப் பாடுகளில் தப்பிக்க ஒருவரை மிதித்து அடுத்தவர் ஓடுகிறார்.

அம்மா ஏதும் புரியாமல் சதா பிரார்த்தனைகளில் இருந்தாள். அப்பா என் தலைமாட்டில் சாராயப் போத்தலை வைத்துவிட்டுபோனார். அம்மா போத்தலின் அருகிலேயே சாப்பாட்டை வைத்தாள். இறுதியில் தொட்டம்மாவோடு தேவாலயம்போய் பாதிரியைக் கூட்டிவந்தாள்.

பாதிரி ஊதுபத்தி புகையை வீடெங்கும் நிரப்பிப் பிரார்தித்தார். அந்த வாசனையோ வஞ்சியையே நினைவு படுத்திற்று. ஓரோர் சமயத்தில் ஸ்கூல் டீச்சர் வீட்டு நினைவும் வந்துபோனது. அந்த வீட்டிலும் இதே வாசனை!

'ஊதுபத்தி போட வேண்டாம்' என வெறித்தனமாய்க் கத்தினேன். "சாத்தானே கர்த்தரின் கட்டளையாகச் சொல்கிறேன் போய்விடு" என்று கத்தினான் பாதிரி.

அம்மா நான் வன்னிக்குப் போய்வந்ததைச் சொன்னாள். வந்ததிலிருந்தே இப்படியானது என்றாள். பாதிரியாருக்கு எல்லாம் புரிந்துவிட்டதுபோல அவர் உறுதியாகினார்.

"நிச்சயமாக இது கெட்ட ஆவிதான். பயம் வேண்டாம் போய்விடும்" என்று பாதிரி புதிய செபமாலையை வீட்டு வாசலில்

தொங்கவிட்டுப் போனார். கூடவே குருத்தோலையில் செய்த குருசை படலையில் செருகினார்.

என் வாழ்வு என்னாயிற்று! என் கதை என்னாயிற்று!. அடுத்து வந்த நாட்கள் என்முன் என்னவாகி விடிந்தன. இதுபற்றியெல்லாம் நான் சொல்லப்போவதில்லை. அவை சொல்ல முடியாதவை. அவமானகரமானவை. பெரு மனதோடு மன்னித்துவிடுங்கள். அதன் முடிவில் என் மரணம் இருக்கிறது. என் மரணத்தை நோக்கி உங்கள் படகை செலுத்தச் சொல்லமாட்டேன். நான் இத்துடன் போய்விடுகிறேன். இத்துடன் இதை விட்டுவிடுகிறேன். இவ்வளவும் தான் என் கதை என்று எடுத்துக் கொள்ளுங்கள்.

மன்னித்துவிடுங்கள்.

இல்லையென்று நீங்கள் வற்புறுத்தினாலும், அல்லது நானே என் கதையின் முடிவைச் சொல்ல இப்போது ஆசையுற்றாலுங்கூட என்னால் சொல்ல முடியாது. இனி அதைச் சொல்லவே முடியாதென்ற நிலையாகிவிட்டது. என்னிடம் சொற்களில்லை. அதற்குண்டான சொற்களில்லை.

கதையைச் சொல்வதற்கு சொற்கள் வேண்டுமே. கதையின் மீதியைச் சொல்வதற்கு அவசியமான சொற்களெல்லாம், என்னிடமிருந்து அந்நியமாகிவிட்டன. அவை என்னை அசிங்கப்படுத்திவிட்டன. அவமானத்தில் என்னைவிட்டு ஓடிவிட்டன. நடுநிசியில் அலையும் அந்தரித்த ஆத்மாபோலாகிவிட்ட என்னைப் பார்த்து அவை பரிகாசம் செய்கின்றன; பழித்துரைக்கின்றன.

நிசிகளின் திண்ம இருளில் தலைமோதி தன்னைச் சிதறடித்து அலையும் என் கனவுகளைப் பார்த்து சொற்கள் பரிகாசம் கொள்கின்றன. என்னை, அரசவையில் உரியப்பட்ட அம்மணக் குண்டியனாய், அவமானப்படுத்தி அவை பரிகசிக்கின்றன. மொழிக்கு என் மீது ஏன் இத்தனை வேடிக்கை!

எந்தச் சொற்களை நான் கூட்டிவர?

எப்படி நான் சொல்வேன் என் கதையை! என் கதையைச் சொல்வதற்கு எனக்கு உறவான சொல்லென்று ஏதுமில்லை, ஐயோ!

கடைசிக் கட்டிலில் நான்!

அத்தியாயம் 18

திரை சரிகிறது! நாடகம் முடிகிறது என்று எண்ணினேன். அதற்கென்ன, ஆகட்டுமே! வலியை விடவும் மரணம் அப்படியொன்றும் கசப்பானதென்று எனக்குத் தோன்றவில்லை.

ஆனால்... சில காட்சிகளின் பின், மேடையில் சரியும் திரையால் நாடகம் முடிந்துவிட்டது என்று தோன்றிவிடுகிறது. அப்படிச் சில தன்னளவில் முழுமையான காட்சிகள் பெரு நாடகத்தில் அமைவதுண்டு. அழுத்தமாக அமையும் காட்சிகள் அப்படி நம்மை நம்ப வைப்பதுண்டு. காட்சிப் பிழைகளை நம்பிக் கிளம்பிவிடக் கூடாதென்று வாழ்வு காட்டிவிட்டபோதுதான் உங்களுக்காக இந்தக் கதையை எழுதத் துணிந்தேன்.

உங்களில் யாரேனும் உங்கள் குழந்தைகள் யாரேனும் உங்கள் நண்பர்கள் யாரேனும் அயலவர் யாரேனும் நீங்கள் அறியாதார் யாரேனுங் கூட காட்சிப் பிழையால் பாதியில் கிளம்பலாம்; கிளம்பிக்கொண்டுமிருக்கலாம். ஆனால் சொல்லுங்கள், எந்த நாடகமும் பாதியில் முடிவதில்லை.

சரிந்த திரையின் இருளில், சொற்களும் கைவிட்டு ஓடிவிடத் தனித்துக் கிடந்த என்னை, தரை உறிஞ்சி இழுத்தபோது என் மேடையில் இருவர் ஏறினார்கள். திரை மெல்லென எழுகிறது.

தற்செயல்களின் திருப்பங்களால் வேடிக்கையான விதி எத்தனை விநோதங்களை எழுதிச் செல்கிறது!

நாட்கள் விடிவதும் இருள்வதும் தெரியாது தரையில் சுருண்டு கிடந்த இந்தக் காலத்தில் மேனகா வீடுதேடி வந்தாள். என்னைக் கண்டு திகைத்தாள். அவளுக்கு விடயம் புரிந்திருக்கலாம். விடுப்பு எடுக்காமல் நான் இத்தனை நாள் நின்றது என்னைப் பணிநீக்கம் செய்யும் ஆபத்தில் கொண்டுவிட்டதை அறிந்து வந்தாள். என்

கைத்தொலைபேசியும் வேலை செய்யாததால் அவள் நேராக வீடு வந்திருக்கக் கூடும்.

காருண்மையான காலை!

மருத்துவமனையில் வேலை பார்க்கும் எங்களவர்கள் நான் வீட்டிலேயே இருப்பதுபற்றிப் பல கதைகள் சொல்லித்திரிந்தார்களாம். அதாவது பிணக்காடாய் ஆகிய இறுதிப் போர்நிலமான வன்னிக்குப் போனதால் கெட்ட ஆவி என்னைப் பிடித்துக்கொண்டுவிட்ட கதை ஆஸ்பத்திரியிலும் பரவியிருந்ததாம்.

வீடு வந்த மேனகாவை அம்மா பார்த்ததும் 'கர்த்தரே உமக்குத் தோத்திரங்கள்' என்று சொல்லிக்கொண்டே 'நீ வஞ்சியா' என்று கேட்டிருக்கிறாள். மேனகாவிற்கு அதற்கு மேலும் ஏதும் தேவைப்படவில்லை.

ஒடுங்கலான என் அறையின் உள்ளே வந்தவள் முகத்தில் தீவிரமும் கண்டிப்புந்தான் இருந்தது. கூடவே பரிவும் இருந்தது. அவள் முகத்தின் சிருங்காரம் துளியேனும் இல்லை. அவள் வேறு ஆளாக இருந்தாள். முற்றிலுமாய் வேறாய் இருந்தாள். கையிலேயே மருத்துவ விடுப்புக்கோரும் பத்திரம் வைத்திருந்தவள் நான் மறுத்தும் வற்புறுத்திக் கையெழுத்து வாங்கிப் போனாள். என்மீதென்ன அதிகாரம் அவளுக்கு! மேலதிகாரிபோல நடந்துகொண்டாள்.

அவள் போனதும் தலைமாட்டில் அப்பன் வைத்திருந்த சாராயப் போத்தலை எடுத்து ஒரு ஆவேசத்தில் குடித்தேன். பூமி தன்னைத்தானே சுற்றியது அது சூரியனையும் சுற்றப்போனது. தன்னிலையறுந்த மயக்கம். இருப்பழிந்த உறக்கம். நான் என்பதே அங்கில்லை.

நான் என்பது என் எண்ணங்கள் தானே! எண்ணங்கள் என்பது நினைவுகள் தானே! நினைவுகள் கடந்தகாலமன்றி வேறென்ன! இதைத்தானே நாகாய்யாவும் பரமசோதியரும் மேனகாவும் அன்று சொன்னார்கள். எண்ணங்கள் அறுந்தபோது நினைவுக்களுமில்லை கடந்தகாலமும் அங்கில்லை. பின்ன, நானும் அங்கில்லை.

மாலை மீண்டும் மேனகா வந்தாள். என்னை உலுப்பி எழுப்பி நினைவு திரும்ப வைத்தாள். நினைவு திரும்பி அங்கே 'நான்' மீண்டும் வந்தபோது குமட்டி வாந்தி எடுத்தேன். வயிறைச் சுருட்டி வாரி எடுத்துவந்தது உள்ளே இருந்த கசடுகள் அத்தனையையும். வெறும் அமிலம். நச்சு அமிலம்.

மேனகா வெளியேபோய் மண்ணை அள்ளிவந்து அந்த நச்சு அமிலத்தின் மீது போட்டு மூடினாள். பயந்துபோய் நின்ற அம்மாவிடம் ஒரு கிண்ணத்தை வாங்கி அருகே இருந்த மட்டையைக் கிழித்து மண்ணிலூறிவிட்ட வாந்தியை அள்ளினாள். வாடை வராதளவு தூரமாகக் கொண்டுபோய்க் கொட்டிவிட்டு வந்து என்னை எழுப்பினாள். சொல்பேச்சுக் கேட்கும் பிள்ளைபோல நடந்துகொண்டேன்.

எழுதிருக்க முடிந்த என்னால், எழுந்து நிற்க முடிந்திருக்கவில்லை. அவமானமாக இருந்தது. அவள் தன் தோளில் தாங்கி அணைத்தவாறே கிணற்றடிக்குக் கொண்டுபோனாள். ஒரு குற்றியில் அமரவைத்து, வாளியில் நீரை அள்ளி என் காலில் ஊற்றிவிட்டுப் பின் தலையில் ஊற்றினாள். அவர்களின் சைவக் கோவிலில் மூல விக்கிரகத்திற்கு செய்யும் அபிசேகச் சடங்குபோல அத்தனை பவித்திரமாக என்னைக் குளிப்பாட்டி உடை மாற்றினாள். முதலுங் கடைசியுமான போதை இறங்கியது.

காற்றுப்பட யன்னல்களைத் திறந்துவிட்டு 'ஹாலில்' என்னைப் படுக்கவைத்தாள். தனது கைப் பையைத் திறந்து பூஜைக்கு வேண்டிய பொருட்களை எடுப்பதுபோல மருத்துவக் கருவிகளை எடுத்தாள். இதயத்துடிப்பு மற்றும் இரத்த அழுத்தம் சோதித்துக் குறித்துக்கொண்டாள். அம்மாவும் அப்பனும் பக்தர்கள்போல பார்த்துக்கொண்டும் அவள் ஏவும் வேலைகளைச் செய்து உதவிக்கொண்டுமிருந்தனர்.

அட நாசம்!

"வஞ்சி கோப்பி போடவா..." என்று அம்மா பவ்யமாகக் கேட்டாள்.

"நான் வஞ்சியில்லை... ஆனா கோப்பி போடுங்கோ" என்றாள் மேனகா.

நான் தலையைக் குனிந்துகொண்டேன்.

மேனகா எனக்குக் கையில் ஊசியைச் செருகி 'செலைன்' ஏற்றினாள். அப்பாவைக் கூப்பிட்டு போத்தலை யன்னலில் கட்டச் சொன்னாள்.

"சரி டொக்டர்..." என்று பயத்துடனேயே வாங்கினார்.

"நான் டொக்டர் இல்ல..." என்று மேனகா சொல்ல,

"சரி டொக்டர்..." என்றார் அவர் அதற்கும்.

221

அவள் சிரித்தாள். எழுந்து மின் விளக்கைப் போட்டாள். நீண்ட இருளின் பின் கண்ணுக்குக் கிடைத்த ஒளியினால் கூச்சமாக இருந்தது.

மேனகாவை முதன்முதலாய் இன்றுதான் வர்ண உடையில் பார்க்கிறேன். வருடம் முழுக்கப் பூக்கும் முற்றத்து நித்தியகல்யாணிபோல, பரந்த பசிய நிறத்தில் வெள்ளைப் பூக்களாய் அவளின் சட்டையிருந்தது. விடுதியில் காணும் துடுக்குத் தனமான முகம் மறைந்து இருதய மாதாவின் முகம்போல் ஆகிவிட்டிருந்தாள்.

அடுத்துவந்த மூன்று நான்கு நாட்கள் மேனகா தினமும் வீட்டுக்கு வந்தாள். வேலை நேரம் காலையில் முடிந்தால் காலையும் மாலையில் முடிந்தால் மாலையும் வந்தாள். மாலை வரும் நாட்களில் எனக்காக சமைத்து உணவு கொண்டுவந்தாள். நான் தேறிவந்தேன்.

ஞாயிறு அன்று திங்கட் கிழமை நான் வேலைக்கு வரவேண்டும் என்று மேனகா உத்தரவிட்டுப் போனாள். மற்றவர் மனப்பாரம் சுமக்க இனியும் என்னால் முடியாது என்றேன். சுப்ரிண்டனிடம் சொல்லி குழந்தைகள் விடுதிக்கு என்னை மாற்றியிருப்பதாகச் சொல்லிவிட்டுப் போய்விட்டாள்.

நாளை நான் வேலைக்குப் போவதாக தெரிந்துகொண்ட அம்மா இரவு முழுவதும் கர்த்தரின் கருணையை விசுவாசித்துப் பிரார்த்தனை செய்தாள். பாதிரியாருக்குப் பரிசுப் பொருட்களைக் கொண்டு அவரின் விடுதிக்குப் போனாள். அவருக்கு உடனே அம்மாவை நினைவு வரவில்லையாம். பங்குக்குப் புதிய தந்தையல்லவா! அவர் இரவு விருந்துக்குப் போகும் அவசரத்தில் இருந்ததால் பரிசுப் பொருட்களை விசுவாசிகளிடம் ஒப்படைத்துவிட்டு வந்தாளாம்.

'நல்ல தேவ விசுவாசமுள்ள தந்தை. இல்லாவிட்டால் துஷ்ட ஆவியை ஒரே நாளில் ஓட்டியிருக்க முடியுமா யாராலும்' என்று நன்றிப் பெருக்கோடு சொல்லிக்கொண்டே இருந்தாள் அம்மா.

எனது ஆச்சரியம் என்னவென்றால், அப்பன் தன் வாழ்நாள் குடியை விட்டதுதான். நான் குடித்ததும் அப்பன் பயந்துபோனாராக்கும். அல்லது வேண்டுதலாக்கும். இரவு எனக்காக சலீம் பாய் கடைக் கொத்துரொட்டி பார்சல் கட்டிவந்தார். அம்மாவிடம் இன்னொன்றை நீட்டினார். அவள் அழுதாள்.

இந்தக்காலத்தில் தான் என் வாழ்வைத் திருப்பிய இரண்டாவது நபர் வந்தார். அரசியல் கட்சி ஒன்றின் பிரதித் தலைவராம். அவர் நடக்கப்போகும் பாராளுமன்றத் தேர்தலில் என் ஆதரவு கேட்டு வந்தார். நானும் இங்கே தலைவர்தான் என்று யாரோ சொல்லிவிட்டார்களாக்கும். என் சொல்கேட்கும் வாக்குகள் அவருக்குத் தேவைப்பட்டன. நான் முடியாது என்று துரத்திவிட்டேன். இதுபற்றி மேனகாவிடம் சொன்னேன்.

'எண்ணங்களுக்குள் இருந்து வெளியேறு சிந்தனைக்குள் இரு' என்று மேனகா ஒற்றை வரியில் சொன்னாள். நான் சிரித்தேன். இதுபற்றி முன்னரும் நாங்கள் கதைத்ததுதான். எண்ணங்கள் மனத்தின் பதிவுகள். சிந்தனை அப்படியல்ல செயலுக்கான புத்தி அது. அவள் இதைப் புறமொதுக்குவதற்குப் பதிலாக சிந்திக்கச் சொல்கிறாள் என்று புரிந்தது.

காரணம் புரியாமல் நாகாய்யா அன்றொருநாள் சொன்னது மங்கலாக நினைவுக்கு வந்தது 'ஒரு மனுசனுக்கு அன்பு பெருகிச்சென்று வை, அவன் இந்த உலகத்துக்காக செய்றதுக்கு ஒரே ஒரு காரியமாச்சும் இருக்கும். அந்த ஒரு காரியம் போதும்டா.'

இங்கிருந்துதான் பின்னர் நடந்தவை எல்லாமே ஆரம்பித்தன. நான் என்னை விடாமல் தீண்டத் தொடங்கினேன். அந்த அரசியல்வாதியை ஒதுக்கியது தவறுதான்.

நான் அடைந்த அவமானங்களில் இருந்து தப்பிக்கவும், துரத்தும் என் துர் நினைவுகளிலிருந்து விலகியிருக்கவும எனக்கொரு செயல் தேவைப்பட்டது. மகத்தான செயல் தேவைப்பட்டது.

இந்த இடைக் காலத்தில் நான் கட்டிடக் கட்டுமான ஒப்பந்த வேலைகளை எடுத்து மருமகனிடம் கொடுத்தேன். ஊரில் உள்ளவர்களைத் திரட்டி வெவ்வேறு வேலைக்கு அமர்த்திக்கொண்டோம். நல்ல வருமானம் கிடைத்தது. நான் இரவு ஆஸ்பத்திரிக் கடமையை அதிகம் தேர்ந்தெடுத்தேன். பகலில் கட்டிடத் தொழில் வேலை பார்த்தேன். இதனை பெரிதாக வளர்த்து எங்களவர்கள் எல்லோருக்கும் நல்ல சம்பளத்தில் கௌரவமான வேலை கொடுக்க முடியும் என்ற நம்பிக்கை பெருகியது. எனக்கு ஆஸ்பத்திரி தொழில் பிடிக்கவே இல்லை. நான் முன்னரே விடுவதாக சொல்லியும் மேனகாதான் ஒப்புக்கொள்ளவில்லை. அவளின் சொல்மீறி நடக்க முடியாமல் இருந்தேன்.

போருக்குப் பின் யாழ்ப்பாண நகரம் முதலீட்டுக்கு கவர்ச்சி நகரமாகிவந்தது. நிலத்தின் விலை சூரத்தனமாக

உயர்ந்துகொண்டிருந்தது. இதை எப்படி என் மக்களுக்காக உபயோகப்படுத்துவது என்று சிந்தித்துக் கொண்டே திரிந்தேன். ஏதும் பிடிபடவில்லை. ஆனால் இதைப் பயன்படுத்த வேண்டும் என்ற உள்ளுணர்வுமட்டும் விடுவதாக இல்லை. அப்போதுதான் பெரு நிறுவனம் ஒன்றின் அவசரம் என் காதில் விழுந்தது. யாழ் நகரத்தில் நூறுபரப்பு நிலம் அவர்களுக்குத் தேவைப்பட்டது. அப்படி நூறு பரப்பு கிடைக்க வாய்ப்பே இல்லை. மாற்றுக்களைத் தேடினார்கள். அவை எதுவும் அவர்களின் தேவைக்குப் பொருந்தவில்லை.

எங்களூரில் நூற்றி அறுபதெட்டுக் குடும்பங்கள். இவர்களின் காணிகளை கூட்டிக்கட்டினால் நூற்றி முப்பது பரப்பு வரலாம். நான் விழித்துக்கொண்டேன். இப்போது எங்களூர் காணி ஒரு பரப்பு ஒன்றரை இலட்சம்கூடப் போகாது. வெளியூர்க்காரன் எவனும் இங்கே வாங்க மாட்டான் என்பதால் நம்மூர்க்காரன் தானே வாங்க வேணும். நம்மவரின் வசதி இதற்குமேல் இல்லை. ஆனால் இந்தக் காணிகளை கூட்டிக் கட்டினால் நாங்கள் சொல்வதுதான் விலை. குறைந்த பட்சம் பத்து இலட்சம் ஒரு பரப்புக்கு பெற முடியும். பல மில்லியன்களுக்கு விற்கமுடியும்.

நான் ஊரைக் கூட்டிக் கதைத்தேன் என்னிடம் ஒரு திட்டம் இருந்தது. அந்தத் திட்டத்திற்கு பதின்மூன்று குடும்பங்களை தவிர மற்றவர்கள் சம்மதித்தார்கள். நான் அந்த நிறுவனத்தைத் தொடர்பு கொண்டேன். அவர்களும் ஆவலோடு வந்து பார்த்தார்கள் ஆனால் எங்களூரின் உள்ளே வருவதற்கு ஒழுங்கான பாதையில்லை என்று புறக்கணித்துவிட்டார்கள்.

அப்போதுதான் தேர்தல் நெருங்கியது அந்த அரசியல்வாதியின் பிரதேச அமைப்பாளர் மீண்டும் என்னிடம் தூது வந்தார். எனக்கு என்ன வேண்டும் என்று கேட்டார்கள். அதனர்த்தம் பணம் தான். நான் அந்த வாய்ப்பை பயன்படுத்திக் கொள்ள தீர்மானித்தேன். நலிந்தவர்களுக்கு புத்தி ஒன்றுதானே துணை. அதை தந்திரம் என்றால் என்ன புத்திசாலித்தனம் என்றால் என்ன. எங்கள் ஊருக்கு உடனடியாக அகன்ற வீதியை அமைத்துத் தரவேண்டும் என்றேன். போனவர் அந்த அரசியல்வாதிக்கு சொல்ல அவரே என்னை அழைத்தார். மறுபேச்சில்லை தேர்தல் முடிந்ததும் உடனேயே செய்துவிடுவதாக வாக்குக் கொடுத்தார். மக்கள் முன் வந்து சொல்லவேண்டும் என்றேன். அதற்கும் மகிழ்ச்சியோடு வந்தார். முன்பெல்லாம் அவர்களின் அல்லக்கைகள் தான் வருவார்கள்.

எனது திட்டம் பற்றி மேனகாவுக்கு சொன்னேன். அதற்கு காரணமுண்டு. இதற்கு மேல் நான் இந்த ஆஸ்பத்திரி தொழிலில் நீடிக்க முடியாது. நின்றுவிட விரும்பினேன். அதற்காக என் திட்டத்தை அவளுக்கு விபரித்தேன்.

எங்களூரில் எம்மவர் காணிகளை ஒன்றாக்கி விற்றால் மில்லியனுக்குக் குறையாமல் விற்கமுடியும். விற்றதுபோல இரண்டு மடங்கு நிலத்தை பண்ணைப்பாலம் கடந்துபோனால் அல்லைபிட்டியிலோ மண்டைதீவிலோ ஒரு கோடியில் இருந்து இரண்டு கோடி ரூபாவுக்கு வாங்கிவிட முடியும். இங்கிருந்து நான்கு மைல்கள் வரலாம். இரண்டு அறையுடன் ஒரு சாதாரண வீடு கட்ட எட்டுலட்சம் ரூபா போதுமானது. காணி தருபவர்களுக்கு. இரண்டுபரப்பு காணியில் வீடு கட்டி கழிப்பறையும் கட்டி முடிக்க எண்பத்தைந்து மில்லியனுக்கு கொஞ்சம் முன்னபின்ன ஆகலாம். மிகுதிப்பணத்தில் வரையறுக்கப்பட்ட பங்குகள் கொண்ட கட்டிட ஒப்பந்த நிறுவனத்தை ஒரு 'சோசியல் என்டர் பிறைஸ்சஸ்' ஆக உருவாக்க வேண்டும். அந்தப்பணம் அவர்களின் முதலீடாக இருக்கும். எல்லாருக்கும் வேலை கொடுப்பது. ஊதியம்போக இலாபம் சமமாக பங்கிடப்படும். எல்லாருமே கம்பனி உரிமையாளர்கள்தான். ஒரு புதிய மாதிரிக் கிராமத்தை உருவாக்கிவிடலாம். காணியில்லாதவர்களுக்கு கூட எங்கள் நிலத்திலேயே வீடு கடன் அடிப்படையில் கொடுக்க முடியும். இந்த திட்டத்திற்காக அரசியல்வாதியை பயன்படுத்தி வீதி போட வேண்டும் என்பதையும் சொன்னேன்.

மேனகா ஆச்சரியமாகப் பார்த்தாள். "சேரியில இருந்து சொந்த வீடு காணியோட குட்டி பட்டினமா... அருமை மார்க்ஸ்" என்றாள்.

"இதுக்கு என் வேலைய விடாம செய்ய முடியாதே..." என்றேன் தயங்கி.

"அரசாங்கம் செய்ற வேலையை நீங்க செய்யப்போறீங்க. பிறகெதுக்கு உங்களுக்கு அரசாங்க வேலை. நம்பிக்கையிருந்தால் விட்டிரு..."

எனக்கு அவள் வாக்கு அலாதியான உணர்வைத் தந்தது. என் மீது அவள் கொண்ட நம்பிக்கை சக்தியாக உருவெடுப்பதுபோல உணர்ந்தேன்.

மேனகா மறுநாள் வந்து சொன்னாள் 'வேலையால் நிற்க வேண்டாம் மூன்று வருட ஊதியமில்லா விடுப்பு எடுப்போம். பிறகு தேவை என்றால் விலகிக் கொள்ளலாம்' என்று.

அந்த வழி அருமையாக இருந்தது. அதைவிட அவள் 'விடுப்பு எடுப்போம்' என்று பன்மையில் சொன்னது... முக்கியமில்லையா. நான் தனியன் இல்லை என்ற உணர்வு மனிதருக்கு மட்டுமில்லை எல்லாப் பிராணிக்கும் தேவையாக இருக்கிறது.

கம்பனிக்காக ஒரு அலுவலக இடம் எடுத்து அதன் திருத்த வேலைகளையும் முடித்திருந்தேன். இப்போது அதனைத் திறப்பதுதான் மீதி. மேனகா சொன்னதுபோல வேலையையும் ரத்து செய்யாமல் மூன்று வருட சம்பளமில்லா விடுப்பை இப்போதைக்கு எடுத்துக்கொள்வது என்றும் தீர்மானித்திருந்தேன். நிறுவனம் தொடங்கப்பட்டு விட்டால் நான் வேலைக்கு போக முடியாது. எம்மவர்கள் இனி எங்கள் நிறுவனத்திலேயே வேலை செய்து கொள்ளலாம். அவமானங்களை சுமக்க வேண்டிய வேலைக்குப் போகவேண்டியதுமில்லை. வருமானம் தாராளமாக அவர்களுக்கு கிடைக்கவும் போகிறது. அவர்கள் இனி முன்னேறுவதை யாராலும் தடுக்க முடியாது. இது இரண்டாம் பாய்ச்சல். நாகாய்யா சொன்ன என்னாலும் முடிந்த ஒரே ஒரு காரியம் இதுதான். நானும் மருமகனும் மருமகளுமாக திட்டங்களை வகுத்திருந்தோம். நிறுவனம் திறந்து வைக்கும் காலம் நெருங்கியதும் என்னால் மேலும் பொறுக்க முடியாமல் போனது.

தேர்தல் முடிந்து அவர் வெற்றியும் பெற்று சில மாதங்கள் கடந்தும் அவரிடம் எந்த முயற்சியும் வீதிபோடுவதற்காக இல்லை. கீழ்மக்களை ஏமாற்றுவதற்கு என்று அவரிடம் பழைய தந்திரம் இருந்தது. அன்பாக கதைப்பது, சாப்பாடு கொண்டுவா தம்பிக்கு என்பது. எனக்கு கோபம் பொத்துக் கொண்டு வந்தது. பொறுமை காத்து காத்து களைத்துவிட்டேன். அப்போதுதான் உள்ளூராட்சி தேர்தலை அறிவித்தார்கள்.

விதியின் நாடகம் தற்செயலின் சம்பவங்களா, திட்டமிட்ட நிகழ்வா என்று புரியவே இல்லை. என்னவொரு வேடிக்கை. என்னை தேர்தலில் நிற்கக் கேட்டார்கள். நின்றால், எங்கள் ஊர் வீதி யாழ்ப்பாணம் நகரசபைக்கு உட்பட்டது என்பதால் வேலை சுலபம் என்றார்கள். எங்கள் வாக்குகளை அவர்களிடம் கொடுத்துவிட்டு மீண்டும் தோற்றுப்போனவர்களாக கைகட்டி நிற்க விரல் சூப்பிகளா நாங்கள்.

நடக்கின்ற போதே தன் காலை நக்கியபடி நடக்கும் தெரு நாய் போலவோ, பளிங்குத்தரையில் எஜமான் காலை நக்கியபடி படுத்திருக்கும் செல்ல நாய் போலவோ நான் இருக்க

முடியாதபோது ஒதுங்கிக் கொண்டேன். ஆனால் தேர்தலில் தனித்து நிற்கத்தான்போகிறேன் சுயேட்சையாக.

இந்தக் காலத்தில்தான் மேனகா ஒரு உதவி கேட்டாள். இங்கது முக்கியம். இப்போதெல்லாம் நான் மேனகா என்றே அவளைக் கூப்பிடுகிறேன். அவள் எனக்கு கட்டளையிடும் நேர்ஸ் இல்லையே. அதனாலும் எனக்கு வசதியாகிவிட்டது. ஒரே வேலை நேரம் வாய்க்கும்போதெல்லாம் சேர்ந்து சாப்பிடுவதை கண்டிப்பான வழக்கமாக்கிக் கொண்டோம்.

அவளது மோட்டார் சைக்கிள் ஒருநாள் பழுதாகிவிட்டது அதனை எடுத்துக்கொண்டுபோய் திருத்தி தரவேண்டும் என்று வேண்டினாள். இதைக்கூட செய்யாவிட்டால்... அன்று வேலை முடிய அவள் எனது மோட்டார் சைக்கிளிலேயே வீட்டிற்கு போகலாம் என்றாள்.

ஒரு பெண்ணை மோட்டார் சைக்கிளில் அழைத்துப்போகும் முதல் அனுபவம் அன்றெனக்கு வாய்த்தது. அவள் ஒட்டிக்கொண்டு தோளில் கைபிடித்தவறே வந்தாள். இந்த அனுபவம் மேனகாவால் கிடைத்தது என்பது விதியின் மகத்தான கிருபையன்றி வேறென்ன!

போகும்போதே அடை மழையில் மாட்டிக் கொண்டோம். ஒதுங்க இடம் தேடியபடி போனபோதே முழுதாக நனைந்துவிட்டோம். கிடைத்த இடத்தில் ஒதுங்கியபோது தான் முழுதாக நனைந்துவிட்டதே தெரியவந்தது. கூதல் ஓட மழையைப் பார்த்தவாறே நெடுநேரமாய் விலகியபடி ஒன்றாய் நின்றோம். 'இனி ஒதுங்கிப் பிரயோசனமில்லை. முழுசா நனைஞ்சாச்சு... போவோம் வீட்டுக்கு' என்றாள் மேனகா. ஈரலித்த வீதி கருமையில் மினுங்க அந்தப் பயணம் ஒரு ஓவியம்போல நிலைத்துவிட்டது. மார்க்ஸ் மழையை இரசிக்கத் தொடங்கினான் முதல்முறையாக.

மழையோ பயணமோ முடிந்துவிட மனம் ஒப்பவில்லை. மனத்தைக் கேட்டா மழை வந்தது. பாதையைப் பார்த்தா பயணம் தொடங்கியது. இரண்டும் முடிவுக்கு வந்தது. வீடு வந்தது.

முற்றத்தில் இரண்டு மாமரங்கள். செவ் இளநீர் தென்னை இரண்டு படலையின் இருபக்கமாக. சிறிய ஓட்டு வீடு. அவள் இறங்கியதும் ஒரு ஆட்டுக்குட்டி துள்ளி ஓடிவந்தது. அவள் அதை அள்ளியணைத்து 'புச்சுக்குட்டி கண்ணுக்குட்டி செல்லக்குட்டி தங்கக்குட்டி' என்று செல்லம் பொழிந்தாள்.

"வீட்டில் யாரும் இல்லையா" என்றேன்.

"நான் மட்டும்தான். அம்மா இறந்திட்டாங்க" என்றாள். எனக்கிதுவரை தெரியாதது வெட்கமாக இருந்தது. அவள் எனக்கு வெண்நீலத் துவாய் ஒன்றை துடைக்கத் தந்தாள். தானும் தலை துவட்டிய படியே கதைத்தாள்.

"நீங்க தான் கேட்டதே இல்லையே" என்னைப்பார்த்து சொன்னாள். நான் இருக்கையில் ஏதோ குற்றவுணர்வு மேலிட இருந்துகொண்டிருந்தேன். தண்ணீர் கொண்டுவந்து தந்தாள்.

"மார்க்ஸ் சேர் பக்திப் பரவசத்தில இருந்தாராக்கும்... பின்ன, இல்லாத ஒன்றை இருக்கிறதா உருவாக்கி, இருக்கிறது கண்ணுக்குத் தெரியாமலே இருந்தா அது பக்திதானே... இந்த கேட்டுல பேரு வேற மார்க்ஸ் என்று வைச்சிட்டு ஹ ஹ."

முதலில் எனக்கு வெட்கமும் சிரிப்புமாக இருந்தது. பிறகு உள்ளூறும் பரவசமாக இருந்தது. ஏனென்றால் அவள் ஒரு அறிவிப்பை விடுக்கிறாள்.

"மார்க்ஸ் சேர் எந்தப் பொண்ணையும் இதுவரை பின்னாடி ஏத்தினதில்லையோ..." சிரித்தாள். எள்ளல் முகம்.

இல்லையென்று சொல்லாமலே தலையாட்டினேன். பதட்டமும் கூச்சமுமாக இருந்தது.

"நெனச்சேன்..." என்றாள்.

அதன் பிறகு அவள் ஒன்று சொன்னாள். அதுதான் என்னை எல்லாவற்றையும் திரும்பிப் பார்க்கவைத்தது. வாழ்வை காதலை அரசியலை... எல்லாவற்றையும் திரும்பிப் பார்த்தேன். அறிந்ததிலிருந்து விடுதலையாகினேன். என் நிழலை நானே அழித்தேன்.

'மனுசன் நம்ப விரும்புகிற பொய் ஒன்றை அவன் முன்னால் நிறுத்திவிட்டால் போதும், அறிவுக்கு அங்கே இடமே இல்லை. அவன் நம்பியே ஆவான். அதுதான் பக்தி நிலை அல்லது மூட நிலை. பொய்யிற்கும், நம்ப விரும்புகிற பொய்யிற்குமுள்ள மகத்தான வேறுபாடு அதுதான்.'

அவள் சொல்லிவிட்டு உடைமாற்ற அறைக்குள் போய்விட்டாள். அவள் சொல்லியதோ என் மீது ஒரு வெடிகுண்டை வீசிவிட்டுப் போனதுபோல இருந்தது.

அவள் வெளியே வந்து தேனீர் வைக்கப் போனாள். நான் வேண்டாமென்றேன். வீட்டுடையில் நின்ற மேனகா, யன்னல் திரைச் சீலை வழியே வந்த மெல்லிய மாலை வெயிலில் பெரிய கோவில் மாதா சுருவம் போலவே இருந்தாள். இவளன்றி ஆராதிக்கத் தகுந்தவள் வேறு யாராக இருக்கும்!

அன்று தேநீர் குடித்த பின்பும் அவள் என்னைக் கிளம்பவிடவில்லை. சாப்பிட்டுப் போகச் சொன்னாள். சமைத்துப் பரிமாறினாள். என்னைப் புத்தகம் ஒன்றைத் தந்து வாசிக்க வைத்துவிட்டு கதைத்தபடியே சமைத்தாள். அந்த நாள் நினைவகலா நாள். என் நிழல் அழிந்த நாள்.

நான் கொண்டுபோய் திருத்தக் கொடுத்த மோட்டார் சைக்கிளை தருவதற்கு ஐந்து நாட்கள் ஆகும் என்று மெக்கானிக் சொல்லிவிட்டார். அந்த ஐந்து நாட்களில் நான்கு நாட்கள் மேனகாவை வீட்டில் கொண்டுபோய் விடுவது வழக்கமாயிற்று. கடைசியாக மோட்டார் சைக்கிளைக் கொண்டுபோய் கொடுத்த அன்று அவள் எனக்கொரு பரிசு தந்தாள். அவளின் பிறந்த நாளன்று மூக்காப் பையன் கொடுத்த அந்த மென் சிவப்பு இதயம்.

“அன்றைக்குத் தந்தன் நீங்கதான் விட்டுட்டு போய்ட்டிங்க...”

குற்ற உணர்வும் நேசமும் குழைந்த ஒரு மன நிலையில் அதை நான் நடுங்கும் கைகளால் வாங்கினேன். சும்மாவல்ல, வாங்கும்போது என்ன நினைத்தேனோ தெரியாது அவள் கைகளில் அதைப் பொத்தி முத்தமிட்டுவிட்டேன். பிறகு ஒரு கணமும் அங்கே நான் நிற்கவில்லை. மோட்டர் சைக்கிளில் வரும்போதுகூட நெஞ்சு படபடத்துக்கொண்டிருந்தது.

அதை நான் வாங்கிக் கொண்ட சகுனத்தினாலோ என்னவோ நாள் தோறும் ஒரு வேடிக்கை வீட்டில் நடந்தது. நான் அந்த இதயத்தை வீட்டு சுவரில் இருந்த இருதய மாதா படத்தின் மேல் தொங்கவிட்டேன். அம்மா பிரார்த்தனை முடித்ததும் மாதாவின் படத்திற்கு ஒரு முத்தம் கொடுப்பாள். அதே பக்தியோடு, இப்போ அந்த மேனகா தந்த இதயத்திற்கும் ஒரு முத்தம் விழுகிறது.

இங்கே மேற்தட்டு நகர வாசிகள் உள்ளூராட்சித் தேர்தலுக்கு வாக்களிக்கப் போவது வலு குறைவு. அது அவர்களின் கௌரவத்திற்கு இழுக்கு. நாடாளுமன்றம் மற்றது ஜனாதிபதித் தேர்தல் என்றால் வாக்களிப்பார்கள். பெரிய இடத்து சமாச்சாரம்தான் அவர்கள் பார்க்கத் தகுதியானது. இந்தக் கணக்கை வைத்து நம்பிக்கையோடு நகரசபைத் தேர்தலில் என் போன்ற சில பக்கத்து ஊர்க்கார

இளைஞர்களைக் கூட்டிணைத்து தேர்தலில் நின்றோம். நடந்த தேர்தலில் ஊரே எனக்காக வேலை செய்ய நானும் பாசையூரில் ஒருவரும் வென்றோம்.

நடக்க நடக்கப் பாதைகள் வெளித்தன!

மெய்வருத்தக் கூலி தந்த நல்விதியின் பின்னால் நடந்து கொண்டிருக்கிறேன். அந்த தேர்தலில் ஆட்சி அமைக்க முக்கிய மூன்று கட்சிகளுக்கும் பெரும்பான்மை இல்லை. பெரிய கட்சிக்கு இரண்டு மேலதிக ஆசனம் வேண்டியிருந்தது. எனது கோரிக்கையை முன்வைத்து ஆதரவு தர ஒப்புக்கொண்டேன். ஆட்சி அமைந்தது. ஒருவருடம் கழிந்தும் எதுவும் ஆகவில்லை. என்னை பைத்தியக்காரன் ஆக்கிக்கொண்டிருந்தார்கள். நான் ஆட்சியைக் கவிழ்க்கலாமா வேண்டாமா என்று சிந்தித்துகொண்டிருக்கும்போது ஒரு சம்பவம் நடந்தது.

நகரபிதாவாக இருந்தவரை அவரது கட்சியின் தலைமையே தோற்கடிக்க முடிவுசெய்தது. அவர் அதிக செல்வாக்கு பெற்றுவருவதால் அடுத்த பாராளுமன்றத் தேர்தலில் அவரே நின்றால் கட்சியின் இன்றுள்ள பாராளுமன்ற உறுப்பினர்களில் ஒருவர் அடுத்தமுறை வெல்ல முடியாதுபோகலாம். அது யார் என்று அவர்களுக்கே தெரியாது. இரகசியமாக தமக்கு விசுவாசமான கட்சியின் இரு நகர சபை உறுப்பினர்களை பட்ஜெட் வாக்கெடுப்பில் கலந்துகொள்ள சமூகமளிக்காமல் தடுத்தார்கள். மேயர் சொந்தக் கட்சியால் தோற்கடிக்கப்பட்டார்.

கூத்து எப்படி இருக்கிறது! இன்னும் முடியவில்லை.

மீண்டும் விதியின் வினோதங்களை இங்கேதான் பார்ப்பீர்கள். ஒரு கட்சியாலும் ஆட்சி அமைக்க முடியவில்லை. என்னிடம் தூதுவிட்டார்கள். நான் நகர மேயராக போட்டியில் நின்றால் தாங்கள் ஆதரவு தருவதாக சொன்னார்கள். என்ன வினோதம்! அவர்களின் கணக்கு என்னவென்றால் இந்தப் பதவியை வெற்றிடமாக விட்டுவைப்பதுதான். அவர்களைப் பொறுத்தவரை நான் ஒரு வெற்றிடம்.

மற்றைய இரண்டு கட்சிகளும் ஏதேனும் ஒரு கட்சி உறுப்பினருக்கு ஆதரவு தரத் தயாரில்லை. பதவி, கட்சி அரசியலை வளர்த்துவிடும். அதை எதிர் கட்சிக்குக் கொடுக்க எந்தக் கட்சிக்கும் விருப்பமில்லை. அப்போ மக்கள்! அரசியலில் இவர்களுக்கு மக்கள் முக்கியமே இல்லை. அதிகாரம் மட்டும்தான் இங்கே சரக்கு.

எந்தக் கட்சியும் இல்லாத என்னை ஆதரிக்க எல்லா கட்சியும் தயார். பிறகென்ன! நான் ஏகோபித்த வாக்குகளோடு நகர பிதாவாகினேன். மக்கந்தோனி என்ற மார்க் அன்டனி அல்லது மார்க்ஸ் ஆகிய நான், எல்லா வஞ்சனைகளாலும் வீழ்த்தப்பட்ட நான், என் எதிராளிகளுக்கு இடையில் இருந்த வஞ்சனைகளைப் பயன்படுத்தி நகர பிதாவாகிய கதையிதுதான்.

நகர பிதா வருகிறார். அமைதி! அமைதி! அமைதி!

அன்று நேராக நான் போனது மேனகாவிடம் தான். மேயரின் அங்கியைக் கொண்டுபோய் மேனகாவுக்கு போட்டேன். அந்த நெகிழ்ச்சி இங்கே சொல்லக் கூடியதல்ல. அது மார்க்ஸ்க்கு வெட்கம் தரக்கூடியது. மேயருக்கும் வெட்கம் தரக்கூடியது. அதனால் விட்டுவிடுகிறேன்.

அம்மாவிடம் போய் தகவல் சொன்னபோது அவள் அதை நம்பவே இல்லை. கடைசிவரை நம்பவில்லை. ஆனால் ஊர் வாசிகசாலையில் எனக்கொரு இரகசிய வரவேற்பு ஏற்பாட்டை செய்திருந்தார்கள். தாரை தப்பட்டையோடு வீட்டுக்குள் புகுந்த கூட்டம் என்னை தூக்கிச்சென்றது விழாவுக்கு. அப்போதுதான் அம்மாவும் நம்பினாள். அப்பனுக்கு தெரிந்தும் சொல்லாமல் இருந்தார். அவருக்கு மனைவியை ஆச்சரியப்படுத்தும் ஒரு சந்தர்ப்பம் இது.

அம்மா விழாவில் அத்தனை மேள தாளத்தின் சத்தத்தின் நடுவே கேட்டாள் "அந்தப் புள்ளை வஞ்சிக்கு சொன்னியா..."

"உர்ர்ர்ர்... அம்மா அவளோட பெயர் மேனகா..."

"சரி சொன்னியா?"

"ம்ம்ம்ம்... சொன்னேன்."

நான் கத்தினேன்.

திட்டப்படி எல்லாம் நடந்தது. என் அதிகாரத்தை முழுமையாக பயன்படுத்தினேன். ஊருக்கு வீதிபோட்டு முடித்து ஆறுமாத கால அவகாசத்தில் காணியை ஒப்படைப்பதாக கையெழுத்தாகி நூறு பரப்புக் காணிக்கு மட்டும் நூற்றி பதினைந்து மில்லியன் பெற்றுக்கொண்டோம். மிகுதி முப்பது பரப்பை அவர்கள் வற்புறுத்திக் கேட்டும் கொடுக்க சம்மதிக்கவில்லை. அதை கம்பனியின் சொத்தாக மூலதனத்தில் சேர்த்தோம். என் கணக்கு சரியென்றால் ஐந்து வருடத்தில் இது இரட்டிப்பு விலையாகும்.

பண்ணைப் பாலம் கடந்து மூன்று மைல் தொலைவில் பதினைந்து ஏக்கர் நிலம் கிடைத்தது. மொத்தம் இருநூற்றி நாற்பது பரப்பு. இரண்டு பரப்புகளாகப் பிரித்து உள் வீதி அமைத்து வீடுகட்டும் பணிகள் தொடங்கிவிட்டன.

மருமகனும் அவன் துணைவியும் கவனித்துக் கொள்கிறார்கள். கிடைத்த அதிகாரத்தை வைத்து இதுவரை கண்டு கொள்ளப்படாத மக்கள், திட்டங்கள், ஊர்களுக்கு முடிந்ததை செய்யத் தொடங்கினேன். ‘அரசியல் என்பது வாய்ப்பு வெளிகளின் கலை’ அதை மார்க்ஸ்சும் கையாளத் தான் போகிறான்.

நல்விதி முன்னால் போகும்போதே எஞ்சி நிற்கும் ஒரு காரியத்தை நிறைவேற்றிவிடவேண்டும் என்ற ஆசை வந்தது. யாழ்ப்பாணத்தில் இருந்து கொழும்புக்கு மீண்டும் விமானசேவை தொடங்கினார்கள். இரகசியமாக நான்கு ‘டிக்கட்’கள் எடுத்தேன்.

ஏதும் அறியாது குழந்தைத் தனத்தோடு அம்மாவும் அப்பாவும் வந்தார்கள். பலாலியில் விமானத்தைக் கண்டதுதான் அம்மா கட்டியணைத்தாள். ‘எனக்காகத் தானே புள்ள கூட்டிவந்தான்’ என்றார் அப்பா. அந்தக் கணம், நான் குழந்தையானதால் அவர்கள் இளமையானார்களா! அவர்கள் இளமையானதால் நான் குழந்தையானேனா என்று தெளிவுறாத கணம்.

விமானம் வானத்தில் ஏறிப் பறந்தது.

முகில்கள் பஞ்சுத் திரைகளாக கீழே மிதக்கின்றன பூமியைக் காணவே இல்லை.. வேறோர் உலகத்தில் பறப்பதாக இருக்கிறது விமானம்.

மேனகா கேட்டாள் “என்ன மேயர் இப்பவும் வஞ்சி ஞாபகத்துக்கு வரணுமே...”

நான் சிரித்துக்கொண்டே அவள் உச்சியில் முத்தமிட்டேன்.

நான் என்பது எனக்கு வாய்த்த அனுபவந்தான். இதில் என் பழியோ பெருமையோ கிடையாது!

❑❑❑